இலங்கை

எழுதித் தீரா சொற்கள்

HER Stories

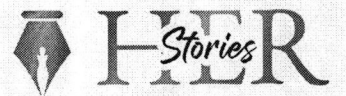

இலங்கை

எழுதித் தீரா சொற்கள்

தொகுப்பு

ரமாதேவி இரத்தினசாமி

Ilangai

Ezhuthi Theera Sorkal

© Ramadevi Rathinasamy

ஹெர் ஸ்டோரிஸ் ஆசிரியர்கள்

நிவேதிதா லூயிஸ், சஹானா & வள்ளிதாசன்

வெளியீடு

ஹெர் ஸ்டோரீஸ்

15, மகாலக்ஷ்மி அபார்ட்மெண்ட்ஸ், 1, ராக்கியப்பா தெரு, சென்னை-600004

+91 75500 98666 strong@herstories.xyz www.herstories.xyz

நூல் வடிவமைப்பு

UK Designs உதயா

உருவாக்கம்

கலைடாஸ்கோப், சென்னை +91 9840969757

HS books # 0018

முதல் பதிப்பு

2023 மார்ச்

₹ 300

இந்து சமுத்திரத்தின் நித்திலம்
இலங்கை
எழுதித் தீரா சொற்கள்

உள்ளே...

1. மண்ணும் பெண்ணும்.. 12
2. உலகின் மிகச் சிறந்த தீவு!.. 16
3. ஆசியாவின் முதல் வானொலிச் சேவை! 22
4. பூகோள எல்லைகளைத் தகர்த்த ஈழமும் தமிழகமும் 28
5. உணவுல ஒரு உறவு இருக்குது.. 34
6. ஈழமும் இலங்கையும் பொருளால் ஒன்றே..................... 41
7. நீண்ட காலம் உயிர் வாழும் பெருக்குமரம் எனும் அதிசயம்! 45
8. புத்தம் சரணம் கச்சாமி 51
9. ராஜா வேஷம் கலைஞ்சி போச்சு டும்... டும்... டும்......... 56
10. இலங்கை அரசியலின் அணையாத வெம்மை................ 61
11. மன்னார் தீவினுக்கோர் பாலம் அமைத்தே..................... 66
12. தமிழுக்கு மதுவென்று பேர் 71
13. யாருமற்ற தனிமையில் டொரிக் மாளிகை!................... 76
14. மறக்க முடியாத கதைகளும் சொல்ல விரும்பாத கதைகளும் 81
15. எரியும் நினைவுகள் 88
16. ஆவே ஆவே மரியா வாழ்க வாழ்க மரியா!................. 94
17. நாங்கள் ஏன் அகதிகளானோம்? 100
18. நாம் இந்து அல்ல, சைவர் 111
19. வயோதிகத் தாயாக ஒரு வரலாற்றுச் சின்னம்!........... 118
20. மரகதத்தீவில் மக்கள் திலகம்....................................... 124

21. கறை படிந்த கறுப்பு ஜூலை 130
22. 1983 ஜூலை 25 கொழும்பு வெலிக்கடை சிறைச்சாலை 136
23. துலங்காத மர்மங்கள்... 141
24. சமத்துவ மலை! 146
25. அடர்வனத்திற்குள் ஒரு சோகக் கதை 150
26. ருசிக்கும் தேயிலையின் கசக்கும் உண்மைகள் 155
27. கல்வியா...செல்வமா...உயிரா...? 162
28. தன்னைத்தானே தகவமைத்துக்கொள்ளும் சாதியம் 169
29. இந்தியாவுடன் பிணைந்துள்ள இலங்கைக் கலாச்சாரம்............175
30. வந்தியத்தேவனின் வழித்தடத்தில் பூதத்தீவு 182
31. வந்தியத்தேவனின் வழித்தடத்தில் 'நாகத்தீவு'........................ 185
32. வந்தியத்தேவனின் வழித்தடத்தில் மாதோட்டம்! 188
33. வந்தியத்தேவனின் வழித்தடத்தில் தம்புளா 193
34. வந்தியத்தேவனின் வழித்தடத்தில்... அனுராதபுரத்தின் அதிசயங்கள்.. 197
35. வந்தியத்தேவனின் வழித்தடத்தில் எசல பெரஹரா திருவிழா! 202
36. வந்தியத்தேவன் வழித்தடத்தில் சிகிரியா 207
37. வந்தியத்தேவன் வழித்தடத்தில்... திரிகோணமலை 213
38. வந்தியத்தேவன் வழித்தடத்தில்... ஆனையிறவு 217
39. வந்தியத் தேவன் வழித்தடத்தில்... தொண்டைமானாறு 221
40. புராணக் கண்ணாடிகளால் கலைந்துபோன
    தமிழனின் 150 ஆண்டுகால கனவு 223
41. காடுகளுக்குள் மறைந்த பொலன்னறுவை இராச்சியம் 228
42. 26 ஆண்டுகளை தின்று செரித்த யுத்தம் 232

மனதிலிருந்து...

"கவனமாகக் காலை வையுங்கள், கண்ணி வெடிகள் இருக்கலாம்" என்ற எச்சரிக்கை வாசகம் நம் அன்றாட வாழ்க்கையின் இயல்பாக மாறினால் எப்படி இருக்கும்? ஆனால், அதையும் எதிர்கொண்டுதான் நம்மிலிருந்து 18 கடல் நாட்டிகல் தொலைவில் நம் தமிழினம் தினம் தினம் வாழ்வை நகர்த்திக்கொண்டுள்ளது. ஆம், உலக வரலாற்றின் பக்கங்களில் 'ஈழம்' என்ற சொல் இந்த நூற்றாண்டின் ஆகப்பெரும் சோகமாகவே பதிவு செய்யப்பட்டுள்ளது.

ஆனால், நூற்றாண்டுகால எச்சங்களாய் மிச்சமிருக்கும் வரலாற்று சின்னங்களின் வழியாக நான் அறிய முற்பட்ட இலங்கையின் வரலாறு பிரமிக்க வைத்தது; தொன்மை வியக்க வைத்தது; நான் சுவைத்த ஈழத்து உணவு ருசித்தது; கதைத்த தமிழ் இனித்தது; உலகமே ரசித்த வானொலிச்சேவை மெய்ம்மறக்க வைத்தது. மன்னார் கடற்பகுதிக்குச் சென்றபோது 'படகோட்டி வந்த பூங்குழலி இங்குதான் ஓய்வெடுத்திருப்பாளோ' என மனசு பரபரத்திருக்கிறது. திருக்கேதீஸ்வரத்திற்குள் நுழைந்தபோது பக்தியை விடவும், 'ராவணனின் கால்தடம் இங்கு பட்டிருக்குமோ? அப்பரும் சுந்தரரும் சம்பந்தரும் இங்கு உலவிக்கொண்டே பண்ணிசைத்திருப்பார்களோ' என மூளை ஆராய்ந்தது. தம்புளாவில் பிக்குணியாகிவிடலாமா என ஒரு நொடி சபலம் ஏற்பட்டது. மடுமாதா கோவிலுக்குள் அமைதி கிடைக்க, மன்னார் கோட்டையிலும், டொரிக் மாளிகையிலும் பார்த்த அமைதி பயமுறுத்தியது.

ஒரு பயணியாக, பார்வையாளராக மட்டுமே இருக்கும் எனக்கு, அந்நிய தேசம் குறித்து எழுதுவதற்கான தகுதியும் தகமையும் இருக்கிறதா என்று தெரியவில்லை. ஆனாலும், எழுத விரும்பினேன்... எழுதினேன். இது இலங்கைக்கான முழுமையான நூலாக இருக்க வாய்ப்பில்லையெனினும், இலங்கை குறித்த பரிதாபப் பார்வையை மாற்றி அதன் வளமும் சிறப்பும் வரலாறும் வாழ்வியலும் குறித்த பெருமிதத்தை ஒவ்வொரு தமிழருக்கும் ஏற்படுத்தும் என்று உறுதியாக நம்புகிறேன்.

பொன்னிறமான கடற்கரைகள், அடர்ந்த மலைக்காடுகள், பசுமையான புல்வெளிகள், வளமான வயல்வெளிகள் என தனது மிதமிஞ்சிய இயற்கை அழகால் ஊர்சுற்றிகளை காலம் காலமாகவே தன்பால் ஈர்த்துக் கொண்டிருந்தது இந்து சமுத்திரத்தில் நிலை கொண்டிருக்கும் இந்த அழகிய நித்திலம். 200 ஆண்டுகளுக்கு முன், மலைக்காடுகளில் பயிரான மிளகும்

கருவாய்ப்பட்டையும் இன்னபிற நறுமணப்பொருள்களும் கடலில் விளைந்த முத்துகளும் வர்த்தகர்களின் மனதை கொள்ளை கொண்டதென்றால், இன்று இலங்கையின் ஒவ்வொரு நூறடிக்கும் வரலாற்று எச்சமாகப் புதைந்திருக்கும் தடங்கள் வரலாற்றாளர்களை திக்கு முக்காடி, கொண்டாட வைக்கிறது.

42 அத்தியாயங்கள் எழுதப்பட்டாலும், இது முழுக்க முழுக்க பயண நூலும் அல்ல, முழுமையான வரலாற்று நூலும் அல்ல, ஈழக்கதவுகளை சற்றே திறந்துபார்த்து வியப்பில் மூழ்கிய, ஈழத்தின்பால் பெருங்காதல் கொண்டவளின் காதல் கடிதமாகக் கொள்ளலாம். எந்தச் சார்புமின்றி நான் கேட்ட, பார்த்த செய்திகளை மிக நேர்மையாகவே பதிவுசெய்திருக்கிறேன். இக்கட்டுரைகள் 'இந்து சமுத்திரத்தின் நித்திலம்' என்ற பெயரில் HER STORIES இணைய இதழில் தொடராக வெளிவந்தபோது மிகப்பெரிய வரவேற்பையும், தொடர்ச்சியான பாராட்டுகளையும் பெற்றது. "வாசித்து வாசித்து அழுது தீர்த்தேன் ரமா" என இலங்கைத்தோழிகள் சிலர் கண்ணீர்மல்க நா தழுதழுக்க... 'எங்களை இலங்கை வானொலிக்கால பால்யத்திற்கே அழைத்துச்சென்று மூழ்கடித்து விட்டாய்' என இந்திய உறவுகள் சிலாகித்தார்கள். நூலக எரிப்பு குறித்தும், ஜூலை கலவரம் குறித்தும் எழுதிய போது, வாசிக்க முடியாமல் நீர் திரையிட்டதாக கனத்த மனதுடன் பலரும் பகிர்ந்து கொண்டனர். "இது வெறும் சொற்களல்ல, எங்கள் வாழ்க்கையை அப்படியே பதிவு செய்து விட்டீர்கள் ரமா" என, கடல் கடந்து தொடர்ந்து வந்தது அலைபேசி அழைப்புகள். ஆனால், எத்தனை எழுதினாலும், இலங்கை குறித்த எழுதித் தீரா சொற்கள் இன்னும் மிச்சமிருக்கின்றன.

இந்த நூலுக்கான மிகப்பெரிய தேடலும் பரந்த வாசிப்பும் பல நேர்காணல்களும் தேவைப்பட்டன. நான் சந்தேகம் கேட்டு தொல்லை கொடுக்கும்போதெல்லாம் மலர்ந்த சிரிப்புடன் தங்கள் கதைகளை பகிர்ந்து கொண்ட இலங்கைத்தோழர்கள் அனைவருக்கும் நெஞ்சார்ந்த நன்றிகள்.

இந்த கட்டுரைத் தொகுதிக்கு மிக உணர்வுப்பூர்வமான, ஆழமான, அழகான அணிந்துரை எழுதி நூலை முழுமையுறச்செய்த இலங்கைத் தோழி கவிஞர், சுதந்திர ஊடகவியலாளர், லதா கந்தையா அவர்களுக்கு என மனம் நிறைந்த அன்பும் நன்றிகளும்.

இக்கட்டுரைகள் HER STORIES இணைய இதழில் தொடராக வெளிவருவதற்கு பெரும் ஊக்கமும் தூண்டுதலும் அளித்த நிறுவனர்கள் வள்ளிதாசன் மற்றும் வரலாற்றாளர் நிவேதிதா லூயிஸ் இருவருக்கும் மனம் நிறைந்த நன்றிகள். என்னை வெவ்வேறு தளத்திற்கு வலுக்கட்டாயமாக இட்டுச்சென்று எனது எழுத்தைப் பண்படுத்திக்கொண்டிருக்கும் தோழி நிவேதிதாவிற்கு அன்பின் முத்தங்கள்.

நூலை அழகாக வடிவமைத்து, சிறப்பான அட்டைப்படம் அளித்த உதயா அவர்களுக்கும் நன்றிகள்.

பேரன்புடன்

ரமாதேவி இரத்தினசாமி

அணிந்துரை

மிகவும் நேர்மையான தேடல்!

என்னுடைய தாயைப் புகழ்ந்து, என் தாய்மீது கரிசனை கொண்டு, என் தாய்க்காக இன்னொருவர் நீதிகேட்கும்போது ஏற்படும் இனம்புரியாத தெய்வீகப் பரவச நிலையை, தோழி ரமாதேவி அவர்கள் எனது தாய்நாட்டை நன்கு தேடி ரசித்து, அதன் மெய்யழகில் மெய்யாகவே ஏற்படுத்திக்கொண்ட பேரின்பக் காதலை கண்டு, அவர்மீது கொண்ட நன்மதிப்பின் நிலையை மேலும் அதிகரித்துக்கொள்ள வைத்தது.

'சொர்க்கம் அல்ல, இது இலங்கை' எனத் தொடங்கும் இவரது இலங்கை பற்றிய வர்ணனையில், பொன்னியின் செல்வனின் பூங்குழலியாக வலம்வரத்தொடங்கி விட்டாரோ என ஆரம்பமே ஆச்சரியப்பட வைத்தது.

ஆழமான தேடல். சுவரசியமான எழுத்துநடை. வாசிப்போரை இலங்கைத்தீவிற்கு அழைத்துவரச்செய்யும் உத்தி, சிந்திக்கத்தக்க கடிச்சுவைகள் எனத் தொடர்கிறது. சில இடங்களில் வாய்விட்டு கெக்காளித்து சிரிக்க வைத்தது, சில இடங்களில் புத்தபகவானைப்போல புன்னகைக்க வைத்தது, பல இடங்களில் எங்களுக்காக அழும் ஆன்மாவின் தகிப்பை உணர முடிந்தது, அநீதிக்காக பொங்கும் சீற்றத்தை காண முடிந்தது. உண்மையில் தோழி ரமாதேவி ஓர் ஆழ்ந்த அமைதி விரும்பி, சமாதானப்பிரியை என்பதை நான் அறிவேன். ஆயினும் அவருடைய இதயம் நேர் தராசில் துடிக்கும்போது ஈழ தேசத்துக்காக துடித்து நீதி கேட்பதை உணர முடிகிறது. அது மனிதர்க்கு வாய்த்த அறம் என்பேன். மிகவும் நேர்மையான தேடலும் நடுநிலையான கருத்து வெளிப்பாடும் கொண்டவை அவருடைய எழுத்துகள்.

"இலங்கையின் அனுராதபுரம் என்றதும் 'க்ளுக்' என்ற சிரிப்பு வகுப்பு முழுவதும் பரவும். ஏனெனில், அப்போது கவர்ச்சிக்கன்னியாக இருந்தவர் அனுராதா'' என்ற வரிகளைப் படித்தபோது, எனக்குள்ளும் க்ளுக் பரவியது. உலகின் முதல் பெண் பிரதமர் இலங்கையைச் சேர்ந்த ஸ்ரீமாவோ பண்டார

நாயக்கா. அவர் ஒரு சிங்களப் பெண். தென்னாசிய நாடுகளுடன் ஒப்பிடும் போது இலங்கைப்பெண்கள் தைரியமும் படிப்பறிவும் கூடியவர்கள். சதவிகிதத்திலும் பெண்கள் தொகையே அதிகம். அதேபோல இனக்கலவரத்தால், ஆக்கிரமிப்பால் அதிகம் பாதிப்படைந்தவர்களும் பெண்களே.

2012–ம் ஆண்டில் இலங்கைத்தீவில் கால்பதித்தபோது தனக்குள் நிகழ்ந்த உணர்வுகளை அறிவியலால் விளக்க முடியாது எனக் கூறுவது அவர் இலங்கைமீது கொண்ட பேரின்ப மன ஈடுபாட்டையே காட்டுகிறது. இலங்கை முழுவதற்குமாகப் பயன்படுத்தப்பட்ட 'ஈழம்' என்ற பெயர். இன முறுகலுக்குப்பின் தனித்து தமிழ் இனத்துக்காக மாற்றப்பட்ட சூட்சுமத்தையும் சுட்டிக்காட்டியுள்ளார்.

இலங்கைத்தீவின் திருகோணமலை தொடர்பாக மாவீரன் நெப்போலியன் கூறிய கூற்றும் இற்றைவரையான அரசியல் கேந்திர முக்கியத்துவத்துக்கும் திருகோணமலை எவ்வாறு செல்வாக்குச் செலுத்துகிறது என்பது பற்றியும் வெளிப்படையாகவே பேசியுள்ளார்.

'ஆசியாவின் முதல் வானொலிச்சேவை' என்ற கட்டுரையில் குறிப்பிடும் அழகான சம்பவங்களை யாவரும் வாசிக்க வேண்டும்.

'உணவில ஒரு உறவு இருக்குது' என்ற கட்டுரையில் 'பிட்டுக்கு மண்சுமந்த சிவனே மலைத்துப்போய் விடுவார், ஈழத்து பிட்டு வகைகளை கேட்டு' என, பிட்டு வகைகளை பிட்டுப்பிட்டு வைத்துள்ளார்.

மன்னார் பெருக்குமரத்தைப்பற்றி எடுத்துக்கூறும் கதைகளும் நேர்த்தியும் சிலாகிப்பும் கண்டு ரமாதேவி முற்பிறப்பில் ஈழதேசராணியாக பவனி வந்தாரோ என எண்ணத் தோன்றியது. என்னே ஒரு ரசனை!

'புத்தம் சரணம் கச்சாமி' என்ற கட்டுரையை இலங்கை அரசியல் பற்றிய தேடலுடையோர் கட்டாயம் வாசித்தே ஆக வேண்டும். மிக நாசூக்காக புத்தமதப் பரம்பலின் நோக்கத்தையும் அது இப்போது எந்த நிலையில் எவ்வாறு உள்ளது என்பதையும் ஆழமாக வெளிப்படுத்தியுள்ளார்.

'தமிழுக்கு மதுவென்று பெயர்' என்ற கட்டுரையில் இலங்கையில் பல்வேறு பகுதிகளிலும் பயன்பாட்டிலுள்ள தமிழ் உச்சரிப்பு வகைகளை கோடிட்டு காட்டியுள்ளார். பாடலாசிரியர் கவிஞர் தாமரை அவர்கள் ஈழம் தொடர்பான பாடல்களை எழுதும்போது அவ்வாறான மொழி வழக்குகளை கையாள்வதைக் காண முடியும். இந்தத் தேடல் ரமாதேவியிடமும் உள்ளது. ஈழத்தோர் பயன்படுத்தும் தூயதமிழ் வடிவங்களை நோக்கியது மட்டுமன்றி பெயர்ப்பலகைகளைக்கூட விட்டுவைக்கவில்லை.

யாழ் நூலகம், திருக்கேதீச்சரம், இலங்கையின் இடங்களை தேடித்தேடி வந்து நடித்த இந்திய நடிகர்கள், கறுப்பு ஜூலை, தலதாமாளிகை, சீதா எலிய, தொண்டமனாறு, மாதோட்டம், இந்திய இலங்கை உறவுநிலை, யாழ்ப்பாணம் பற்றிய பதிவுகள் என, தான் சென்ற இடங்களையெல்லாம் ஆவணப்படுத்தும் புகைப்படங்கள் என இணைத்து இலங்கைத்தகவல்களை

ஆவணப்படுத்தியுள்ளார். இங்கு எல்லாவற்றையும் விவரித்து எழுதினால் அதுவே ஒரு புத்தகமாகிவிடும் என்பதால், அணிந்துரைக்கு அளவாக, அழகாக, பதச்சோறாக சிலவற்றை வெளிப்படுத்தியுள்ளேன்.

இறுதியாக தமிழரின் ஆறாத துயரத்திற்கும், தீராத கோபத்திற்கும், வடித்த கண்ணீருக்கும்... எதிராக நின்ற தேசங்கள் ஒருநாள் பதில்சொல்ல வேண்டிவரும் என முடிக்கிறார். ஒரு தமிழச்சியாக... இல்லை இல்லை ஒரு ஆறறிவுள்ள மனுஷியாக அவருடைய ஆதங்கம் வெளிப்படுத்தப்பட்டுள்ளதைக் காணலாம்.

தோழி ரமாதேவி அவர்களுடைய தேடலுக்கும் தகவல் திரட்டுக்கும் மெல்லிடையாக வெளிப்படுத்தும் அரசியல் பாங்கிற்கும் பாராட்டுகள். சுவைபட சுவாரசியமாக அழைத்துச்செல்லக்கூடிய எழுத்துநடை இவருடையது. சொற்களின் கனதியை காட்டிக்கொள்ளாத எழுத்துநடை. பெரியவர்களை மட்டுமன்றி சிறுவர்களுக்கும் விளங்கும் வகையில் கொண்டுசெல்லும் திறன்மிக்க எழுத்துகளும் விளக்கங்களும்.

தோழி ரமாதேவி இன்னும் எழுத வேண்டும். தன் கரங்களோடு பற்றிச்செல்லும் நேர்மையான முன்னுதாரணமான நல்ல தோழமை. அவருக்கு இந்நூலில் அணிந்துரை வழங்குவதில் பேரின்பம் அடைகிறேன்.

சந்திப்போம்.

நன்றி.

லதா கந்தையா

எழுத்தாளர் | கவிஞர் | சுதந்திர ஊடகவியலாளர்

இலங்கை

04.01.2023

இந்தியாவின் மொழியறியா மாநிலத்தில் தாய்த்தமிழால் சிநேகிதமாகி, நட்பாக இறுகி, என் வாழ்வின் மிக முக்கிய குடும்ப உறவுகளாக நெருங்கியவர்கள் நண்பர் அன்ரனி மடுதீன் மற்றும் தோழி மெரினா ரோசா மடுதீன். எதிர்பார்ப்புகளற்ற இவர்கள் அன்பில் இன்றும் நனைந்து கொண்டிருக்கிறேன். இலங்கை குறித்து நான் அறிந்துகொள்ளவும், அறிந்ததை நூலாக உருவாக்குவதிலும் பெருங்காரணமான இணையர் இருவருக்கும் நன்றி என்ற சொல்லைத் தவிர்த்து, மிகுந்த உரிமையுடன் பேரன்பையும் இந்நூலையும் காணிக்கையாக்குவதில் மகிழ்கிறேன்.

மண்ணும் பெண்ணும்

"இது சொர்க்கம் அல்ல; இது இலங்கை. இது சொர்க்கம் அல்ல; இது இலங்கை" காதுக்குள் யாரோ மீண்டும் மீண்டும் கூற, திடுக்கிட்டு விழித்தேன். கையிலிருந்த புத்தகம் நழுவி விழுந்தது. கல்கியின் பொன்னியின் செல்வனில் 'சுழற்காற்று - அத்தியாயம் 9 - இது இலங்கை' பக்கம் விரிந்துகிடந்தது. 'இது சொர்க்க பூமி அல்ல; ஆனால், சொர்க்கம் போன்ற பூமி. இந்தச் சொர்க்கத்தை நரகமாக்குவதற்கு மனித உருகொண்ட அசுரர்கள் வெகு காலமாகப் பிரயத்தனப்பட்டு வருகிறார்கள்' என்றாள் பூங்குழலி என்றது திறந்து கிடந்த அந்தப் பக்கம். (சமீபத்திய இலங்கைச் செய்திகள் நினைவுக்கு வர, கல்கியின் வரிகள் எவ்வளவு தீர்க்கமானவை என நினைத்துக்கொண்டேன்,) பொன்னியின் செல்வனை எத்தனையாவது முறையாகவோ வாசித்துக்கொண்டிருந்ததன் விளைவு, 'படகிலிருந்து நாலு புறமும் சுற்றிப்பார்த்த வந்தியத்தேவனை,

உருக்கிவிட்ட தங்கமாய் ஜொலித்துக்கொண்டிருந்த கடலில், வானவில்லின் ஏழு வித வண்ணங்களும், அதன் ஏழாயிரம் கலவை நிறங்களுக்கிடையேயிருந்து வசீகரித்த அந்தப் பச்சை வண்ணப் பிரதேசம், அது சொர்க்கபுரியோ எனச் சந்தேகிக்க வைக்க,

வந்தியத்தேவனுடைய செவிகளில் விழுந்த பூங்குழலியின் 'இது சொர்க்கம் அல்ல, இலங்கை' என்ற வரிகள் சொர்க்கத்திலிருந்த... இல்லையில்லை, தூக்கத்திலிருந்த எனக்கும் கேட்டுவிட்டது போல.

முதன்முதலில் எப்போது அந்தச் சொர்க்க தேசத்தின் மீது ஈர்ப்பு வந்தது? யோசித்துப் பார்க்கிறேன். அம்மாவின் கைப்பிடித்து வரும் எல்.கே.ஜி குழந்தையைப்போல, வரலாற்றுப் புத்தகத்தின் இந்திய வரைபடத்தில், இந்தியாவுடன் பிரியாமல் ஒட்டிக்கொண்டுவரும் இலங்கை வரைபடத்தை, என்னவென்று வாத்தியாரிடம் கேட்கத் தெரியாமல், அதுவும் இந்தியா என்றே நினைத்திருக்கிறேன். ஐந்து வரை படித்த டி.இ.எல்.சி தொடக்கப் பள்ளியிலிருந்து, அரசு உயர்நிலைப் பள்ளிக்கு (ரொம்ப கெத்தாக) வந்தபோது, இரத்தினசாமி வாத்தியார்தான் அந்த விளையாட்டைச் சொல்லிக்கொடுத்தார். அதுவரை, புத்தகத்தில் மட்டுமே பார்த்திருந்த குட்டி இந்தியாவை, பெரிய இந்தியாவாக அவர்தான் அறிமுகப்படுத்தியிருந்தார். பெரிய இந்தியா மேப்பைச் சுவரில் தொங்கவிட்டு, அதில் குட்டிகுட்டியாக இருக்கும் ஊர்ப்பெயரை ஒரு குழு சொல்ல, வரைபடத்தில் இருக்கும் அந்த இடத்தை இன்னொரு குழு காட்ட வேண்டும். ரொம்ப ஜாலியாகப் போகும் அந்த விளையாட்டில் திடீரென யாராவது, இந்தியாவை விட்டுவிட்டுக் கீழேயிருக்கும் இலங்கையிலிருந்து அனுராதபுரம் என்ற பெயரைச் சொன்னதும், 'க்ளுக்' என்ற சிரிப்பு வகுப்பு முழுவதும் அலை அலையாகப் பரவும். ஏனெனில் அப்போது கவர்ச்சிக்கன்னியாக வலம்வந்த அனுராதாவின் நினைவுவந்து எல்லாருக்கும் அவ்வளவு வெட்கம். எங்கள் சிரிப்பைப் பார்த்து விட்டு, அவர் தான் அந்தத் தீவு தேசத்தை இலங்கை என அறிமுகப்படுத்தி, அதன் இயற்கை அழகை நாள்கணக்காக வர்ணிக்க, இப்படித்தான் வரலாற்றுப் பாடவேளையில், வரைபடத்தின் மூலம் அறிமுகமாகி, இரத்தினசாமி வாத்தியார் மூலம் மனதில் ஆழப்பதிந்தது இலங்கை என்ற கனவு தேசம்.

அதன்பின் எட்டாம் வகுப்பு படித்துக்கொண்டிருக்கும்போது, 1983இல் இலங்கையில் நடந்த மிகப்பெரிய போராட்டத்தின் தொடர்ச்சியாகக் கிட்டத்தட்ட ஒரு மாதம் பள்ளிகளுக்கு விடுமுறை விடப்பட, தினமும் போராட்டம், ஊர்வலம், உருவ பொம்மை எரிப்பு, அப்போதைய இலங்கை ஜனாதிபதி குறித்த புரியாத கோஷங்கள், பரபரப்பான வானொலிச் செய்திகள் என்று அந்த விடுமுறை கழிந்தபோது, இலங்கை பற்றிமேலும் கொஞ்சம் அறிந்துகொள்ள முடிந்தது. அப்போதைய விடுமுறை மகிழ்ச்சியளித்தாலும், அங்கு நடந்த சம்பவங்கள் குறித்து வீட்டில், நல்ல தண்ணீர்க் கிணற்றடியில் 'ஒண்ணுந் தெரியாத' அம்மாக்களும் அக்காக்களும் அத்தைகளும் தெருமுனைகளில், டீக்கடைகளில் அரசியல் பேசுகிற 'விபரந்தெரிந்த' அண்ணன்மார்களும், பெரியப்பாக்களும் கதை கதையாய் விவரித்தபோது அழுகையாக வந்தது. வானொலிச் செய்திகளைக் கேட்டு கிராமமே 'உச்'சுக் கொட்டியது.

இலங்கையை முழுக்க முழுக்க காதலிக்க ஆரம்பித்தது பதின்ம

வயதுகளில் கல்கியின் பொன்னியின் செல்வன் படித்த போது தான். இலங்கை குறித்த வர்ணனைகளும் அழகும் மனதைக் கவர்ந்திழுக்க, 'நீலக்கடலாடை போர்த்துக்கொண்டு விளங்கிய அந்த மரகதத்தீவின்' மீது ஏனோ பைத்தியமாகிப் போனது மனம். மணிரத்தினத்தின் கன்னத்தில் முத்தமிட்டால், கமலஹாசன் நடித்த, தெனாலி, இயக்குநர் பாலாவின் நந்தா படம் எடுத்து முடித்து, 16 ஆண்டுகால முயற்சிகளுக்குப்பின் வெளிவந்த செல்வமணியின் குற்றப்பத்திரிக்கை எனத் தமிழ் திரைப்படங்கள் காலந்தோறும், இலங்கையின் பாலுள்ள ஈர்ப்பை நீர்த்துவிடாமல், தக்க வைத்துக்கொண்டே இருந்தன.

பொதுவாக ஊர் சுற்றுவதில் தீராக்காதல் கொண்ட எனக்கு ஏனோ, இலங்கை வெகுகாலம் வரை கனவு தேசமாகவே இருந்தது. 2012 இல் இலங்கை செல்லும் வாய்ப்பு கடிதமாக என் கைக்கு வந்தபோது மனம் பரபரத்தது, நெகிழ்ந்தது. முதன்முதலாக அந்த மண்ணில் கால் பதித்தபோது எனக்குள் நிகழ்ந்த உணர்வுகளை சத்தியமாக அறிவியலால் விளக்க முடியாது. அதன் பிறகு தொடர்ச்சியாகப் பலமுறைசென்று வந்த அனுபவங்கள், கண்டறிந்த வாழ்வியல் முறைகள், அவர்களது பண்பாட்டு விழுமியங்கள், சார்க் ஆசிரியர் அமைப்பு மூலம் உருவான நெருங்கிய நட்புகளால், அந்தத் தேசம் குறித்து அறிந்துகொண்ட செய்திகள் என வாசித்தறிந்ததும், கேட்டறிந்ததும், பார்த்தறிந்ததுமான இலங்கை என்ற தேசம் என்னை வியப்பின் உச்சிக்கே அழைத்துச் சென்றது. ஏனெனில், ஒரு போர் தேசமாக மட்டுமே சில தசாப்தங்களாக உலக மக்களுக்கு அறிமுகமாகியுள்ள இத்தேசத்தின் தொன்மையும் வரலாறும் வியக்க வைக்கிறது. அதன் பௌதீக இயற்கை அழகு வசீகரிக்கிறது. அவர்களது அழகிய, தூய கொஞ்சுதமிழ் சிலிர்க்க வைக்கிறது. பல்வேறு இனக்குழுக்களின் தாயகமாகத் தனக்கென சொந்த கலாச்சார பாரம்பரியத்துடன் பன்முகத்தன்மை கொண்ட, பௌதீகச் சூழல் கொண்ட நிலப்பரப்புடன் இந்து சமுத்திரத்தின் நித்திலமாகத் திகழ்கிறது அந்த அழகிய தீவு தேசம்.

65,610 சதுர கிலோமீட்டர் பரப்பளவில், இந்தியாவின் தென்முனைப் பகுதியில் அமைந்துள்ள இதன் சிறப்பான அமைவிடமானது பல

நூற்றாண்டுகளாக வர்த்தகர்களை ஈர்த்துள்ளது. பொன்னிறமான கடற்கரைகள், பனிபடர்ந்த மலைகள், மலைக்காடுகள், பசுமையான புல்வெளிகள், வயல்வெளிகள் என மிதமிஞ்சிய இயற்கை அழகுகள் இலங்கையை ஒரு சொர்க்கபுரித் தீவாகவே உலகெங்கிலுமுள்ள சுற்றுலாவாசிகளை கவர்ந்துகொண்டிருந்தது. அதன் தொன்மையும் சிறப்பும் வரலாற்றாளர்களைக் கொண்டாட வைத்தது.

இப்படி வரலாற்றுப் பெருமைமிக்க, பௌதீக வசீகரமிக்க, பன்முகக் கலாச்சாரம் கொண்ட ஓர் அழகிய மாங்கனி வடிவ தேசத்தை போர், தீவிரவாதம், இனக்கலவரம் எனப் பிரச்னை கொண்ட கண்ணீர்த்துளி தேசமாக மட்டுமே உலகின் கண்களுக்குக் காட்டிக்கொண்டிருக்கும் சமீபக்கால பதிவுகளிலிருந்து மாறுபட்ட, இலங்கையின் சிறப்புகள், தொன்மைகள், வாழ்வியல் முறை குறிப்பாகப் பெண்கள் குறித்து நானறிந்த, நான் உணர்ந்த சில துளிகளைப் பதிவுசெய்ய விரும்புகிறேன். நம்மில் பலரும் அறிந்த செய்திகளாக இவை இருக்கலாம். ஆனால், அதை என் மொழியில் பதிவுசெய்ய விரும்பி துவங்கியிருக்கிறேன் பயணத்தை...

உலகின் மிகச் சிறந்த தீவு!

"இலங்கைத்தீவின் திருகோணமலையைக் கைப்பற்றிவிட்டால், இந்த உலகையே நான் ஆள்வேன்" - பதினெட்டாம் நூற்றாண்டில் ஐரோப்பியக் கண்டத்தில் பிரான்ஸின் ஆதிக்கத்தை நிறுவிய ஹீரோ நெப்போலியனின் வாக்குமூலம் இது. இந்த இருபத்தொன்றாம் நூற்றாண்டிலும் சீனா முதல் அமெரிக்கா வரை உலக வல்லரசு நாடுகளின் கடைக்கண் பார்வை எப்போதும் இலங்கை நோக்கியே திரும்பியிருக்கிறது.

புத்தர்

(சில மாதங்களுக்கு முன்பு திரிகோணமலையில், அமெரிக்காவிற்குப் பெரிய அளவில் நிலப்பரப்பு வழங்கப்பட்டிருப்பதாகவும், அங்கு அமெரிக்கத்தளம் உருவாக்கப்படுவதாகவும் ஊடகங்களில் பரபரப்பாகி, மக்களிடையே சலசலப்பை உண்டு பண்ணியது நினைவிருக்கலாம்.) வல்லரசுகளுக்கு மட்டுமல்ல, உலகின் மூலை முடுக்கு நாடுகளுக்கும் கூட இலங்கையின்பால் எப்போதும் ஒரு கிறக்கம்

உண்டு. சீனப்பயணி பாஹியான் இலங்கை கண்டு வியந்த வரலாறும் உண்டு; இத்தாலிய ஆய்வாளர் மார்கோ போலோ "உலகின் சிறந்த தீவு இதுவல்லவோ" என மயங்கிய வரலாறும் உண்டு. இன்றைக்கும், உலகம் சுற்றும் வேட்கையாளர்களின் பக்கெட் லிஸ்ட்டில் தவறாமல் இடம்பெற்றிருப்பது இலங்கை... இலங்கை... இலங்கையைத் தவிர வேறில்லை. லங்காபுரி என்று அறியப்பட்ட காலம் தொட்டு இலங்கையான இன்றைய நாள் வரை அங்கு நிகழும் சம்பவங்களால், உலகின் பேசுபொருளாகவே எப்போதும் இருக்கும் இலங்கையின் தொன்மையை லேசாகக் கிளறிப் பார்க்கலாம், வாருங்கள்.

நெப்போலியன்

உலகின் மூன்றாவது பெரிய நீர்த்தொகுதி என்ற பெருமையுடன், உலகப் பரப்பில் 20 சதவீதப் பகுதியை உள்ளடக்கிக்கொண்டு, உலகின் வர்த்தகப் பாதையாகத் திகழும் இந்துமகா சமுத்திரம்தான் இந்தியாவிற்குப் பேச்சு, மூச்சு, உயிர்நாடி எல்லாமும். "இந்து சமுத்திர நீர்ப்பரப்பு பாதுகாக்கப்படாமல், இந்தியாவிற்குத் தொழில் விருத்தியுமில்லை, வர்த்தக வளர்ச்சியுமில்லை, ஸ்திரமான அரசியல் அடித்தளமுமில்லை" என இந்தியாவின் முன்னாள் பாதுகாப்பு ஆலோசகர் கே.எம். பணிக்கர் அவர்கள் ஒருமுறை குறிப்பிட்டது, எக்காலத்திற்கும் இந்தியாவிற்குப் பொருத்தமானதே. அப்படிப்பட்ட, பூகோள, சரித்திர, வர்த்தக, அரசியல் முக்கியத்துவம் பெற்ற ஒரு சமுத்திரத்தில்தான் கண்கவர் முத்தாக மிதந்துகொண்டிருக்கிறது தொன்மைமிகு இலங்கை.

ஒரு நாடு ஒரு தீவாகவோ, தீவுக்கூட்டமாகவோ இருந்தால் அது தீவு தேசம் என்ற கணக்கில் எடுத்துக்கொள்ளப்படுகிறது. உலகின் மொத்தமுள்ள 195 நாடுகளில் 47 நாடுகள் தீவு தேசங்களாக அங்கீகரிக்கப்பட்டுள்ளன. (ஸாரி, நித்தியின் கைலாசா தீவு தேசம் இந்தக் கணக்கில் வராது). அந்த 47இல் ஒரு தேசமாக நாம் தொட்டுவிடும் தூரத்தில்... இல்லையில்லை, கண்ணுக்கெட்டிய தூரத்தில்... ம்ம்ம்... அதுவுமில்லை, 24 கிலோமீட்டர், 15 மைல், 18 கடல் நாட்டிகல் என்றெல்லாம் அளவிடப்படும் தூரத்தில் உலகின் பார்வையை ஈர்த்துக்கிடக்கும் இலங்கையை, தனுஷ்கோடியின் அரிச்சல் முனையிலிருந்து பார்த்தால்கூட இந்திய - இலங்கை பூகோள அமைப்பின்படி பார்க்க முடியாது என்கின்றனர் வல்லுநர்கள். 150 அடி உயரம் அல்லது 46 மீட்டர் உயரத்தில் இருந்து பார்த்தால் மட்டுமே

மார்கோ போலோ

இலங்கை தெரியுமாம். *(சிறு வயதில் ராமேஸ்வரம் சென்றிருந்த நாள் ஒன்றில், விடுதியின் மொட்டை மாடியில் நின்று கடலுக்குள் குத்துமதிப்பாகக் கைகாட்டி, "அதோ தெரியுது பார், அதுதான் எங்க ஸ்ரீலங்கா" என்று கூறி, இந்தப் 'பச்சப்புள்ளை'யை ஏமாற்றிய, பக்கத்து அறையிலிருந்த சிலோன்கார மாமாவை இன்னும் தேடிக்கொண்டிருக்கிறேன்).*

இலங்கை, இலங்காபுரி, லங்கா, நாகதீபம், தர்மதீபம், லங்காதுவீபம் என்று இலக்கியங்களாலும் சின்மோண்டு, சேலான், தப்ரபேன் என்று கிரேக்கர்களாலும், சீரெண்டிப் என்று அரேபியர்களாலும், சேரன்தீவு, சிலோன் என்று பொதுவிலும் கொண்டாடப்பட்ட இத்தீவு தேசத்தின் வரலாறு மிக சுவாரசியமானது. வரலாறு என்றாலே சுவாரசியம் தானே? இலங்கையின் ஆவணப்படுத்தப்பட்ட வரலாறு மூவாயிரம் ஆண்டுகளைக் கொண்டிருக்கிறது என்று சொல்லப்பட்டாலும்கூட, பாளி மொழியில் எழுதப்பட்ட தீப வம்சம், மகாவம்சம், சூள வம்சம் முதலிய நூல்களும், ராசாவலிய என்ற சிங்கள மொழியில் எழுதப்பட்ட நூலுமே இலங்கையின் பழமையான தொகுப்பு நூல்களாகும். இலங்கையின் ஆதி நூலான தீபவம்சம், கி.பி. நான்காம் நூற்றாண்டில் தொகுக்கப்பட்டதாகக் கருதப்படுகிறது. தீபவம்சத்தின் திருத்தப்பட்ட வடிவமான மகாவம்சம், இலங்கைத் தீவுக்குப் பௌத்த சமயம் வந்த வரலாறு குறித்தும், புத்தரின் மூன்று இலங்கை வருகை குறித்தும் விவரிக்கிறது. இலங்கையின் வரலாற்று நூல்களான சூள வம்சமும், ராசாவலியவும் இலங்கையை ஆட்சி செய்த அரசர்கள் பற்றிக் குறிப்பிடுகின்றன. இந்நூல்கள்

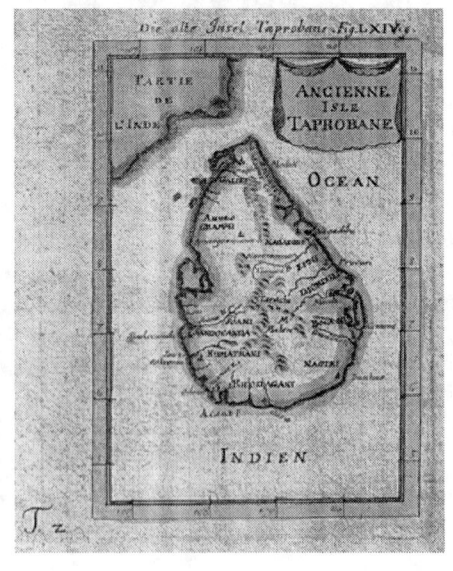

சிங்களப் பௌத்தத் துறவிகளால் பல்வேறு காலக்கட்டங்களில் எழுதப்பட்ட தொகுப்பு நூல்களாகும்.

ஆனால், நமக்கு இந்த அதிசயத்தீவை அறிமுகப்படுத்தி, அதன் அழகை வர்ணித்த முதல் ஆவணம் தமிழகக் காப்பியமான கம்ப ராமாயணம்தான். 'செல்வத்தின் கடவுளான குபேரனுக்காக, விசுவகர்மா என்ற தேவ சிற்பியால் உருவாக்கப்பட்ட லங்கா என்ற ராச்சியம்' என்று குறிப்பிடுகிறது ராமாயணம். "கற்பில் சிறந்தவள் சீதையா, மண்டோதரியா" போன்ற, இந்தியா வல்லரசாவதற்குத் தேவையான அதி முக்கியப் பட்டிமன்றங்கள் நிகழக் காரணமாக இருந்த, ராமாயணக் (கட்டுக்) கதைகளைத் தவிர்த்துப் பார்த்தாலும்கூட, இலங்கையும் தமிழகமும் இலக்கியத்தால், வரலாற்றால் பின்னிப் பிணைந்திருந்ததற்கான ஆதாரங்களைக் காலந்தோறும் பார்க்க முடிகிறது.

இலங்கையின் தமிழ் இலக்கிய வரலாறு, சங்க காலத்தைச் சேர்ந்த ஈழத்து பூதத்தேவனாருடன் தொடங்குகிறது. ஈழத்து பூதந்தேவனார் என்னும் பெயர் நற்றிணையிலும் குறுந்தொகையிலும் செய்யுள் முகப்பில் காணப்படுகிறது. இவரது பாடல்கள் அகநானூறில் 88, 231, 307 என மூன்று பாடல்கள், குறுந்தொகையில் 189, 343, 360 என மூன்று பாடல்கள், நற்றிணையில் 366வது பாடல் என மொத்தம் ஏழு பாடல்கள் உள்ளன. 'இவர் ஈழ நாட்டில் நின்று மதுரையில் வந்து தங்கிய பூதன் மகன் தேவன் எனப்படுவார்' என்று நற்றிணை நானூறுக்குத் தெளிவுரை எழுதிய அ. நாராயணசாமி ஐயர் குறிப்பிடுகிறார். இதே போல் சங்கப் புலவரான முரஞ்சியூர் முடிநாகராயர் ஈழ நாட்டைச் சேர்ந்தவர் எனவும் மன்னாரில் முசலி (முரஞ்சி) என்ற கிராமத்தவர் எனவும் ஈழ மண்டலப் புலவர் சரிதம் என்ற நூலில் ஆ.முத்துத் தம்பிப்பிள்ளை குறிப்பிடுகிறார்.

சிறுபாணாற்றுப்படை தொன்மாவிலங்கை என்றும் சிலப்பதிகாரம் தொல் இலங்கை என்றும் குறிப்பிடுகின்றன. திருஞான சம்பந்தரும் சுந்தரரும் திருகோணமலை மீதும், திருக்கேதீஸ்வரர் மீதும் தேவார திருப்பதிகங்கள் பாடி கடல் கடந்து திருக்கேத்தீஸ்வரரை நமக்கு அறிமுகப்படுத்தினர். பூங்குழலி என்ற படகோட்டிப் பெண், வந்தியத்தேவனை அழகிய இலங்கைக்கு அழைத்துச் சென்றார் என்ற செய்தியுடன் இலங்கையின் அழகையும் வர்ணித்து நமக்குக் களிப்பூட்டினார் கல்கி. சோழ மன்னர்கள் கடல் வழியாக இலங்கைக்குப் படையெடுத்துச் சென்றதாக, வென்றதாகக் கூறுகிறது சோழர்கள் வரலாறு.

கி.பி. இரண்டாம் நூற்றாண்டில் இலங்கையைச் சேர்ந்த கயவாகு என்ற மன்னன், தமிழகத்தில் செங்குட்டுவன் கோயில் கட்டி நடத்திய கண்ணகி விழாவுக்கு வருகை தந்ததுடன், தமிழகத்து கண்ணகிக்கு இலங்கையிலும் கோயில் எடுத்து வழிபட்டிருக்கிறான். சோழ மன்னன் கிள்ளி ஈழத்தைத் தாக்கிப் போரிட்டான் என்கிறது முத்தொள்ளாயிரம். இப்படி நமது இலக்கிய, வரலாற்று நூல்கள் தொடர்ச்சியாக இலங்கைச்

செய்திகளை அள்ளியள்ளிக் கொடுத்துக்கொண்டேயிருக்க, 'இலங்கை பார்க்கும் ஆசை' எனும் மனதுக்குள் பற்றி எரியும் தீயில், தங்கள் அன்பாலும் நட்பாலும் எண்ணெய் வார்ப்பார்கள் எனது இலங்கை ஆசிரியத் தோழமைகள்.

விமல தர்ம சூரியாவுடன் டச்சுப் பயணி (1602)

இலங்கைத் தமிழர், இலங்கைச் சோனகர், இந்திய வம்சாவளித் தமிழர், பறங்கியர், இலங்கை மலாயர், இலங்கை ஆப்பிரிக்கர் மற்றும் பூர்வக்குடிகளான வேடுவர் ஆகியோரின் தாயகமாக இலங்கை விளங்குகிறது. மகாவம்சம் நூலின்படி, இலங்கையின் ஆதிக்குடிகள் இயக்கரும் நாகரும் ஆவர். இவர்கள், இன்றைய இலங்கையில் வாழும் வேடர்கள் எனும் ஆதிக்குடிகளின் மூதாதையர்களாக இருக்கலாம் எனக் கருதப்படுகிறது. இவர்களது தற்போதைய சனத்தொகை ஏறக்குறைய 2500 என்கிறது இலங்கைக் குடிக்கணக்கு. இன்று இலங்கையில் பெரும்பான்மையினராக இருக்கும் சிங்களர்களின் மூதாதையரான விசயன் என்பவன் மேற்கு வங்காளத்தின் ரார் என்ற பகுதியிலிருந்து தனது 700 தோழர்களுடன், எட்டுக் கப்பல்களில் 860 கடல் மைல் தூரம் பயணித்து இலங்கையை அடைந்து, தலைமன்னாருக்கு அருகில் தம்பபண்ணி எனும் அரசை உருவாக்கி, இயக்கர் தலைவியான குவேணியை மணம்முடித்திருக்கிறான் (மகாவம்சம்). அந்த விசயனை இலங்கையின் முதல் மன்னனாகக் கணக்கிட்டு, 189 மன்னர்கள் கி.மு. 543 முதல், கிபி 1815 வரையிலான 2359 வருடங்கள் ஆட்சி செய்திருப்பதாக இலங்கை வரலாறு கூறுகிறது.

இத்தகு தொன்மை வாய்ந்த இலங்கையை நோக்கி, இந்தப் 'புன்னகைக்கும் மக்கள் தேச'த்தை (இலங்கையின் மற்றொரு பெயர்) நோக்கி 1505இல் ஓர் அயல்நாட்டு நாவாய் இந்து சமுத்திரத்தில் அசைந்தாடி வந்துகொண்டிருந்தது. ஆம், போர்த்துகீசியப் போர்வீரனும், உலகம் சுற்றும் வாலிபனுமான பிரான்சிஸ்கோ டி அல்மெய்டா பேராவலுடன் கொழும்புத் துறைமுகத்தை வந்தடைந்தான். செவிவழியாக அவன் கேட்டிருந்த இலங்கையின் வனப்பும் வளமும் அவனை அத்தனை தூரம் பயணப்பட வைத்திருந்தது. உலக வழக்கப்படி சில பல போர்களுக்குப் பின் யாழ்ப்பாண அரசு முதன்முறையாக ஓர் அந்நிய தேசத்தின் (போர்த்துக்கீசியரின்) வசமானது. வளம் கொழிக்கும் இலங்கையின்

பிரான்சிஸ்கோ டி அல்மெய்டா

யாழ்ப்பாணத்திலிருந்த போர்த்துகீசியர்களை விரட்ட 1683இல் நுழைந்த டச்சுக்காரர்கள் கொசுறாகக் கொழும்பையும் கைப்பற்றினர். இதையெல்லாம் பார்த்துக்கொண்டு சும்மாயிருக்க முடியுமா பிரிட்டனால்? 1796இல் பிரிட்டன் கரையோரப் பகுதிகளைக் கைப்பற்றியதன் மூலம், இலங்கைக்குள் மூக்கை நுழைத்தது. பிறகென்ன கடைசி மன்னன் ஸ்ரீ விக்கிரமராச சிங்கன் இந்தியாவிற்கு நாடு கடத்தப்பட பிப்ரவரி 14, 1815இல் முழு இலங்கையும் அதிகாரப்பூர்வமாக ஆங்கிலப் பேரரசின் கீழ்வந்தது. ஆங்கில ஆட்சியின் கீழ் இந்தியா அனுபவித்த அத்தனை துயர்களையும் இலங்கையும் குறைவின்றி அனுபவிக்க, கிட்டத்தட்ட 133 நெடிய வருடங்களுக்குப்பின், பிப்ரவரி 4, 1948இல் ஒரு சுபயோக சுபதினத்தில் இலங்கை மக்கள் "விடுதலை... விடுதலை...விடுதலை" எனச் சுதந்திரப் பெருமூச்சு விட்டனர்.

ஆசியாவின் முதல் வானொலிச் சேவை!

“ஹேப்பி பெர்த் டே டூ யூ” என்ற ஆங்கில வார்த்தைகளைக் கேட்கும்போதெல்லாம், டார்டாய்ஸ் சுழன்று... “பிறந்த நாள்... இன்று பிறந்த நாள்... நாம் பிள்ளைகள் போலே... தொல்லைகள் எல்லாம் மறந்த நாள் - இவரை வாழ்த்துவது அப்பா, அப்பப்பா, அம்மா, அம்மம்மா” என்ற குரல் இன்னும் உங்கள் காதில் ஒலித்துக்கொண்டிருக்கிறதா? அப்போ நீங்கள் சந்தேகமில்லாமல் செவன்ட்டீஸ் கிட்ஸ் தான்.

18 கடல் நாட்டிகல் தொலைவிலுள்ள இலங்கையை, நம் மனதுக்கு

நெருக்கமாகக்கொண்டு வந்ததில் இலங்கை வானொலிக்குப் பெரும் பங்கு இருந்தது. ஒரு தகவலை மற்றவர்களுக்கு எளிதாகக் கொண்டு செல்வதற்கு அறிவியல் தொழில் நுட்பத்தால் இந்த உலகிற்குக் கிடைத்த முதல் ஊடகமான வானொலி தான் நவீன உலகின் முதல் பொழுதுபோக்கு சாதனம். அந்தச் சாதனமே 'சிலோன் ரேடியோ' என்ற பெயரில் தமிழ்ப் பேசும் மக்களை ஒரே நேர்கோட்டில் இணைத்தது.

எழுபதுகள்... எந்தப் புறகேளிக்கைகளாலும் மனசு மாசுபடாத காலம். வானொலி என்பது வாழ்க்கையோடு ஒன்றி வாழ்வின் அங்கமாக மாறியிருந்த, 'ஓர் அழகிய வானொலிக்காலம் அது'. டீக்கடைகள், சலூன்கள், நூலகங்கள் தவிர, பத்திரிகைகளைப் பெரிதாக வீடுகளில் வாங்கிப் படிக்கும் வழக்கம் இல்லை. ஆனால், வீட்டுக்கு வீடு வானொலிப்பெட்டிகள் தவறாமல் இருந்தன. வான் அலைகளின் துணைகொண்டு அந்தப் பெட்டிகளின் வழியே தமிழ்ச் செவிகளில் விழுந்து இதயங்களில் நுழைந்தன இலங்கை வானொலிச் சேவையின் விதவிதமான நிகழ்ச்சிகள்.

'பொங்கும் பூம்புனல்' நிகழ்ச்சியைக் கேட்டே தமிழர்களின் நாள்கள் புத்துணர்ச்சியுடன் விடிந்தன. செய்திகளைக் கேட்டுக்கொண்டே எம்மாணவர்கள் பள்ளிக்குத் தயாரானார்கள். 'நேயர் விருப்பத்தின்' மூலம் வீட்டில் அடைபட்டுக்கிடந்த பெண்களுக்கு வெளியுலகம் அறிவதற்கான முதல் சிறகுகள் முளைத்தன. "இந்தப் பொன்னந்தி மாலையை மறக்க முடியாததாக்க வருகிறார் கவிஞர் வைரமுத்து" என்ற முன்னுரையுடன் கே.எஸ் ராஜா, "இது ஒரு பொன்மாலைப் பொழுது" பாடலை ஓடவிட, காதலர்களின் மாலைப்பொழுது இனிதாகியது. காடுகளிலும் மேடுகளிலும் உழைத்துக் களைத்துத் திரும்பிய உழைப்பாளிகளுக்கான நோவு தீர்க்கும் களிம்புகளாக மாறித் தாலாட்டியது 'இரவின் மடியில்'. இப்படி, வானலைகளில் தனக்கென ஒரு சாம்ராஜ்யத்தை இலங்கை வானொலிச் சேவை அமைத்துக்கொண்டதற்குக் காரணம் நிகழ்ச்சிகளின் புதுமையும் அறிவிப்பாளர்களின் தனித்துவமும் மட்டுமே.

ஆசியாவின் முதல் வானொலி நிலையம், உலகின் இரண்டாவது வானொலி நிலையம் என்ற பழம்பெருமைகளைக் கொண்டது இலங்கை வானொலி ஒலிபரப்பு நிலையம். உலகின் முதல் வானொலிச் சேவையான பி.பி.சி வானொலி, 1922இல் லண்டனில் நிறுவப்பட்டு, மூன்றாண்டுகள் மட்டுமே கடந்திருந்த நிலையில் இலங்கை வானொலி ஒலிபரப்பை ஆரம்பித்துவிட்டது. 1921இல் தந்தி அலுவலகத்துக்குத் தலைமைப் பொறியாளராகப் பதவியேற்று இலங்கை வந்த எட்வர்ட் ஹாப்பர் (இலங்கை ஒலிபரப்புத்துறையின் தந்தை) என்பவரே இலங்கையில் ஒலிபரப்புச் சேவையை மின்னலென முன்னெடுத்தவர். 1922 ஆம் ஆண்டு தந்தி திணைக்களத்தால் இலங்கையில் சோதனை முறையில் ஒலிபரப்பு தொடங்கப்பட்டது. சிலோன் தந்தி அலுவலகத்திலிருந்து கிராமபோன் மூலமாக வெளிப்பட்ட இசை, அந்த அலுவலகப் பொறியாளர்களால் உருவாக்கப்பட்ட டிரான்ஸ்மீட்டர் மூலம் ஒலிபரப்பப்பட்டது. முதல்

உலகப் போரில் பிரிட்டனால் கைப்பற்றப்பட்ட ஜெர்மானிய நீர்மூழ்கிக் கப்பலிலிருந்து பெறப்பட்ட ஒலிபரப்புக் கருவியை மேம்படுத்தியே அந்த டிரான்ஸ்மீட்டர் உருவாக்கப்பட்டதாகச் சுவையான செய்தி ஒன்றும் உண்டு. 1925ஆம் ஆண்டு டிசம்பர் 16ஆம் நாள் அன்றைய பிரிட்டானிய இலங்கை ஆளுநர் சர் ஹப் கிளிஃப்ர்டு என்பவரால் 'கொழும்பு ரேடியோ' என்ற பெயரால் வானொலிச் சேவை பயன்பாட்டுக்கு வந்தது. இரண்டாம் உலகப் போரின் போது அமெரிக்கக் கூட்டணிப்படைகள் வசம் சென்ற இந்த ஒலிபரப்புப் பணிகள், போருக்குப் பின்னர் மீண்டும் இலங்கை ஆட்சியாளர்கள் வசம் ஒப்படைக்கப்பட்ட சமயத்தில்தான் 'ரேடியோ சிலோன்' என்ற பெயரைப் பெற்றுள்ளது. 1950 செப்டம்பர் 30இல் வர்த்தக சேவை ஆரம்பிக்கப்பட்டு, இந்திய துணைக்கண்டத்தில் பெரிய அளவில் தாக்கத்தை ஏற்படுத்தியது. 1972, மே, 22 ஆம் நாள் இலங்கை குடியரசாக மாற்றம் பெற்றதைத் தொடர்ந்து இந்நிறுவனம் 'இலங்கை ஒலிபரப்பு கூட்டு ஸ்தாபனம்' என்ற பெயரில் இயங்கத் தொடங்கியது.

அகில இந்திய வானொலி நிலையம் திரைப்பாடல்களை ஒலிபரப்பக் கூடாது என்று இந்தியத் தகவல் ஒலிபரப்புத் துறை தடை விதிக்க, தமிழ்த் திரைப்பட உலகம் விளம்பரத்திற்கு இலங்கை வானொலியைத்தான் நம்பி இருந்தது. பொங்கும் பூம்புனல், நேயர் விருப்பம், நீங்கள் கேட்டவை, புது வெள்ளம், மலர்ந்தும் மலராதவை, இசைத் தேர்தல், பாட்டுக்குப் பாட்டு, இசையும் கதையும், இன்றைய நேயர், விவசாய நேயர் விருப்பம், இரவின் மடியில் எனத் தூயத் தமிழில் புதுமையான நிகழ்ச்சிகளைத் தொகுத்து அளித்ததன் மூலம், அறிவிப்பாளர்கள் தங்களது தேமதுரக் குரலால், தமிழ் ரசிகர்களை இலங்கை வானொலிக்காகத் தவம் கிடக்கச் செய்தனர்.

அனுசுஜா ஆனந்த், ரூபன் ஜி, நடேச சர்மா, புவனலோசினி,

ராஜேஸ்வரி சண்முகம், கோகிலா சிவராஜா, கலையழகி வரதராணி, மயில் வாகனம் சர்வானந்தா, ஜோக்கிம் ஃபெர்னாண்டோ என வகை வகையான குரல்கள், ஒவ்வொன்றும் முத்துப் பரல்கள் தான். இந்தக் குரல் வேந்தர்களின் ராஜாதி ராஜாவாக வலம் வந்தார்கள் கே.எஸ்.ராஜாவும், பி ஹெச் அப்துல் ஹமீதுவும். "நாளை வரை உங்களிடமிருந்து நன்றி கூறி விடை பெறுவது உங்கள் கே.எஸ்.ராஜா" என்ற வேகமான காந்தக் குரலும், "நான் குறிப்பிட்டது கா நெடில் அல்ல க குறில்" என்ற அழுத்தமான உச்சரிப்புடன் கூடிய கம்பீரமான குரலும் தமிழ் நெஞ்சங்களை மொத்தக் குத்தகைக்கு எடுத்துக்கொண்டன.

இலங்கை வானொலி நிகழ்ச்சிகள் பொழுது போக்கு நிகழ்ச்சிகள் மட்டுமல்ல என்பதற்கு ஓர் உதாரணம் 'பொதிகைத் தென்றல்' என்றோர் இலக்கியத் தரம் வாய்ந்த நிகழ்ச்சி. தொகுப்பாளர் ராஜகுரு சேனாதிபதி கனகரத்தினம், சங்க இலக்கிய வரிகள், சினிமா பாடல்களில் மாற்றம் பெற்று மறைந்து கிடப்பதைத் தோண்டியெடுத்து வழங்கும் சுரங்கமாக இருந்தார். 'செம்புலப் பெயல் நீர் போல அன்புடை நெஞ்சம் தாம் கலந்தனவே' என்ற வரிகள், ஒரு தங்க ரதத்தில் பொன் மஞ்சள் நிலவு பாடலில் 'செம்மண்ணிலே தண்ணீரைப்போல் உண்டான சொந்தம் இது' என்று மறு உரு எடுத்ததையும், ஞாயும் ஞாயும் ஆயர் ஆகியரோ? என்ற வரிகள் "யாரோ நீயும் நானும் யாரோ?" என்று மாறியதையும், "தம்மின் மெலியாரை நோக்கித் தமதுடைமை அம்மா பெரிதென் றகமகிழ்க" என்ற குமரகுருபரரின் பாடல் - மயக்கமா கலக்கமா பாடலில் "உனக்கும் கீழே உள்ளவர் கோடி நினைத்துப் பார்த்து நிம்மதி நாடு" என்று நகலெடுக்கப்பட்டதையும், 'நதியின் பிழையன்று நறும்புனல் இன்மை' என்ற கம்பராமாயண வரிகள் - 'நதி வெள்ளம் காய்ந்து விட்டால் நதி செய்த குற்றம் இல்லை என்று மாறியதையும், வெளிச்சமிட்டுத் திரைப்பாடல்கள் மூலம் இலக்கியச் சிந்தனையை வளர்த்தார்.

ஞாயிறு மாலை 'உமாவின் விநோத வேளை' நிகழ்ச்சி (உமா ஜுவல் ஹவுஸ்) 'வீட்டுக்கு வீடு வானொலிப் பெட்டிக்கருகில் ஆவலோடு கூடியிருக்கும் ரசிகப் பெருமக்களுக்கு இனிய தமிழ் வணக்கம்' என்று வீட்டுக்கு வீடு வந்து பார்த்ததைப் போலவே தொடங்கும் கே.எஸ் ராஜாவின் குரலில் தான் எத்தனை தன்னம்பிக்கை, உற்சாகம்! "தொடர்ச்சியாக இரண்டு நிமிடங்கள் பேச வேண்டும், ஆம், இல்லை, முடியாது எனப் பதில் அளிக்கக் கூடாது, ஒரு வார்த்தையில் பதில் அளிக்கக் கூடாது, வார்த்தைகளுக்கு இடையே ஐந்து விநாடிகளுக்கு மேல் அமைதி காக்கக் கூடாது, ஒரே வார்த்தையை மூன்று முறைக்கு மேல் கூறக் கூடாது, சுற்றி வளைத்து பேசக் கூடாது, சைகை முறையில் பதில் அளிக்கக் கூடாது" என்ற நிபந்தனைகளைக்கூடக் கவிதை போல வாசிக்கக்கூடிய மின்னல்வேகப் பேச்சாளரின் (ராஜாவின்) நிகழ்ச்சியைக் கேட்பதற்குத் தான் எவ்வளவு ரசிகர்கள்?

'நுழம்புத் தொல்லையா... நிம்மதியாக நித்திரை செய்ய ஷெல்டாக்ஸ்

நுழம்புத் துகள்கள்'... 'கோபால் நேரம் 7 மணி 34 நிமிடம்', 'பற்களை வெண்மையாக வைத்திருக்க கோபால் பல்பொடி பாவியுங்கள்', 'அழகுக்கு அழகூட்ட நியூ முத்துமீனாட்சி ஜுவல்லரி, புத்தம் புதிய டிசைன்களில் 22 கேரட் தங்கத்தில் (பஞ்ச வண்ணக் கழுத்துக்கு தங்கமாலை என்ற பாட்டு வேறு) போன்ற விளம்பரங்களைக் கேட்கக்கூட மக்கள் காத்திருந்த அதிசயம் நடந்தது.

ஊராட்சி மன்றம், சலூன்கடைகள், டீக்கடைகள் வயல் வரப்புகள், எங்கெங்கும் வானொலிப்பெட்டிகள் அத்தனையிலும் ஒலித்துக் கொண்டிருந்தது இலங்கையின் சேவையே. சென்னை வானொலி நிலையம் 'கரகர கர் கர்ர்' எனக் கர்ஜித்துக்கொண்டிருக்க, இலங்கை வானொலியோ மிகத் தெளிவான ஒலிபரப்பைத் துல்லியமாக வழங்கிக்கொண்டிருக்கும். டென்சிங், ஹிலாரி இருவரும் எவரெஸ்ட் சிகரத்தை அடைந்தபோது அவர்களால் கேட்க முடிந்த ஒரே வானொலி சேவை இலங்கை வானொலி சேவை தானாம். (இருவரும் தமிழ் நிகழ்ச்சி கேட்டார்களா?)

தமிழ் தெரிந்த அத்தனை பேரின் வாயிலும் முணுமுணுக்கப்பட்ட ஈழத்து துள்ளிசைப் பாடல்களைக் கேட்கும்போதே மனசு துள்ளும். பாப் இசை (இலங்கைத் தமிழில் பொப்பிசை) பிதாமகன் நித்தி கனகரத்தினம் எழுபதுகளில் இலங்கை மேடைகளைத் தன் துள்ளிசையால் வசப்படுத்தியவர். "சின்ன மாமியே... உன் சின்ன மகளெங்கே... எனப் பாடிக்கலக்கியவர், எம்ஜியார் முதல்வராகி, மதுவிலக்கு அமலுக்கு வந்த போது, "கள்ளுக்கடை பக்கம் போகாதே. காலைப் பிடித்துக் கெஞ்சுகிறேன்" என்ற சமூக சீர்திருத்த துள்ளிசைப் பாடலால் தமிழகத்துப் பட்டித்தொட்டியெங்கும் அறிமுகமானார்.

சனிக்கிழமை மாலை 3 மணிக்கு ஒலிபரப்பாகும் ஈழத்துப் பொப்பிசை நிகழ்ச்சிக்கென தனி ரசிகர் பட்டாளம் இருந்தது. பாட்டி வடை சுட்ட கதையைக்கூட, "வடை வடையென விற்று வந்தாள் வாயாடிக் கிழவி"

எனத் துள்ளல் நடையில் கதை சொன்ன பொப்பிசைச் சக்கரவர்த்தி *A.E.* மனோகரன், 'சுராங்கனி' பாடல் மூலம் ஒரே நாளில் தென்னிந்தியா முழுவதையும் தன் பாட்டுக்கு வசப்படுத்தினார். "சுராங்கனி, சுராங்கனி, சுராங்கனிக்க மாலுக்கென்ன வா"... இலங்கை வானொலியில் தினமும் இரண்டு முறையாவது ஒலித்த இப்பாடல் மாணவர்களின் கல்லூரி கீதமாகியிருந்தது. (அப்போதெல்லாம் பள்ளி மாணவர்கள் சமத்துப் புள்ளைங்களா இருந்தாங்க... ம்ம்ம்...)

இப்படி அனைத்து வயதினரையும் பாரபட்சமின்றி தன் சேவையால் கட்டிப்போட்டிருந்த இலங்கை வானொலி சேவை, உள்நாட்டுப் போரினால் தனது சர்வதேச ஒலிபரப்பை 31.05.2008 அன்று நிறுத்திக்கொண்டது பெருஞ்சோகம். இலங்கை வானொலிச் சேவையில்லாத இருண்ட, நெடிய 13 ஆண்டு காலத்திற்குப் பின் 20.01.2022 அன்று மீண்டும் தனது ஒலிபரப்பைத் தொடங்கி ரசிகர்களின் காதுகளில் தேன் வார்த்துள்ளது மகிழ்ச்சி. இலங்கைத் தமிழைக் கேட்பதே ஆனந்தம். அதுவும் மனதைக் கொள்ளைகொண்ட இலங்கை வானொலி நிகழ்ச்சிகளில் திளைப்பது பேரானந்தம்.

உறவுகளைப் பிரிந்து, வாழ்ந்த மண்ணைப்பிரிந்து உலகெங்கும் சிதறிக்கிடக்கும் ஈழத்தமிழர்கள், காலம் தனக்குள் புதைத்துக்கொண்ட வாழ்வின் மிச்சங்களில்... மனதில் உறைந்திருக்கும் இதுபோன்ற நினைவுகளில் தான் தாயகத்தை தங்கள் நெஞ்சினில் தக்க வைத்துக் கொண்டிருக்கிறார்கள்.

பூகோள எல்லைகளைத் தகர்த்த ஈழமும் தமிழகமும்

"அப்படித் தனியாகப் போய் அந்த ரூமுக்குள்ள உட்காருங்க" என்று அந்த நடுத்தர வயது சுங்கச் சோதனை அதிகாரி என் பாஸ்போர்ட்டை வாங்கி வைத்துக்கொண்டு சொன்னதும் திக்கென்றது. இடம் மதுரை விமான நிலையம். 2017 மே மாதம். இதற்கு முன் சில முறை ஆசிரியர் சங்க கருத்தரங்கில் கலந்துகொள்ள இலங்கை சென்றிருந்தாலும், இந்த முறை சுற்றுலாவிற்காக விசா விண்ணப்பித்து, முறையான துறை அனுமதியும் பெற்றிருந்தேன். என்ன பிழை கண்டாரோ என்னை விசாரணை அறைக்கு அனுப்ப, நகம் கடித்தபடி குழப்பத்துடன் நான். விசாரணை அதிகாரி வந்ததும், ஏதோ குற்றவாளியை விசாரிப்பது போல, "எதற்காக இலங்கைப் பயணம்? சுற்றுலாவிற்கு ஏன் இலங்கையைத் தேர்ந்தெடுக்க வேண்டும்? எங்கு தங்குவீர்கள்? ஆசிரியர் சங்க நண்பர்கள் வீட்டில் தங்குவேன் எனக்கூறுவது நம்புவது போல இல்லியே?" என்ற நக்கலான கேள்விகள். அதற்குள் சுற்றுலாவிற்கு உடன் வந்திருந்த மல்லிகா அக்கா, பதற்றத்துடன் ஓடி வந்து, என்னைப் பற்றிக் கூறி அன்றைய நாளிதழில் வந்திருந்த எனது படத்தையும்

செய்தியையும் காட்ட... "நீ யாராயிருந்தால் எனக்கென்ன?" என்ற தொனியில் அலட்சியமாக, "நீங்கள் அங்கு போய் என்ன செய்தாலும் எங்களுக்குத் தெரிந்துவிடும்" என நம்பியார் சிரிப்புடன் வழியனுப்பி வைத்தார். இப்படித்தான் இன்று இலங்கை செல்லும் ஒவ்வொருவரின் முதுகுக்குப் பின்னும் அரசின் சந்தேகப்பார்வைத் தொடர்ந்து கொண்டேயிருக்கிறது.

ஆயிரக்கணக்கான மைல் தூரத்திலிருக்கும் டில்லிக்குச் செல்வது போல மதுரையிலிருந்து 50 நிமிட விமானப்பயணத் தூரத்திலிருக்கும் கொழும்புவுக்கான பயணம் எளிதாக இருப்பதில்லை. ஆனாலும், இலங்கை ஒருநாளும் நமக்கு அந்நிய நாடாகத் தோன்றியதேயில்லை. இந்தியாவின் மற்றொரு மாநிலமாகத்தான் பூகோள எல்லைகளை மனதளவில் தகர்த்து உயிரோடு ஒட்டிக்கொண்டிருக்கிறது. ஈழத்தமிழர் பிரச்னைகளுக்காக முத்துக்குமாரும் செங்கொடியும் தீக்குளித்து தங்கள் பாசத்தை வெளிப்படுத்தியது அதற்கான ஒரு சோறு பதம். உலகம் நன்கறிந்த இவர்களைத் தவிரவும், 1989 லிருந்தே பலரும் தங்கள் உயிரைப் பரிசளித்து இனப்பற்றை வெளிக்காட்டியிருக்கிறார்கள்.

தமிழகத்திற்கும் இலங்கைக்குமான சமூக, வணிக, கலாச்சார, சமய, இலக்கியத் தொடர்புகள் பின்னிப்பிணைந்த நெடிய வரலாற்றைக் கொண்டிருக்கிறது. சங்ககாலம் முதற்கொண்டே இரு நாடுகளுக்குமிடையேயான வணிக உறவுகளைச் சங்க இலக்கியங்கள் விவரிக்கின்றன. பட்டினப்பாலையில் "ஈழத்து உணவும் காழகத்து ஆக்கமும், அரியவும், பெரியவும், நெரிய ஈண்டி வளம் தலை மயங்கிய நனந் தலை மறுகின் நீர் நாப்பண்ணும் நிலத்தின் மேலும் ஏமாப்ப இனிது துஞ்சி" என்ற சொற்றொடர், ஈழம் இலங்கையையும், காழகம் பர்மாவையும் குறிப்பிடுவதுடன், தமிழ்நாட்டிற்கும் அந்நாடுகளுக்கும் இடையேயான வணிகத் தொடர்பைக் காட்டி நிற்கிறது. சோழ மன்னர்கள் கடல்கடந்து இலங்கையை வெற்றி கொண்டதை அத்தனை வரலாற்று நூல்களும் பதிவுசெய்துள்ளன.

"நல்ல காலம், தமிழகத்துக்கும் இலங்கைக்குமான பாலம் இல்லாதது எங்கட மக்களுக்குப் பெரு நன்மை, ஏனென்டால், தமிழ்நாட்டில் நடக்கும் எதுவும் இலங்கையில் தாக்கத்தை ஏற்படுத்தும், தமிழ் சினிமா முதல் கொரோனா வரை" என்று கூறிச் சிரிக்கும் எனது முகநூல் தோழி கவிஞர் லதா கந்தையாவின் வார்த்தைகள் உண்மையானவை. தமிழகத்தின் பிரதிபலிப்பை இலங்கையின் ஒவ்வொரு சமூகப் பண்பாட்டு வாழ்வியலில் இயல்பாகக் காணமுடிகிறது. தனுஷ்கோடிக்கும் தலைமன்னாருக்கும் இடையே 19ஆம் நூற்றாண்டு காலம் தொட்டு அமைந்திருந்த போக்குவரத்து வசதிகளும் இந்த நெருக்கத்திற்குக் காரணமாக இருந்திருக்கலாம்.

19ஆம் நூற்றாண்டின் இறுதியில் சென்னை முதல் தூத்துக்குடி வரை ரயில் பாதை இருந்திருக்கிறது. தூத்துக்குடி ரயில் நிலையத்திலிருந்து

இலங்கைக்குச் செல்லும் பயணிகள் படகுகள் மூலம் தூத்துக்குடி துறைமுகத்திற்கும், அங்கிருந்து கப்பலின்மூலம் தலை மன்னாருக்கும் அழைத்துச் செல்லப்பட்டனர். ஆங்கிலேயரை விரட்டியடிக்க, 'சுதேசி ஸ்டீம் நேவிகேஷன் கம்பெனி' என்ற கப்பல் கம்பெனியை உருவாக்கி, வந்தே மாதரம் என்ற வாசகத்துடன் இந்து சமுத்திரத்தில் கப்பலை மிதக்கவிட்ட கப்பலோட்டிய தமிழனால் சிறிதுகாலம் தூத்துக்குடிக்கும் கொழும்பிற்குமான போக்குவரத்து சாமானிய வணிகனுக்கும் சாத்தியமானது. பாம்பன் பாலம் கட்டப்பட்ட பிறகு, 1914 பிப்ரவரி 24இல் 'இந்தோ சிலோன் போட்மெயில்' என்ற பெயரில் எழும்பூர்-தனுஷ்கோடி-தலைமன்னார் என்று இயங்கிய ரயில்- கப்பல்-ரயில் சேவையால் இலங்கைப் பயணம் இன்னும் எளிதானது. 1964இல் தனுஷ்கோடியைத் தாக்கிய புயலால் இந்தப் பயணமும் முடிவுக்கு வந்தது.

1965இல் ராமேஸ்வரம் முதல் தலைமன்னாருக்கு மீண்டும் கப்பல் போக்குவரத்து தொடங்கியது. ராமானுஜம் என்று பெயரிடப்பட்டு, வாரத்துக்கு 3 நாட்கள் தலைமன்னாருக்கும் ராமேஸ்வரத்துக்கும் பயணித்த அந்தக் கப்பல் எப்போதும் ஹவுஸ்ஃபுல் இல்லையில்லை... ஷிப்ஃபுல் தானாம். அப்படி ஒரு பயணத்தை மேற்கொண்ட தோழி சுகுணா ராணி தனது பயண அனுபவத்தைப் பகிர்ந்துகொண்டார். "1981இல் விருதுநகரில் ஒரு தனியார் கல்லூரி இலங்கை சுற்றுலாவிற்கு ஏற்பாடு செய்திருந்தது. 18 வயதில் நான் சிலோன் சென்றது மிகப்பெரிய அதிசயமாக எங்கள் உறவுகளில் விமர்சிக்கப்பட்டது. இலங்கைக்கு மட்டும் சென்று வருவது போல அன்றைய பாஸ்போர்ட் எடுக்கும் வசதிகள் இருந்தன. அனைத்து நாடுகளுக்குமான பாஸ்போர்ட்க்கும் இதற்குமான கட்டண வித்தியாசமான 50 ரூபாயை மிச்சப்படுத்த இலங்கைக்கு மட்டுமான பாஸ்போர்ட் எடுத்துக்கொண்டோம். தனுஷ்கோடி ரயில் நிலையத்திலிருந்து வெகு தொலைவில் ஒரு பெரிய வெட்டவெளியில் எங்களைக் கொண்டு விட்டனர். மீன் கவிச்சைத் தாங்க முடியாததாக இருந்தது. எங்கெங்கு நோக்கினும் கருவாடு குவியல்கள். வெகு நேரக் காத்திருப்பிற்குப்பின் தூரத்தில் நின்றுகொண்டிருந்த இலங்கை செல்வதற்கான கப்பலுக்கு அழைத்துச் செல்ல படகு வந்தது. ஆசையாக ஏறினோம். ஐந்து பேர் மட்டுமே பயணிக்க முடிகிற மிகச் சிறிய போட் அது. படகிலிருந்த சிறிய ஓட்டையின் வழியே தண்ணீர் பெருவாரியாக வரத் துவங்கியது, படகு கவிழ்ந்துவிடுமோ என்ற பயத்தில் கண்களை இறுக மூடிக்கொண்டோம். கப்பலுக்குள் ஏறினால், கூட்டம் அலை மோதியது. நிறைய பேர் வணிகத்திற்காக வந்திருக்க வேண்டும். கையில் ஏதேதோ மூட்டை முடிச்சுகளுடன் இருந்தனர். நானும் கையில் 10 பிளாஸ்டிக் வாளிகளுடன் தேமே என்று அவர்களுடன் உட்கார்ந்திருந்தேன்... அங்கு சென்றதும் இலங்கை மக்கள் இதை விலை கேட்க வருவார்கள், அவர்களிடம் விற்று விட்டு, அந்தப் பணத்தைச் செலவுக்கு வைத்துக்கொள்ளுங்கள்" என்று எங்கள் பெற்றோர் அனுப்பி வைத்திருந்தார்கள். முதல் வகுப்பு

ரொம்ப அழகாக இருந்ததாம், எங்களுக்குச் சாதாரண வகுப்புதான். மேல்தளத்திற்குப் போய்ப் பார்க்க ஆசை வர, சென்றோம், அங்கிருந்து பிரமாண்டமான கடலைப் பார்க்கப் பயமாக இருந்தது. அந்த உயரமான இடம் வரை அலை அடித்தது. உடை முழுக்க நனைந்துவிட்டது. என் மனம் பூரா ராமேஸ்வரம் கோயிலுக்குச் செல்வதற்காகக் காலையில் நான் உடுத்தியிருந்த பட்டுப்பாவாடையிலேயே இருந்தது. பாவாடை நனைந்து, அம்மாவிடம் வாங்கப்போகும் திட்டுகளை நினைக்க, நினைக்க பயணத்தை ரசிக்க முடியவில்லை. புயல்போலக் காற்று சுற்றிச் சுழல அலைகள் உயரெழும்பி பயமுறுத்தின. வயிறு கலங்கியது. ஒருவரையொருவர் கெட்டியாகப் பிடித்துக்கொண்டோம். தலைமன்னார் வந்துவிட்டது. அங்கிருந்து சிறிது தூரம் ரயில் பயணமும் நெடிய பேருந்துப் பயணமுமாகக் கொழும்பு சென்றடைந்தோம். வடகிழக்கு மாகாணங்களுக்குச் செல்வதாக இருந்த பயணத் திட்டம் மாற்றி அமைக்கப்பட்டது. அங்கு போர் நிகழ்ந்து கொண்டிருப்பதாகவும் போக முடியாது எனவும் சொல்லப்பட்டது. ஆனால், போர் குறித்து எங்களுக்குப் பெரிதாக ஒன்றும் தெரியவில்லை. கொழும்புவைச் சுற்றியே எங்கள் சுற்றுலா அமைந்தது. எங்கள் கையிலிருந்த வாளிகள், சாந்துப்பொட்டு, கடலை மிட்டாய், கவரிங் நகைகள், பொரிகடலை என விதவிதமான பொருள்களை எந்தவித சங்கோஜமுமில்லாமல் விற்றுப் பணமாக்கிக்கொண்டோம். அப்துல்ஹமீதுவின் பாட்டுக்குப் பாட்டு நிகழ்ச்சியில் கலந்துகொள்வதே எங்கள் பிரதான விருப்பமாக இருந்தாலும், முதலிலேயே பதிவு செய்யாததால், அதுவும் முடியாமல் போயிற்று. கண்டி புத்தர் கோயில் புத்தரிடம் எனக்கு பாஸ்போர்ட் கிடைத்தால், 10 ரூபாய் தருவதாக ஏற்கெனவே மனதிற்குள் பேரம் பேசியிருந்ததால், ஞாபகமாக உண்டியலில் போட்டுவிட்டேன். ஒரு வார காலம் இலங்கையைச் சுற்றிப்பார்க்க பாஸ்போர்ட், விசா, போக்குவரத்து உட்பட 500 ரூபாய் செலவாகியிருந்தது" என்று கண்கள் விரிய சொல்லிக்கொண்டிருந்தவர், மனதால் 40 வருடத்திற்கு முன்னால் பயணித்திருந்ததை உணர முடிந்தது.

ஆனால், இலங்கையின் உள்நாட்டுப் போரினால், 1983ஆம் ஆண்டு இந்தக் கப்பல் போக்குவரத்தும் முடிவுற்றது. போக்குவரத்துகள் எளிமையாயிருந்த காலப்பகுதியில் தமிழ்நாட்டிலிருந்து வணிகர்கள், வர்த்தகர்கள், தொழிலாளர்கள் இலங்கை சென்று பெரும்பொருள் சம்பாதித்திருக்கின்றனர். இந்தியாவிலிருந்து ஆசிரியர்கள் யாழ்ப்பாணம் சென்று பணியாற்றி வந்திருக்கிறார்கள். மீனவர்கள் பலர் இரு கரைகளிலும் இரு குடும்பங்கள் வைத்திருந்ததாகப் பகடியாகக் கூறுவார்கள். ஏன், இறுதிப் போருக்கு முன்புவரைகூட மீனவர்கள் வழியாக இலங்கை இந்தியப் 'பொருட்கள் பண்டமாற்று' சகஜமாக நிகழ்ந்திருக்கிறது.

சமூகத்தைப் பிரதிபலிக்கக்கூடிய சினிமாவால் இரு நாடுகளுக்கிடையேயான இணக்கம் இன்னும் அதிகமானது. இலங்கை, தமிழ் சினிமாவுக்குத் தந்த ஒவ்வொருவரும் மாணிக்கப் பரல்கள்தாம்.

இலங்கையின் நாவல்பட்டியில் பிறந்து வளர்ந்த எம்ஜிஆரின் கையில் தன்னையே கொடுத்து மகிழ்ந்தது தமிழகம். (அதே நேரம், ஈழப்போருக்கு எம்ஜிஆர் அளித்த நிபந்தனையற்ற ஆதரவு உலகமே அறிந்தது). மட்டக்களப்பு அருகே அமிர்தகழி என்ற கிராமத்தின் பாலுமகேந்திரா தென்னிந்திய திரைப்பட உலகின் தவிர்க்க முடியாத ஆளுமையானார். யாழ்ப்பாணம் அருகே நெல்லிப்பழையைச் சேர்ந்த சுஜாதாவின் திறமையைத் தமிழ், மலையாள சினிமாக்கள் பயன்படுத்திக்கொண்டன. கொழும்பில் பிறந்த ராதிகா தான் இன்றைக்குச் சின்னத்திரையின் ராணி. ஜே.ஜே திரைப்படத்தின் மூலம் அறிமுகமான பூஜா உமாசங்கரும் சிங்களத்துப் பைங்கிளிதான். மன்னாரில் பிறந்த கேத்தீஸ்வரன் தமிழ் சினிமாவின் போண்டாமணியாக உருவெடுத்தார். ஏன், சமீபத்திய லாஸ்லியாவும் தர்ஷனும்கூட பிக்பாஸ் வழியாகக் கிடைத்த இலங்கை வரவுகள்தாம்.

இவர்கள் தவிர, சிலோன் மனோகர், வி.சி. குகநாதன், நடிகரும், எம்பியுமான மறைந்த ஜே.கே. ரித்தீஷ், நடிகர் ஜெயபாலன், நிரோஷா, இயக்குநர் ஏ.எஸ்.ஏ. சாமி, தயாரிப்பாளர் கருணாமூர்த்தி, 'என் ஜாய் எஞ்சாமி'யால் கலக்கிய த என்ற தீக்ஷிதா எனத் தமிழ் சினிமாவில் சங்கமித்த இலங்கையரின் பட்டியல் மிக நீளமானது. தனது 'லைக்கா' நிறுவனத்தின் மூலம் இலங்கையின் சுபாஸ்கரன் அல்லிராஜா தமிழ் டாப் ஹீரோக்களின் தயாரிப்பாளரானார். நடிகர் விஜய் தன் மனைவி சங்கீதாவை இலங்கையில் கண்டெடுக்க, இலங்கை கிரிக்கெட் வீரர் முத்தையா முரளிதரன் சென்னை மலர் மருத்துவமனை மதிமலரைக் கரம்பிடித்தார்.

தமிழகத்தைப் போலவே இலங்கையிலும் எல்லாக் காலத்திலும் நடிகர்களைக் கொண்டாடுகிறார்கள்; இளையராஜாவின் பாட்டு ஒலிக்காத இலங்கைத்தமிழர் வீடுகளில்லை. சிவாஜி - எம் ஜி ஆர், கமல் - ரஜினி, விஜய் - அஜித் சண்டைகள் அங்குமுண்டு. போக்குவரத்து கடினமானாலும் இன்றும் வணிகம் தொடர்கிறது. தமிழகத்தில் நாகரிகமாகும் ஆடைகளும் பொருள்களும் இலங்கையின் வாசலை விரைவில் எட்டிவிடுகிறது. கல்வியும் மருத்துவமும் நாடி தமிழகம் வருவோரின் எண்ணிக்கை கணிசமாக உயர்ந்திருக்கிறது. தமிழகத்து அரசியல் நிகழ்வுகள் இலங்கையிலும் தாக்கத்தை ஏற்படுத்துகின்றன.

இப்படி மனத்தடைகள் ஏதுமின்றி, இனத்தாலும் மொழியாலும் பாலம் அமைத்து, தங்களைப் பிரித்த பூகோளத் தடைகளைத் தகர்த்தெறிந்துவிடுகின்றனர் இருநாட்டுத் தமிழர்களும்.

உணவுல ஒரு உறவு இருக்குது

"ஈழத்துப் பிட்டு இடியப்பத்துக்கு சொதி, சம்பல் பெய்துண்டு சுவைத்தேலோ ரெம்பாவாய்"

படித்ததும் நாவூற, "சொதி எப்படி சமைக்கறது மெரினா?", ஆர்வமாய் மன்னார் தோழி மெரினாவிடம் கேட்டேன். "சொதியும் , சம்பலும் செய்யத் தெரியாத பொண்ணோ நீங்க, பின்ன என்னண்டு சமைப்பீங்க?", என சிரித்துக்கொண்டே மெரினா திருப்பிக்கேட்க, 'ங்கே' என அசடு வழிந்தேன்.

கல்யாணப் பரிசு எம். சரோஜா போல கையைக்கட்டிக் கொண்டு நான் அப்பாவியாய் செய்முறை கேட்க, சொதிக்கான சமையல் குறிப்பை அவர் சொன்னார். 'அட இதுதான் எனக்குத் தெரியுமே... அடடா... இதுதான் எனக்குத் தெரியுமே?' என மனம் குதியாட்டம் போட்டது. நம்ம ஊரு ரசத்துக்கு கொஞ்சம் தேங்காய்ப்பால் விட்டு மேக்கப் பண்ணினால்

சொதி; நம்ம ஊரு துவையலுக்கு அக்காதான் சம்பல். அவ்வளவுதான்! ஈசியா சமைக்கலாம், ருசியா சாப்பிடலாம்!! (திருநெல்வேலி சொதிக்கும், யாழ்ப்பாணத்து சொதிக்கும் போட்டி வைத்தால், யாழ்ப்பாணத்து சொதிக்கே தீர்ப்பெழுதுவார் சாலமன் பாப்பையா).

இந்த ஒரு சாண் வயிற்றை சமாளிக்கத்தான் நாட்டுக்கு நாடு எத்தனையெத்தனை உணவுகள்? எத்தனை விதமான உணவு முறைகள்? இலங்கையை ஆக்கிரமித்திருந்த போர்த்துகீசியர்கள், ஒல்லாந்தர்கள் மற்றும் ஆங்கிலேயர்கள் ஈழ உணவுகளின் மேல் பெரும் தாக்கத்தை ஏற்படுத்தியுள்ளனர். அரேபிய வணிகர்களும், பன்னாட்டு சுற்றுலாப் பயணிகளும், இலங்கையில் குடியேற்றம்பெற்ற பல சமூக மக்களும் இலங்கை உணவிற்கு தங்கள் பங்களிப்பை செலுத்தியுள்ளனர்.

ஆனாலும், உலகெங்கும் புலம்பெயர்ந்துள்ள நாடுகளின் உணவுச் சூழலுக்குள் தங்களை உட்படுத்திக்கொள்ளும் கட்டாயத்திலிருந்தாலும் சொந்த ஊரின் பாரம்பரிய சமையலை புதுச்சூழலுக்குள் கொண்டுவந்து விடுகின்றனர் இலங்கைத் தமிழர்கள். பூமிப்பந்தின் எந்த புள்ளியில் இருந்தாலும், புட்டும், அப்பமும், இடியாப்பமும் இன்றி அவர்களது நாள் விடிவதில்லை!

இந்தியப் பெருங்கடலில் அமைந்துள்ள இந்த வெப்ப மண்டலத் தீவின் உணவின் சுவை நாவை சுண்டியிழுப்பது. இலங்கை மக்களின் விருப்ப உணவாக இருப்பது சோறுதான். அந்த சோற்றிலும் தான் எத்தனை வகை? மகாவம்சம் வர்ணிக்கும் பால் சோறு, நெய்ச் சோறு, சர்க்கரைச் சோறு, கருப்பட்டிச் சோறு, தேன்சோறு, வெண்ணெய் சோறு, செவ்விளநீர், வெண்ணெய் மற்றும் பலசரக்கு வகைகள் சேர்த்து சமைக்கின்ற சோறு என 'சோறுகள் பலவிதம்... ஒவ்வொன்றும் ஒருவிதம்...' மெரினா எனக்கு சமைத்துக் கொடுத்த இஞ்சிச் சோறு இன்னும் நாவிலும், நினைவடுக்குகளிலும் மாறாதிருக்கிறது.

அரசர்களால் துறவிமார்களுக்கு பால்சோறு வழங்கிய நிகழ்வுகளும் வரலாற்றில் காணக்கிடைக்கின்றன. இன்றும் சுப உணவாக கலாச்சார நிகழ்வுகளில் பால்சோறு காண முடிகிறது (போரின் முடிவில் பால்சோறு கொடுத்து வெற்றியைக் கொண்டாடிய நிகழ்வு நினைவுக்கு வந்து

கோபமேற்படுத்தினால் நாம் அனைவரும் ஓரினமே).

கி.மு. 800 ஆம் ஆண்டு காலப்பகுதியில் இலங்கையில் அரிசி இருந்ததற்கு சான்றுகள் கிடைத்துள்ளன. ஒருகாலத்தில் இலங்கை 'கிழக்கு தானியக் களஞ்சியம்' என அழைக்கப்பட்டதுடன், பல்வேறு நாடுகளுக்கும் விதவிதமான அரிசி இரகங்களை ஏற்றுமதியும் செய்திருக்கிறது.

உலகப்போர்களின்போது அரிசித் தட்டுப்பாட்டினால்,

ஆங்கிலேயரால் கோதுமை அறிமுகப்படுத்தப்பட்டபின்,

அதுவரை அரிசி மாவில் மட்டுமே செய்யப்பட்டு வந்த இடியாப்பமும்,

பிட்டும் கோதுமை மாவை பெரிய மனதுடன் ஏற்றுக்கொண்டு தங்களை உருமாற்றிக்கொண்டுவிட்டன.

எப்படி நாம் 365 நாளும் இட்லி, தோசைக்கு ஆலாய்ப் பறக்கிறோமோ, அது போலவே அவர்களுக்கு இடியாப்பமும், அப்பமும், பிட்டும்... அத்துடன் மரவள்ளிக்கிழங்கு, பாண், பரோட்டா வகையறாக்களும். "உங்க ஊரு இட்லி, தோசையெல்லாம் என்னிக்கோ ஒருக்காதான், இத்தனூண்டு கோதுமாவால பூரி செஞ்சு என்னண்டு பசியாறறீங்க?", பிட்டுக்கு மாவை உதிர்த்துக்கொண்டே சந்தேகமாய்க் கதைக்கிறார் தோழி மெரினா. நான் வாங்கிச் சென்றிருந்த கோதுமை மாவில் பூரி செய்து கொடுக்க, ஒட்டு மொத்த தோழிகளும் சுற்றி நின்று , "என்னண்டு உங்களுக்கு மட்டும் இப்படி வட்டம், வட்டமா வருது?", என வியந்து பார்த்தனர்.

குரக்கன் பிட்டு / கேழ்வரகு பிட்டு

அவர் வைத்திருந்த மூங்கிலால் செய்யப்பட்ட பிட்டுக்குழல் பார்க்கவே ஆசையைத் தூண்டியது. குழற்பிட்டு, பிடிப்பிட்டு, நீத்துப் பெட்டிப்பிட்டு, குரக்கன் பிட்டு,கீரைப்பிட்டு, வெங்காயப்பிட்டு, சீனிப்பிட்டு, மணிப்பிட்டு, பால் பிட்டு, ஒடியல் பிட்டு... பிட்டுக்கு மண் சுமந்த சிவனே மலைத்துப்போய் விடுவார் இவர்கள் பிட்டுக்களின் வகைகளைக்கேட்டு!

முன்பு கள்ளு விட்டு புளிக்க வைத்த அப்பம், தற்போது

ஈஸ்ட்டையும், பாண்ணையும் ஏற்றுக்கொண்டு விட்டது. அதற்கு தேங்காய்ப் பாலோ, முட்டையோ விட்டு சுட்டெடுத்து வாயில் போட்டால் சொர்க்கம்! வெள்ளை அப்பம், முட்டை அப்பம், பால் அப்பம் என நீள்கிறது அப்பத்தின் வகைகள். இடியாப்பம் பிழிந்துவிட தனித்தனி வட்டத்தட்டுகள், மூங்கில் அல்லது பிளாஸ்டிக்கில் இருக்கின்றன. அவற்றில் தனித் தனியாய் தோசை போல மெல்லிய அடுக்காய்ப் பிழிந்து ஒரு பெரிய பானை போன்ற ஸ்டீமரில் அடுக்கிவைத்து வேக வைக்கிறார்கள் (ஆசைப்பட்ட எல்லாத்தையும் காசில்லாட்டாலும் வாங்கி வந்து பரணில் பத்திரமாக வைச்சாச்சு!).

அப்பத்தின் மீதும், இடியாப்பத்தின் மீதும் காதல் கொண்டு, ஹாப்பர்ஸ், ஸ்ட்ரிங் ஹாப்பர்ஸ் (*hoppers, string hoppers*) என இரட்டையர்களுக்கு தங்கள் குடும்பப்பெயர் சூட்டி தத்தெடுத்துக்கொண்ட ஐரோப்பியர்கள், இலங்கையை விட்டுச்செல்லும்போது கண்ணீர்மல்க பிரியாவிடை பெற்றனராம்.

இட்லியைக் கண்டால் காததூரம் இல்லையில்லை, காதே கேட்காத தூரத்திற்கு ஓடுகிறார்கள்.

என்றாவது ஒருநாள் இடம்பெறும் இட்லிக்கும், தோசைக்கும்கூட சம்பலே துணை. வெங்காயச் சம்பல், தேங்காய்ச் சம்பல், இடி சம்பல், அரைத்த சம்பல், மாங்காய் சம்பல், கத்தரிக்காய்ச் சம்பல், கீரைச் சம்பல், கறிவேப்பிலைச் சம்பல், தக்காளிச் சம்பல், சீனிச் சம்பல், மரவள்ளிச் சம்பல், மாசிக் கருவாட்டுச் சம்பல் என இத்தனை சுவையான சம்பல் வகைகளுக்கு தமிழ்நாட்டையே எழுதித் தரலாம்!

மதியம் கட்டாயம் சோறு வேண்டும், சைவம் என்றால் மரக்கறி சாப்பாடு, அசைவம் என்றால் மச்சக்கறி சாப்பாடு! நாம் சோறு 'டீஜன்ட்டா' இல்லை என்று ஸ்டைலாக சாதத்துக்கு மாறிவிட்டாலும், இலங்கைத் தமிழருக்கு இப்போதும் அது சோறு தான்... ஒரு முழுமையான சைவ மதிய உணவில் பருப்புக்கடையல், குழம்பு, சாலட், வரட்டல் தூள்கறி, பால்கறி, கீரைக்கடையல் அல்லது கீரை சுண்டல், சொதி வறை, துவையல், சம்பல், பொரியல், தீயல், ஊறுகாய் போன்றவை தவறாமல் இடம்பெறுகின்றன. 'கல்யாண சமையல் சாதம்... காய்கறிகளும் பிரமாதம்...அஹ ஹஹா ஹஹா...' என்று வயிறை நிரப்பிக்கொள்ளலாம்.

அசைவச் சாப்பாட்டிற்கு கோழி, ஆடு, மாடு, மான், மரை, உடும்பு, ஆமை, வாத்து, பன்றி என ஏதேனும் ஒரு இறைச்சி கட்டாயம்

உண்டு. தற்போது மான், மரை வேட்டையாடுவது தடுக்கப்பட்டுவிட்டது. மிகச் சமீபத்தில் பசுக்கறியும் தடை செய்யப்பட்டு விட்டதாம். “என்னது, உடும்பு சாப்பிடுவீங்களா?”, கண்கள் விரியக் கேட்டால், “உடும்பை சாதாரணமா நினைச்சிட்டீங்களோ? உடும்பு பலவகை மூலிகையும் சாப்பிட்டு வளருது இல்லா... அதைத் திண்டால் எந்தவித வருத்தமும் (நோயும்) ஓடிப்போகும் தெரியாதா?”, என்று திருப்பிக் கேட்கிறார்கள். கடல் உணவுகளான மீன், நண்டு, சுறா, கணவாய், இறால், திருக்கை விரும்பிச் சாப்பிடுகிறார்கள். நிகம்பு அருகே ஒரு மீன் மார்க்கெட்டுக்குள் நுழைந்து கடல் உணவுகளின் வகைகள் பார்த்து மயங்கியிருக்கிறேன்!

இலங்கையின் பெருமை கடலிலும், மலையிலும், தேயிலையிலும், கிரிக்கெட்டிலும் மட்டுமல்ல, கொத்து ரொட்டியிலும் ஒளிந்திருக்கிறது!

மரக்கறி, முட்டை, இறைச்சி மற்றும் சுவையூட்டிகள் சேர்த்து கொத்தித் தயாரிக்கப்படும் கொத்து ரொட்டிக்கு (தொட்டபெட்டா ரோட்டு மேல கிடைக்கும் கொத்து புரோட்டாதான் அங்கு கொத்து ரொட்டி) காத்திருக்கும்போது கேட்கும் அந்த இசைக்கு ஆஸ்கர் அவார்ட் கூட சற்று கம்மிதான்! சாதாரண ரொட்டி இஸ்லாமி யர்களால்தான் கொத்து ரொட்டியாக மோட்சம் பெற்றதாம். அதிலும், பீஃப் கொத்து, சிக்கன் கொத்து, கடல் உணவுக் கொத்து, மிக்ஸட் கொத்து... கொத்து ரொட்டியின்றி இலங்கையின் இரவுகள் முடிவதில்லை, விரைவில் தேசிய உணவாக அறிவிக்கப்படும் சாத்தியக்கூறுகள் கொத்து ரொட்டிக்கு அங்கு அதிகம்!

இந்த சுந்தரத் தீவெங்கும் பனை மரங்கள் அடர்ந்துகிடக்கின்றன. பனம்பழமும் பனங்கிழங்கும் விருப்ப உணவாய் இருக்கிறது. பனங்கிழங்கில் செய்யப்படும் யாழ்ப்பாணத்து ஒடியல், புகழ்பெற்ற பண்டம்! பனங்கிழங்கை காயவைத்து (ஒடியலாக்கி) அரைத்து மாவாக்கி

அதில் செய்யும் புட்டு ஆஹா.. பேஷ்...பேஷ் ரொம்ப நல்லாயிருக்கு ரகம்!

பனை ஓலையில் பிளா தயாரித்து அதில் ஓடியல் மாக்கூழ் ஊற்றிக் குடிக்கும் சுவை இருக்கிறதே?... ஆஹா...ஓஹோ... பிரமாதம். பனம்பழத்திலிருந்து சதைப்பகுதியை எடுத்து, வெயிலில் காயவைத்து, செய்யப்படும் யாழ்ப்பாணத்து 'பனாட்டு' சாப்பிடும்போது ... 'சொர்க்கம் அதுவிலே... ஆ ஹ ஹ ஹ ா ... ' பனங்காயையும் விட்டு வைப்பதில்லை இவர்கள். அதிலிருந்து சதைப்பகுதியை உருவியெடுத்து கொழுக்கட்டை செய்கிறார்கள்.

தேசிப்பழம் (எலுமிச்சை) இல்லாமல் ஒரு உணவும் தயாரிப்பதில்லை. எல்லா உணவுகளிலும் தேங்காய்ப் பூவோ, தேங்காய்ப்பாலோ சேர்த்துக்கொள்ளப்படுகிறது. தினை, சாமை, குரக்கன் (கேழ்வரகு), வரகு போன்ற சிறுதானிய வகைகளும் பயன்பாட்டில் உள்ளன. பயறு அவியல், சுண்டல் எல்லாம் இராத்திரிக்கோ, காலமைக்கோ செய்வதுண்டாம். ரவா லட்டு, அச்சுமுறுக்கு , பணியாரம், பாயசம் என்றோ ஒருநாளைக்கு.

நுவரேலியா செல்லும் வழியில் கம்பளை - நுவரேலியா சாலையில் 'ரம்போடா' பாரம்பர்ய உணவகத்துக்குச் செல்லும் வாய்ப்பு கிடைத்தது. மலைகள் சூழ, நீர்வீழ்ச்சிக்கு அருகில் சாலையோரத்தில்... சூழலே ரம்மியமாக இருந்தது. மிகக்குறைந்த விலையில், சிவப்பு அரிசி மாவில் செய்த இடியாப்பம், புட்டு, சம்பல், சொதி, பால் ரொட்டி, தேங்காய் ரொட்டி, உளுந்து வடை, பழரசங்கள், இன்னும் ஏதேதோ உணவுப்பண்டங்கள்! பரிமாறிய பனையோலைத் தட்டுகளின் கலையழகு கண்ணுக்கும் சுவைமிகுந்த பண்டங்கள் நாவுக்கும் அன்புடன் பரிமாறிய அக்காக்கள் மனதுக்கும் விருந்தளிக்க மனம் மகிழ்ச்சியில் திளைத்தது. அரசு உணவகம் சுத்தமாக, சுவையாக, கலையுணர்வுடன், கனிவுடன்... அடடா ஆச்சர்யக்குறி! (பி.கு. நம்மூர் நெடுஞ்சாலை உணவகங்கள் பெயர்கள் எனக்கு மட்டுமல்ல, உங்களுக்கும் கண்முன் வந்து எக்காளமிட்டு சிரித்தனதானே?)

ஒரு காலத்தில் பால் தொழிலில் சிறந்து விளங்கிய இலங்கையில், இன்று கிராம்ப்புற மக்கள் மட்டுமே பசும்பால் பயன்படுத்துகிறார்கள். நகர்ப்புறமெங்கும் பால்மா தான்... 'அப்படியே சாப்பிடலாம்'! அவ்வளவு ருசி! நிகம்புவில் தெருவோர ஹோட்டலில் சாப்பிட்ட மண்சட்டியின்

கட்டித்தயிறு இன்னும் மனதிற்குள் இதமாய் (சின்னப்புள்ளத்தனமா அந்த மண் சட்டியையும் கேட்டு வாங்கிட்டு வந்தாச்சு)!

திருமணம் போன்ற விருந்துகளில், ஆடு, மாடு, கோழி, கடல் உணவுகள் சமைக்கப்படுகின்றன. அத்துடன், முட்டை, கட்லெட், பாயாசம், கேசரி, மரக்கறிகளில் இரண்டு வகை அத்தனையும் உண்டு. மன்னாரில், நண்பர் அன்டனி மடுதீன் வீட்டு விசேஷத்தில் (First Holy Communion) சாப்பிட்ட விருந்து, நினைக்கும்போதெல்லாம் மீண்டும் வா வாவென அழைக்கிறது.

வீட்டிலேயே விதவிதமாய் கேக் செய்து அசத்துகிறார்கள். அதுவும் என் தோழி மெரினா கேக் எக்ஸ்பர்ட். பேரிச்சம்பழ கேக் செய்ய நானும் அணிலாக உதவி செய்தது பெருமையாக இருந்தது. அரிசிமாவும், சீனியும் கொண்டு செய்யும் அரியதரம் என்ற பண்டமும், பயற்றம் மாவில் செய்யும் முந்திரிக்கொத்தும் அனைத்து வீடுகளிலும் செய்வதுண்டாம்.

இலங்கைத் தீவுக்குள் ஒரு தீவாய் இருக்கும் மன்னாரின் ஸ்பெஷல் அதன் கடல் உணவுகளும், கருவாடும். தாய்லாந்திலிருந்து வரும் மாசித்தூள் கருவாடு, எல்லா மரக்கறியிலும், இறைச்சியிலும் போட்டுப் பிரட்டப்படுகிறது. தமிழகத்திலிருந்து இலங்கை சென்ற வடைகள் இஸ்லாமியர்களின் புண்ணியத்தில் மீன் வடை, நண்டு வடை, இறால் வடையாக ப்ரமோஷன் பெற்று கொழும்புவெங்கும் கிடைக்கிறது.

ஈழத்தமிழர்களுக்கு உணவு என்பது வெறும் பசி போக்கும் பண்டம் மட்டுமேயல்ல. தாய்நாட்டின் சொந்த உணவுகளை, சமையல் முறைகளை இறுகப் பற்றியிருக்கும் ஈழத்தமிழர்கள், அந்த உணவுகளுக்குள் தம் உறவுகளை, நண்பர்களை, தத்தம் ஊரை, நட்பை, அந்த உணவு குறித்த நினைவுகளை தினம் தினம் மீட்டெடுக்கிறார்கள். உணவின் ருசி நாவையும், வயிற்றையும் சமாதானப்படுத்துவதோடு மட்டுமல்ல, அந்த உணவோடு தொடர்புடைய அத்தனை நினைவுகளையும் மூளையின் அடுக்குகளிலிருந்து கிளறி விடுகிறது என்பதே உண்மை.

"இந்தப் பொறப்புத் தான் நல்லா ருசிச்சு சாப்பிட கிடைச்சது....அத நெனச்சுதான் மனம் உலகம் முழுவதும் பறக்குது, உணவில ஒரு உறவு இருக்குது, உள்ளுக்குள்ள ஒரு கவித பிறக்குது."

ஈழமும் இலங்கையும் பொருளால் ஒன்றே...

கீழ் என் கிளவி உறழத் தோன்றும்' என்ற தொல்காப்பியக் கருத்தின்படி பார்த்தால், இந்தியாவிற்குத் தாழ்திசையாகிய கிழக்குத்திசையில் இருந்த தீவு என்பதால், இலங்கை, கீழம் என்று அழைக்கப்பட்டிருக்கிறது. கீழ் + நிலம் = கீழம் என்று புணர்ந்து பின்னர் ஈழமாக மருவியுள்ளதாகக் கூறுகின்றனர் வரலாற்று ஆய்வாளர்கள். இதற்கு ஆதாரமாகப் பல்வேறு கல்வெட்டுகளிலும் இலக்கியங்களிலும் ஈழம் என்ற சொல் பயன்படுத்தப்பட்டிருப்பதைச் சுட்டிக்காட்டுகின்றனர். அநுராதாபுர மாவட்டத்தில், அபயகிரி விகாரைக்கு அருகில் உள்ள கல்வெட்டில் ஈழம் என்ற பெயர் கி.மு. இரண்டாம் நூற்றாண்டில் குறிப்பிடப்பட்டுள்ளது. 'ஈழத்துப் பூதந்தேவனார்' எனக் குறுந்தொகையும், 'ஈழத்து உணவும் காழகத்து ஆக்கமும்' என்று பட்டினப்பாலையும் ஈழம் குறித்துக் குறிப்பால் உணர்த்தின.

'கச்சி ஒரு கால் மிதியா ஒரு காலால்
தத்து நீர்த் தண்ணுஞ்சை தன் மிதியா
பிற்றையும் ஈழம் மிதியா வருமே எம்
கோழியர் கோக்கிள்ளிக் களிறு'

என்று முத்தொள்ளாயிரம் சோழ ஆட்சி ஈழம் வரை பரவியிருந்ததைக் கூறி, பெருமை கொண்டது. ஈழத்தைத் தாக்கிப் போரிட்டு, வென்றதால் ஈழம் வென்ற கிள்ளி என்று அழைக்கப்பட்ட சோழ மன்னன் கிள்ளி வரலாற்றுச் சான்றாக நிலைபெற்றுவிட்டான். இதையெல்லாம் எடுத்து வைத்துதான், இலங்கையின் பண்டையப் பெயர் ஈழம்தான் எனச் சூடம் அடித்துச் சத்தியம் செய்கின்றனர் வரலாற்றாளர்கள். அது மட்டுமல்ல, சோழர் கல்வெட்டுகளிலும் ராஜ ராஜ சோழம் போன்ற வரலாற்று இலக்கியங்களிலும் மட்டுமல்ல, பழந்தமிழ் மன்னர்கள் வெளியிட்ட சாசனங்களிலும் ஈழம் அல்லது ஈழ மண்டலம் என்ற பெயர் இருப்பதால் இலங்கை என்பது ஈழமே...ஈழமே... ஈழமே... எனத் தீர்ப்பு வழங்குகின்றனர் வரலாறு படித்த அறிஞர்கள்.

ஈழம் என்பதற்குச் சொர்க்க தேசம், தங்கம், கள் என்ற பலப் பொருள்கள் உண்டு. ஈழம் என்பது தூயத் தமிழ்ச் சொல்லன்றி வேறில்லை. ஈழம் என்ற நாட்டை, கிட்டத்தட்ட 1800 ஆண்டுகளுக்கு முன் பௌத்தம் பரப்ப வந்த பிக்குகளே தீவு என்று பொருள்படும் 'லங்கா' என்ற பெயர் கொண்டு அழைத்தனர். ஆங்கிலேயர் வருகைக்குப்பின் சிலோன் என்ற ஆங்கிலப் பெயருடன் இருந்த இலங்கை, 1972இல் சமஸ்கிருதக் கலப்புடன் ஸ்ரீலங்காவாக மாற்றப்பட்ட போது, சமஸ்கிருதம் கலந்த சிங்கள மொழியின் மேலாதிக்கத்தை நிறுவதற்காகவே ஸ்ரீலங்கா என்ற பெயர் மாற்றம் செய்யப்பட்டதாகக் கடுமையான எதிர் விமர்சனங்கள் எழுந்தன. பொதுவாக ஒரு நாட்டை ஆக்கிரமிக்கும்போது அந்நாட்டின் பெயரை மாற்றி, மக்களைக் குழப்பி, தன் ஆளுகைக்குக் கீழ் கொண்டுவருவது ஆக்கிரமிப்பாளர்களின் உத்தி. அது மிகச் சிறப்பாக ஈழநாட்டில் நடந்தேறியுள்ளது.

தமிழ்க் கண்டமாம் குமரிக் கண்டத்தை முதற்சங்க கடல்கோள் விழுங்கும்வரை இந்தியாவுடன் ஒட்டிக்கொண்டிருந்த நிலப்பரப்பே ஈழம். கிறிஸ்துவுக்கு முன், அதாவது 2373 ஆண்டுகளுக்குமுன் அந்தக் கடல்கோள் ஏற்பட்ட போது, அன்று இருந்ததாகச் சொல்லப்படும் குமரிக்கண்டத்தில் 'ஏழ்கடல் நாடு' என்று ஒரு நாடு இருந்ததாகவும், அந்த ஏழ்கடல் நாட்டின்

சுருக்கம் தான் ஈழம் எனவும், கடல்கோளுக்குப்பின் தனித்தீவாக எஞ்சிய துண்டே ஈழம் எனவும் பல்வேறு விளக்கங்கள், பல்வேறு காலக்கட்டத்தில், பல்வேறு வரலாற்றாளர்களால் முன்வைக்கப்பட்டு வருகின்றன. தமிழர் வழங்கிய தமிழ்ச் சொல்லாக ஈழ் - ஈழம் இருக்க, 'ஈழம் என்பது பாளி மொழிச் சொல்லான சிஹலம் என்பதிலிருந்து திரிந்தது' என்று கிருஷ்ணசாமி ஐயங்கார் போன்றவர்கள் புதுப்பாதை போடவும் தவறவில்லை.

ஈழக்காசு, ஈழக் கழஞ்சு, ஈழச்சேரி, ஈழத்துணவு, ஈழ மண்டலம் என்று பல்வேறு சொற்றொடர்கள் தமிழர்களின் வாழ்வியலில் தொடர்ச்சியாகப் பயன்பட்டுத்தான் வந்துள்ளன. ஈழ கேசரி, ஈழ நாடு போன்ற பத்திரிகைகள் தோன்றிய காலத்தில்கூட, ஈழம் என்பது முழுத் தீவையுமே குறித்தன. அரசியலில் இன வேறுபாடுகள் தோன்ற ஆரம்பித்தபோதுதான், இலங்கையில் தமிழர் வாழும் பகுதிகளைக் குறிக்க, 'தமிழீழம்' என்ற சொல் அறிமுகமானது. தமிழர்களுக்குத் தனி நாடு என்ற கோரிக்கை தோன்றிய போது, தமிழீழம் என்ற பெயரே முன்வைக்கப்பட்டது. பின்னர் தமிழீழம் சுருங்கி ஈழமானது. இப்படியாக முழு இலங்கைத் தீவையும் குறிக்கப் பயன்பட்ட சொல், நாளடைவில் தமிழர் வாழும் பகுதிகளைக் குறிக்கும் சொல்லாக மாறிப்போனது. தமிழ் ஈழம் என்ற தனிநாடு கோரிக்கை தோன்றிய காலத்தில்தான், ஈழம் என்ற பெயர் சர்ச்சைக்குரியதாக மாறியது. யுத்தம் முடிந்த பிறகோ, ஈழம் என்ற சொல்லைப் பயன்படுத்துவதுகூட தேச விரோதச் சொல்லாகப் பார்க்கப்படுகிறது.

2012இல் டெசோ மாநாட்டில் ஈழம் என்ற சொல்லையே பயன்படுத்தக்கூடாது என அன்றைய மத்திய அரசு தடை விதித்தது. சமீபத்தில்கூட பிரிட்டனில் இருந்து வெளிவரும் 'த கார்டியன்' பத்திரிகையில் வெளியான சுற்றுலா வினா விடைப் போட்டியில், 'ஈழம் என்பது எந்தப் பிரபலமான விடுமுறைத் தீவின் பூர்வீகப் பெயர்?' என்ற கேள்விக்குத் தெரிவு செய்யப்பட வேண்டிய விடைகளில் 'இலங்கை' இடம் பெற்றதைத் தொடர்ந்து, இந்தத் தகவல் தவறானது என்றும், அதனை நீக்குமாறும் அந்த நாட்டுக்கான இலங்கை தூதரகம் பல்வேறு விளக்கங்களுடன் கோரிக்கை விடுக்க, அந்தப் பத்திரிகையும் இலங்கை

தொடர்பான அந்தக் கேள்வியைத் தமது இணையப் பக்கத்தில் இருந்து அகற்றிவிட்டது. பட்டினப்பாலை, சோழர் கல்வெட்டுகள், ராஜ ராஜ சோழம் போன்ற வரலாற்று இலக்கியங்கள் மற்றும் கல்வெட்டுகளில் காணப்படும் ஈழம் தொடர்பான சான்றுகளைச் சுட்டிக்காட்டி, இலங்கை அல்லது சிலோன் என்று அழைக்கப்படுவதற்கு முன்னர் ஈழம் என்றே இத்தீவு தேசம் அழைக்கப்பட்டதாகத் தொல்லியல் பேராசிரியரும், யாழ்ப்பாணம் பல்கலைக்கழகத்தின் வரலாற்றுத் துறை பேராசிரியருமான பீ. புஷ்பரத்தினம் பிபிசி தமிழுக்கு அளித்த பேட்டியொன்றில் கூறியதுடன், "ஈழம் என்ற பெயரை இந்த அரசாங்கம் பயன்படுத்தவில்லை என்பதற்காக முன்னர் பயன்படுத்தியதை இல்லை என அரசாங்கத்தால் கூற முடியாது" என்றும் கூறியுள்ளார்.

ஈழம் என்பதற்கான பெயர்க்காரணம் குறித்து வாதங்களும் எதிர்வாதங்களும் இன்றைக்கும் ராஜா, பாரதிபாஸ்கர் பட்டிமன்றம் போல தொடர்ந்துகொண்டேயிருக்கின்றன. இலக்கியவாதிகளும் தமிழ் ஆய்வாளர்களும் இது குறித்த கருத்து முரண்பாடுகளால் மோதிக்கொண்டிருக்க, அரசியல்வாதிகள் இந்த விஷயத்தை எப்படி கையாளுகிறார்கள் என்பது நாம் அறிந்ததே. ஈழம் என்பது அரசியல்வாதிகளுக்கு வாக்கு வங்கிச் சொல்லாகவும், தமிழ் நடிகர்களுக்கு சர்வதேச வணிகச் சந்தையாகவும் மாறியிருக்க, அரசியல் அறுவடை செய்யப் பார்க்கும் சீமான்களும், சீமாட்டிகளும் ஈழத்தால் செழித்துக்கொண்டிருக்கிறார்கள்.

ஆனால், உண்மையான இனப்பற்றுள்ள எந்தத் தமிழருக்கும் 'இன்பத் தமிழீழத் தமிழ் எங்கள் உயிருக்கு நேர்' தான்.

நீண்ட காலம் உயிர் வாழும் பெருக்குமரம் எனும் அதிசயம்!

இன்றைக்கு எழுநூறு ஆண்டுகளுக்கு முந்தைய காலக்கட்டம். ஒரு கடுமையான கோடைக்காலம், சூரியன் யார் மீதோ இருந்த கோபத்தில் தனக்குக் கீழிருந்த உயிர்களையெல்லாம் ஆக்ரோஷமாகப் பழிவாங்கிக்கொண்டிருந்தது. மூட்டை முடிச்சுகளுடன், குடும்பம் குடும்பமாக வெகுதொலைவு நடந்தே வந்துகொண்டிருந்த பாதசாரிகள் ஆங்காங்கே நிழலில் அமர்ந்து, படுத்துத் தங்களை ஆசுவாசப்படுத்திக்கொண்டு நடையைத் தொடர்ந்தனர். நீர்நிலைகள் எங்கும் தண்ணீர் இல்லாமல் நிலம் வெடித்துக்கிடந்தது.

குஞ்சுகுளுவான்களுடன், கர்ப்பிணிப் பெண்களுடன் வந்துகொண்டிருந்த அந்தக் கூட்டம் தாகத்தால் தவித்துப் போயிருந்தது. ஒரு வாய்... ஒரு மிடறு தண்ணீர் கிடைத்தால் போதும் என உடம்பு

தவித்தது. உஸ்ஸ்... புஸ்ஸ்... என்ற பெருமூச்சுடன் நடந்து வந்து கொண்டிருந்த குழுவின் கண்களில் அந்த மரம் தெரிந்ததும் ஒரே ஆரவாரம்... பெரியவர்கள் தலைக்கு மேலே கையுயர்த்தி வணங்கினர், இளைஞர்கள் குதித்துக் கூத்தாடினர். தலைவர் போலிருந்த அந்த முதியவர் அவர்களைக் கைசாடையால் அமைதிப்படுத்தினார். பெண்கள்

ரமாதேவி இரத்தினசாமி

தத்தம் குழந்தை குட்டிகளுடன் அந்த மர நிழலில் அமர்ந்து ஆசுவாசப் படுத்திக்கொள்ள, இளந்தாரிகள் வேகமாகச் செயலில் இறங்கினர். கையிலிருந்து சிறு சிறு ஆயுதங்களால், ஆங்காங்கே கிடந்த மரக்குச்சிகளால், கிடைத்த பொருளைக்கொண்டு மரத்தையொட்டி, போதுமான அளவிற்குக் குழி போல வெட்டி சமப்படுத்திக்கொண்டார்கள்.

"பார்த்துப் பார்த்து மெதுவா... மரத்திற்குச் சேதம் வராமல் வெட்டு" என அந்த முதியவர் ஆலோசனை கூறிக்கொண்டிருக்க, அந்த இளைஞர்களில் ஒருவன் மட்டும் அந்தக் குழிக்குள் காலை வைத்து, அந்த மரத்தின் சதைப்பிடிப்பான பக்க வேர்களில் ஒன்றை மட்டும் குறி வைத்து கத்தியால் வெட்டினான். அடுத்த கணம்... குபுகுபுவெனத் தண்ணீர் மரத்திலிருந்து பெருக்கெடுத்து வர, கூட்டம் ஆர்ப்பரிக்க, மெதுவாக அடுத்த வேர்ப்பகுதியையும் வெட்டினான். "போதும் போதும்... நமக்குத் தேவையான தண்ணீர் கிடைத்துவிடும்" என்று பெரியவர் கூற, குழாய்த் தண்ணீர் போல அந்த மரத்தின் வேர்க்கால்களிலிருந்து தண்ணீர் சீராக வந்து அந்தப் பள்ளம் நிரம்பியது.

குழுவிலிருந்த அத்தனை பேரும், கையிலிருந்த சிரட்டை, சொம்பு, பாத்திரங்களால் அள்ளி அள்ளித் தாகம் தணித்துக்கொண்டனர். முகம் கழுவிக்கொண்டனர். உடல் குளிர்ச்சியாக மனமும் குளிர்ந்தது. நன்றி சொல்வது போல அந்த மரத்தை ஆரத்தழுவிக்கொண்டனர். கையெடுத்துக் கும்பிட்டு தங்கள் பயணத்தைத் தொடர்ந்தனர்.

"இண்டைக்கு உங்களுக்கு ஒரு அதிசய மரத்தைக் காட்டப்போறேன் வாங்க" எனத் தோழி மெரினா அழைத்துக்கொண்டு செல்லும் வழியில், இந்தக் கதையைக் கூறிக்கொண்டிருக்கும்போதே நிகழ்வுகள் மனதில் படமாக ஓட ஆரம்பித்திருந்தன. குறிப்பிட்ட இடத்தை அடைந்ததும் கண்ணில் பட்டது பிரம்மாண்டமாகத் தனிமையில் நின்றிருந்த அந்த மரம். மன்னார் மாவட்டத்தில் பள்ளிமுனை பகுதியில் 19.51 மீட்டர் சுற்றளவுடனும் 7.5 மீட்டர் உயரத்துடனும் கம்பீரமாக நின்றிருந்தது. மெரினா சொன்ன அந்த அதிசயம் தெற்காசியாவின் மிகப்பெரிய சுற்றளவு கொண்ட மரம் என்ற பெருமையைப் பெற்றுள்ள பெருக்குமரம். சென்னையில் 4 ஆயிரத்து 670 சதுர மீட்டர் பரப்பளவில் பரந்துவிரிந்து கிடக்கும், 450 ஆண்டுகள் பழமையான அடையாறு ஆலமரத்தைப் பார்த்துப் பார்த்து வியந்திருந்தாலும், இந்த 800 ஆண்டு பழமையான பெருக்குமரம்

ஏனோ பார்த்தவுடன் மனதில் பச்சக் என ஒட்டிக்கொண்டுவிட்டது. நாங்கள் போயிருந்த நேரம் இலையுதிர்காலமாக இருந்திருக்க வேண்டும். அடர்ந்து படர்ந்த இலைகள் இல்லை, ஓயாது கூவித்திரியும் பறவைக்கூட்டங்களில்லை, அடர்த்தியான நிழல்களில்லை...தனது இலைகளையெல்லாம் உதிர்த்துவிட்டுத் தனது பருத்த உடலுக்குச் சற்றும் பொருந்தாமல், சிறிது இலைகளுடன் ஆங்காங்கே கிளைகள் மட்டும் விரிந்திருக்க நின்றிருந்தது.

700 ஆண்டுகால வரலாற்றைத் தனக்குள் புதைத்துக்கொண்டிருந்த அந்த மரம் ஏனோ சோகமாக இருப்பது போல... ஏதோ செய்தி சொல்வதுபோல எனக்குத் தோன்றியது. மரத்திற்கு முன்னால் ஒரு கண்ணாடிப் பெட்டிக்குள் இருந்த அழகிய மேரிமாதா கருணை பொழியும் கண்களுடன் எங்களையே பார்த்துக்கொண்டிருந்தார். அருகிலுள்ள தேவாலயம்தான் இந்த மரத்தைப் பராமரித்துக்கொண்டுள்ளதாம். மரத்தைச் சுற்றிலும் பெரிதாகப் பாதுகாப்பு வேலிகள் ஏதும் இல்லை. சிமெண்ட் திண்டுகள் மட்டுமே கட்டப்பட்டிருந்தன. ‘எழுநூறு வயசாயிடுச்சா உனக்கு! எத்தனையெத்தனை துரோகங்களை, இந்த மண்ணில் நடந்த கொடூரங்களைச் சந்தித்திருப்பாய்! சாட்சியாக இருந்திருப்பாய்! அதனால்தான் சோகமாக இருக்கிறாயோ!’ என்று அந்த மரத்துடன் பேசிக்கொண்டிருந்தேன். இலங்கை குறித்த எந்தச் செய்திகளையும் வரலாறுகளையும் விரல் நுனியில் வைத்திருக்கும் நண்பர் மடுதீன், “இந்த மரத்திண்ட பெருமைகளைச் சொல்றேன், கேளுங்களேன்” என்று கதைக்கத் தொடங்கினார்.

உலகிலுள்ள உயிர்களிலே ஆறாயிரம் வருடங்களுக்கு மேலாக உயிர் வாழக்கூடியது பெருக்குமரம் தான்! அரேபியர்கள் காவிரிபூம்பட்டிணத்தில் இருந்து மன்னாருக்கு முத்து வாங்க ஒட்டகங்களுடன் வந்தபோது, அவற்றுக்குத் தீனி போடுவதற்காக மன்னார் பள்ளிமுனையில் இந்தப் பெருக்குமரத்தை உண்டாக்கியதாக வரலாறு கூறுகிறது. அவர் முடிக்குமுன், “முத்து வாங்க வந்த அரேபியர் இந்த மரம் வளர்ந்து

பெரிசாகிற வரைக்கும் ஒட்டகத்தோட இங்கேயே இருந்தாங்களா?" என்று முந்திரிக்கொட்டை போல நான் இடைச்செறுக, முறைத்துவிட்டுத் தொடர்ந்தார்.

வெப்பமண்டலக்காடுகளில் வளரும் இந்தப் பெருக்குமரத்திற்குப் 'பப்பரப்புளிய மரம்' என்ற பெயரும் உண்டு. போபாப் (*baobab*) என்றும் சொல்வதுண்டு. இது அடன்சோனியா என்னும் பேரினத்தைச் சேர்ந்தது. முதன்முதலில் பிரான்ஸ் நாட்டைச் சேர்ந்த மைக்கேல் அடன்சன் என்னும் தாவரவியலாளர் பெருக்குமரத்தைப் பதிவு செய்ததால், அவர் பெயரில் அடன்சோனியா என அழைக்கின்றனர். பெருக்குமரத்தில் 9 இனங்கள் உள்ளன. ஆறு இனங்கள் மடகாஸ்கருக்கும், இரண்டு இனங்கள் ஆப்பிரிக்காவுக்கும், அரேபியாவிற்கும், மற்றொன்று ஆஸ்திரேலியாவிற்கும் சொந்தமானதாம்.

கீழே விழுந்திருந்த இலைகளை எடுத்து ஆராய்ச்சி (!) செய்து கொண்டிருந்த மகள் பூஷிதா, இம்மரத்தின் இலை ஐந்தாகப் பிரிந்து கைவிரல் போல இருந்ததை வியப்புடன் சுட்டிக்காட்ட, அதற்குள்ளும் ஒரு செய்தி இருந்தது! மனிதனின் ஐந்து முக்கிய நோய்களான குருதிப் பெருக்கம், நரம்புத் தளர்ச்சி, அம்மை, ரத்த அழுத்தம், தொற்றுநோய் ஆகியவற்றுக்குப் பெருக்குமரத்தின் இலைகள், பட்டைகள், வேர்கள் போன்றவை பயன்படுகின்றன. சித்த மருத்துவத்தில் பெருக்குமரத்துக்கு மிக முக்கிய இடமுண்டாம்.

பரு - பெரு - பெருகு - பெருக்க - பெருக்கு யாவும் பருத்தலை, உப்புதலைக் குறிப்பதுடன் பல்கிப் பெருகி வரும் நீரோட்டத்தையும் குறிக்கிறதாம். அதிக வெப்பமான காலத்திலும்கூட ஆயிரக்கணக்கான லிட்டர் தண்ணீரைத் தன்னிடத்தே சேகரித்து வைத்திருக்கும் இயல்புடையது. குழாயில் நீர் எடுப்பது போல, அந்நாளில் நீரற்ற, வறண்ட காலத்தில் இம்மரத்தின் வேரை வெட்டி ஆழ்கிடங்கு அமைத்து, தண்ணீர் எடுத்துப் பயன்படுத்தியிருக்கின்றனர். தமது உடற்பகுதியில் சுமார் ஒரு லட்சத்து இருபதாயிரம் லிட்டர் நீரைச் சேமித்து வைக்கக்கூடியது. சுரக்குடுவைக்குள் இம்மர இலைகளை விட்டு மூடி, மரத்தில் தொங்கவிட்டும் (*transpiration*) நீர் சேகரித்துள்ளனர். இதன் பருமனைக் கருத்தில் கொண்டும், வறட்சியான காலத்திலும் மரத்திலிருந்து நீர் பெருக்கெடுத்து வந்ததாலும் பெருக்கு என அழைத்திருக்கலாம். இம்மரங்கள் முன்பு வடமேற்குக் கரையோரத்திலும், யாழ்ப்பாணத்திலும், தீவுப்பகுதியிலும் ஆயிரம் வருடங்களுக்கு மேலாக இருந்துள்ளன. பல்வேறு ஆக்கிரமிப்புகளின்போது அழிக்கப்பட்டு

விட்டதாகக் கூறப்படுகிறது. தற்போது மன்னாரிலும் நெடுந்தீவிலுமாக இரண்டு பெருக்குமரங்கள் இலங்கையில் உள்ளன.

Mannar, Sri Lanka

நெடுந்தீவிலுள்ள மற்றொரு பெருக்குமரம் ஆறேழு பேர் உள்ளே சென்று நிற்கக்கூடிய அளவுக்கு மரத்திற்குள் குகை போல, தாராள இடவசதியுடன், மிகுந்த குளிர்ச்சியுடன் காணப்படுமாம். போர்த்துகீசியம், ஒல்லாந்தர் ஆட்சிக்காலங்களில் பெருக்குமரத்தினுள் ஒளிந்திருந்து அவர்கள் மீது நம்மவர்கள் தாக்குதல் நடத்தியிருக்கிறார்கள்.

'பெருக்குமரம் போல் இரு' என வாழ்த்துவது இலங்கையில் வழக்கமாக உள்ளது. பெருக்குமரத்தின் பட்டைகளிலிருந்து நாருரித்து ஆடைகள் நெய்ததாகவும் கூறப்படுகிறது. அதற்குச் சான்றாக நிற்கிறது-

"பெருக்குப்பட்டையில பட்டு செஞ்சி தந்தவரே

கருக்கலுக்கு வந்து கட்டி விட்டுப் போனாலென்னெ?"

என்ற பெருக்குப்பட்டையில் ஆடை நெய்து தந்த காதலனை, மாலையில் வந்து அந்த ஆடையை அணிவித்துவிட அழைத்து காதலி பாடும் ஒரு நாட்டுப்புறப்பாடல். வைத்திய பரிபாடை, ஆயுர்வேத பாராவாரம் போன்ற நூல்கள் பெருக்குமரத்தை பூரிமரம், பப்பரப்புளி, யானைப்புளியமரம் என்ற பெயர்களால் தமிழர் அழைத்ததைச் சொல்கின்றன.

நீரை மட்டுமின்றி, பனைமரம் போல் உண்ணும் உணவையும் அள்ளிக் கொடுத்துள்ளன பெருக்குமரங்கள். பெருக்கு இலையைக் குழம்பாக, வறையாகச் சமைத்துச் சாப்பிட்டிருக்கின்றனர். இலையைக் காய வைத்து இடித்து அரிசிமாவுடன் கலந்து களியாகவும் பிட்டாகவும்

உண்டனர். பெருக்கம் பழத்தின் உள்ளே இருக்கும் பழுப்புநிறச் சதையை உண்டும், சாறு பிழிந்து சாற்றைக் குடித்தும், அச்சாற்றைப் புளிக்க வைத்து மதுபானமாகவும் அருந்தினர். கிளைகளில் இருந்து கிடைத்த கொம்புத்தேனையும் மதுவாகக் குடித்தனர். பழத்தின் சதையைக் காய வைத்து மாவாக்கி, மழைக்காலத்திற்காகச் சேகரித்து வைத்து ஒடியல் மாப் போல பாவித்தனர்.

வாய்மூடாமல் அந்த அதிசயமரத்தின் வரலாறு கேட்டு முடிக்கையில் அந்த மரத்தின் மீதான மதிப்பு இன்னும் கூடியிருந்தது. ‘மறந்தான் மறந்தான்... ஏன் இம்மரத்தை எல்லா இடங்களிலும் பரவலாக்க மனிதன் மறந்தான்?’ என்று மனதில் எழுந்த கேள்வியுடன், ஏதோ குரல் கேட்டுத் திரும்பிப் பார்க்க, “வாவ்... வாட் அ பியூட்டிஃபுல் ட்ரீ!” என்று மரத்தைச் சுற்றிச் சுற்றி வந்த அந்த ரஷ்யக் குடும்பம் கண்கள் விரித்து வியந்து வியந்து தடவிப் பார்த்தது. சுற்றுலா வந்திருந்த ஆறு பேர் கொண்ட மொத்தக் குடும்பமும் ஒருவர் கைகளை ஒருவர் கோத்துக்கொண்டு மரத்தைச் சுற்றி நின்றது. அப்படியும் பாதி மரத்தைக்கூடத் தொட முடியவில்லையென்றதும், மீண்டும் வியப்பும் சிரிப்புமாக மரத்துடன் சேர்ந்து புகைப்படம் எடுத்துக்கொண்டார்கள். 733 வயதாகும் அந்தப் பெருக்குமரம் இன்றும் உலகெங்கும் இருந்து வரும் சுற்றுலாவாசிகளைக் கவர்ந்து வரலாற்று ஆவணமாக, அமைதியாக நின்றுகொண்டிருக்கிறது.

புத்தம் சரணம் கச்சாமி

காலம்: கி.மு. 247

இடம்: பாடலிபுத்திரம் நகரம்

நிகழ்வு: மூன்றாம் பௌத்த மாநாடு

தெருவெங்கும் அலங்காரங்களும் தோரணங்களுமாக நகரம் விழாக்கோலத்திற்குரிய சர்வ லட்சணங்களுடன் பரபரப்பாக இருந்தது.

கடைவீதிகள் கலகலத்தன. எங்கெங்கும் பௌத்தபிக்குகளின் நடமாட்டம். கடந்த ஒன்பது மாதங்களாக இந்தப் பரபரப்பிற்கு மக்கள் பழகியிருந்தனர். எதிர்பட்ட புத்தபிக்குகளைப் பயபக்தியுடன் வணங்கிச் சென்றனர். பிக்குகளின் முகத்தில் அமைதியும் கண்களில் ஞானத்தின் ஒளியும் படர்ந்திருந்தது. பெரும்பாலானோரின் முகவெட்டும் உருவமைப்பும் அவர்களை இந்தியர்களிடமிருந்து பிரித்துக் காட்டியது. மைசூர், சௌராஷ்டிரம், மகாராஷ்டிரம், காஷ்மீர் போன்ற பகுதிகளிலிருந்தும் சிந்து, காந்தாரம், பாக்திரியா, சுவத், இமயமலை, இலங்கை, சீனா, மியான்மர், தாய்லாந்து, கிரேக்கம் எனப் பல்வேறு நாடுகளிலிருந்து அசோகச் சக்கரவர்த்தியின் ஆதரவில், மொகாலி புத்த தீசர் என்னும் தேரரின் தலைமையில் பாடலிபுத்திரத்தில் நடைபெற்ற மூன்றாவது பௌத்த மகாநாட்டில் கலந்துகொள்வதற்காக வந்திருந்தனர்.

பண்டிதர்களும் பெரும் விற்பன்னர்களும் கூடியிருந்த அந்த மாநாட்டில் சலசலப்பிற்கும் பஞ்சமில்லை. காரசாரமான விவாதங்கள் நடந்தன. கருத்து மோதல்கள் அனல் பறந்தன. மக்களின் முன்னால் சாந்த சொரூபிகளாகத் தெரிந்த புத்த பிக்குகளின் கடுமையான இன்னொரு முகம் அந்த மன்றத்தில் வெளிப்பட்டது. முதலாம் மாநாட்டின் போதே தொடங்கியிருந்த பௌத்த சடங்குகள் குறித்த குழப்பங்களும் கருத்து வேற்றுமையும் குருமார்களிடையே இன்னும் தீர்ந்தபாடில்லை. அதன் காரணமாகக் கருத்தியல் பிளவுகள் தோன்ற, இந்திய அரசியல் கட்சிகள் போல பௌத்தத்திலிருந்த பல்வேறு பிரிவுகள் தோன்றியிருந்தன. மாநாட்டில் பௌத்த மதம் குறித்த ஆராய்ச்சிகள் நடந்தன. உபசோதா என்னும் தியானச் சடங்கில் மாற்றங்கள் கொண்டுவர பௌத்த அறிஞர்களிடையே ஒப்புதல் பெற முடியவில்லை. தேரவாத புத்தபிக்குகள் தமிழக எதிர்கட்சிகள் போல மாநாட்டிலிருந்து அவ்வப்போது வெளிநடப்பு செய்து கொண்டிருந்தனர். ஒன்பது திங்களாக (மாதங்கள்) நடந்துகொண்டிருந்த அந்த மாநாடு ஒரு வழியாக நிறைவுற்றது.

மாநாட்டில் எடுத்த தீர்மானங்களின்படி பௌத்தபிக்குகள் பௌத்தமதத்தைப் பரப்புவதற்காகப் பல்வேறு இடங்களுக்கும் வெவ்வேறு நாடுகளுக்கும் அனுப்பப்பட்டனர். அவர்களுள் முக்கியமானவராகக் கருதப்பட்டார், அசோகரின் மகனாராகிய மகேந்திரர் (பாலி மொழியில் மகிந்தர்). அசோகர் பௌத்தத்தில் இவ்வளவு ஈடுபாடு கொண்டு தனது வாரிசுகளை (அரசியல் வாரிசுச் சண்டைகள் ஏதும் இல்லாமல்) பௌத்தவழியில் செலுத்தியதற்குப் பின்னால் ஒரு வலுவான காரணம் இருந்தது. நமக்குச் சொல்லிக்கொடுத்த பாடப்புத்தகங்கள் அசோகர் மரம் நட்டார், குளம் வெட்டினார் என்றே சொல்லிக்கொடுக்க, அவர், 'அசோகாவின் நரகம்' என்ற சித்தரவதைக்கூடம் வைத்திருந்தது குறித்தும், தனது 99 சகோதரர்களைக் கொன்றது குறித்தும் கூறுகின்றன பௌத்த தரவுகள். கலிங்கப் போர் நிகழ்ந்த நேரத்தில், அசோகரால் சித்தரவதைக்கூடத்திற்கு அனுப்பப்பட்ட சமுத்ரா என்ற புத்த துறவி, அசோகரின் மனதை மாற்றி, புத்த தர்மத்தை கடைப்பிடிக்கும்படியும்,

புத்தரின் தீர்க்க தரிசனத்தின்படி 84,000 ஸ்தூபிகளைக் கட்டும்படியும், அனைத்து உயிரினங்களுக்கும் பாதுகாப்பு அளிக்கும்படியும் அசோகரை மனமாற்றம் செய்ய, அசோகரும் சித்திரவதை அரண்மனையை இடித்து பௌத்ததிற்கு மாறியதாக அசோகவதனம் (திவ்விய வதனத்தின் ஒரு பகுதியாகிய 'அசோகரின் கதை') விவரிக்கிறது. பௌத்தத்தில் ஈடுபாடு கொண்டிருந்த அசோகரின் மனைவியே புத்தபிக்குகள் வழியாக அசோகர் மனதை மாற்றினார் என்றும் சொல்லப்படுகிறது. (அட, ஆண்களின் எல்லாப் புகழுக்கும் பின்னால் பெண்கள் தானா எல்லாக் காலத்திலும்!)

கலிங்கத்தில் அழிவை ஏற்படுத்திய அசோகர் வன்முறைக்கு முடிவுரை எழுதி புதிய பாதை அமைத்துக்கொண்டார். ரத்தத்தின் கறை இல்லாத, மரணத்தின் ஓலம் இல்லாத புதிய பாதை அது. ஆம், அவர் தேடல் தம்மத்தில் நிறைவடைந்தது. அந்தப் புதிய தம்மத்திற்குத் தன்னை முழுமையாக ஒப்புக்கொடுத்தார். புத்தம் பரப்புதலே தன் வாழ்நாள் கடனென்று ஏற்றுக்கொண்டார். அதற்காகத் திட்டமிட்டு, நாடுவிட்டு நாடு கிரேக்கம் வரை பௌத்தத்தைப் பரப்பிய மனுசன் பக்கத்திலிருக்கும் குட்டித்தீவை விடுவாரா? பௌத்தம் பரப்பும் கணக்கை, தனது வீட்டிலிருந்தே துவங்கி வைத்தார். மகிந்தர் தன்னுடன் இந்திரியர், உத்தியர், சம்பவர், பத்திரசாரர், சாமனர சுமணர் (இவர் அசோகரின் பெண் வயிற்றுப் பேரர்) போன்ற பிக்குகளைத் தம்முடன் அழைத்துக்கொண்டார். இந்திய நூல்கள் அவரை அசோகரின் தம்பி எனக்கூற, இலங்கை நூல்கள் மகன் எனக் கூறுகின்றன. உறவுகள் எவ்வாறாயினும் மகிந்தரே இலங்கையில் பௌத்த விதையிட்டார் என்பது வரலாறு. கடல்வழியாக இலங்கை நோக்கிச் சென்ற அந்தக் கப்பலில், இருந்த புத்தபிக்குகள் அறிந்திருக்க மாட்டார்கள், ஒரு நாட்டின் எதிர்காலத் தலையெழுத்து தங்களால் தான் மாற்றியெழுதப்படப் போகிறதென்று. இப்படித்தான் பௌத்தமதம் கடல்கடந்து இலங்கை சென்றது. போகும் வழியில் நெல்லுக்கு இறைத்தநீர்... புல்லுக்குமாக 'செவனே' (சிவனே) என்று இருந்த தமிழகத்தையும் பௌத்தமதம் ஆட்கொண்டது தனிக்கதை.

அசோகரின் மகன் மகேந்திரன் புத்தம் பரப்ப இலங்கை வந்த போது, அனுராதாபுரத்தைத் தலைநகரமாகக் கொண்டு ஆண்ட தமிழ் மன்னன் திசையன் புத்தமதத்தைத் தழுவ, அவனுக்குத் 'தேவ நம்பி' என்ற பட்டத்தை அசோகர் வழங்கினார் என்கிறது தீபவம்சம். அரசனின் மாமனார் அரிட்டரும் புத்தமதம் தழுவி, இலங்கை முழுவதும் புத்தமதத்தைப் பரப்ப உதவி செய்கிறார். அடுத்து, தனது 32வது வயதில் அசோகரின் மகள் புத்தபிக்குணி சங்கமித்திரை, கௌதம புத்தர் ஞானம் பெற்ற வெள்ளரசு மரத்தின் வேரூன்றிய வலக்கிளை ஒன்றைத் தங்கக் கலசத்தில் ஏந்தி, இலங்கையின் டம்புகோலபடுனா துறைமுகத்தில் கி.மு. 245இல் டிசம்பர் மாதத்து பௌர்ணமியன்று வந்து இறங்குகிறார். பௌத்தம் ஆண், பெண் என்ற பேதமின்றி இன்னும் அதிவேகமாகப் பரவியது. உதுவப் மாதத்து பௌர்ணமியில் அரசன் தேவனம்பிய

தீசன் என்பவரால் நடப்பட்ட அந்த மரம் சுமார் 2000 ஆண்டுகளுக்கு மேலாக பௌத்தத்தின் ஆணி வேராக, மக்களின் நம்பிக்கைச் சின்னமாக விளங்குகிறது. இலங்கையில் பௌத்தம் நிறுவப்பட்ட நாளை ஜூலை மாதத்து பௌர்ணமியில் பொசன்போயா (POSON POYYA) விழா எடுத்து கொண்டாடுகின்றனர். அனுராதாபுரத்திலுள்ள புனித வெள்ளரசு மரமே வரலாற்று ஆதாரங்களின்படி உலகில் மனிதரால் நடப்பட்ட முதல் மரமாகவும், அப்படி நடப்பட்ட காலம் அறியப்பட்ட மரங்களில் மிகப் பழமையான மரமாகவும் கருதப்படுகிறது. (போதி வம்சம்)

அசோகர் முயற்சியால் இலங்கை வந்த புத்தமதம், இன்று இலங்கையின் மொத்த ஜனத்தொகையில் 82.2 சதமானோரைத் தன்னை நோக்கி இழுத்திருக்கிறது. இலங்கை அரசியலமைப்பின் 9வது பிரிவின் கீழ் பௌத்தம் அரசமதமாக அறிவிக்கப்பட்டுள்ளது.

இலங்கையில் பௌத்த மதத்தைக் கடைப்பிடிப்பவர்கள், பெரும்பான்மையாக இருக்கும் சிங்கள மக்களே. போர்த்துகீசியர் வந்தபோது, சிலர் கத்தோலிக்க மதத்தைத் தழுவியிருக்கின்றனர். இன்று சிறுபான்மை அளவிற்குக் கிறுஸ்துவ சிங்களர்களும் இஸ்லாமிய சிங்களர்களும் உண்டு.

இந்திய மன்னர்களின் சாம்ராஜ்ஜிய விரிவாக்கலில் இருந்து இலங்கை தன்னைப் பாதுகாத்துக்கொள்ளவே பௌத்தத்தை உள்வாங்கியது. வரலாற்று ரீதியாக மொழிப் பிரச்னைகளோ, மதப்பிரச்சினைகளோ பெரிதாக இல்லாதிருந்த இலங்கை மக்களிடையே பிரித்தானிய காலனி ஆதிக்கவாதிகளின் நலனுக்காக பௌத்த அடிப்படைவாதம் ஊக்குவிக்கப்பட்டு வளர்க்கப்பட்டது. பௌத்த விகாரைகள் உடைக்கப்பட்டு இந்துக் கோயில்கள் கட்டுவதும், இந்துக் கோயில்கள் நொறுக்கப்பட்டு பௌத்த விகாரைகள் கட்டப்படுவதுமான ஆலயக் கட்டுமான சர்ச்சைகள் இந்தியாவிற்குக் குறைவில்லாமல் அங்கும் நடந்தேறியது.

சமத்துவத்தையும் சமாதானத்தையும் விரும்பி போருக்கு எதிராக அசோகரால் பரப்பப்பட்ட புத்தமதம் வன்முறையின் பக்கம் திரும்பியதும் நாம் அறிந்ததே. இலங்கையில் பௌத்தக் குழுக்களால் வன்முறை நிகழ்த்தப்படுவதை ஐநா மனித உரிமை ஆணையர்

அலுவலகம் சுட்டிக்காட்டி கவலைகொள்கிறது. இந்த அழகிய தீவு ரத்தத்துளியாக உலகின் கண்களில் காட்சிமைப் படுத்தப்பட்டதில் பௌத்த பேரினவாதத்திற்குப் பெரும்பங்குண்டு.

இரண்டு பிரதான பௌத்த பீடங்கள் அஸ்கிரிய, மல்வத்த என்பவையே இலங்கை அரசியலைத் தீர்மானிக்கும் மறைமுக சக்திகளாக இருக்கின்றன. 1943இல் பௌத்த பிக்கு ஒருவர் கொழும்பு முனிசிபல்சபை உறுப்பினர் பதவிக்கான தேர்தலில் போட்டியிட்டதே பிக்குகளின் முதல் அரசியல் பிரவேசம். 2004இல் 'ஜாதிக ஹெல உறுமய' என்ற சிங்கள பௌத்த அரசியல் கட்சி புத்தபிக்குகளின் கட்சியாக உருவாகி, 200 வேட்பாளர்களை நிறுத்தி 9 புத்தபிக்குகள் வெற்றிபெற்று நாடாளுமன்றத்துக்குள் நுழைந்தனர். இன்று புத்தபிக்குகள் இல்லாமல் இலங்கை அரசியல் இல்லை.

பிக்குகள் அரசியலில் ஈடுபடுவது பௌத்த தர்மத்துக்கு எதிரானது என்றும், அரசியலில் ஈடுபடுவதில் தவறில்லை என்றும் வாதங்கள் ஒருபுறம் நடந்துகொண்டிருக்க, ஆசிரியராகவும் மழலையர் பள்ளிகளின் பொறுப்பாளராகவும் முதலீட்டுத்துறை நிபுணர்களாகவும், மோட்டார் வாகனத் திருத்தம் செய்யும் கராஜ் உரிமையாளர்களாகவும், இன்று அவர்கள் பொருளாதார நடவடிக்கைகளில் ஈடுபடுவது பிக்குகள் குறித்து நம் மனதிலுள்ள பிம்பத்தை மாற்றியமைத்துள்ளது.

அரண்மனை வாழ்வைத் துறந்து, அரசைத் துறந்து பிக்குணியான புத்தரின் மதம் கடல்கடந்து தன்னை நிலைநிறுத்தி, மீண்டும் பொருளாதார அரசியல் பிரவேசம் பெற்று வரலாற்றைத் திருப்பியெ ழுதிக்கொண்டிருக்கிறது. அமைதியைப் போதிக்கும் மதம், 2014 அளுத்கம கலவரத்திற்குக் காரணமாக இருந்ததும், பல்வேறு திட்டமிட்ட மதக் கலவரங்களுக்குத் தலைமை தாங்குவதும், பௌத்த மதத்தைத் தழுவிய பண்டாரநாயக்காவைச் சுட்டுக்கொள்வதுமாகத் தனது பாதையை மாற்றியுள்ளதை உலகம் கவனிக்கத் தவறவில்லை.

"தவறான விதத்தில் பிடிக்கும் பொழுது ஒரு புல்லின் இதழ் எவ்வாறு ஒருவரின் கையில் வெட்டுக்காயத்தை ஏற்படுத்துகின்றதோ அதே விதத்தில் துறவிகள் தமது துறவு நிலையைத் தவறான விதத்தில் முன்னெடுக்கும்போது அது ஒருவரை நரகத்திற்கு இழுத்துச் செல்கிறது" என்ற தம்மபதம் (நிராய வக்க) தெரியாதவர்களா இலங்கை அரசியலில் ஆதிக்கம் செலுத்தும் புத்தபிக்குகள்?

புத்தம் சரணம் கச்சாமி...

ராஜா வேஷம் கலைஞ்சி போச்சு டும்... டும்... டும்...

மக்கள் தாங்கள் வாழ இனி வழியேயில்லை என்று உணர்கிறார்களோ அன்று புரட்சி வெடிக்கும். அந்த மக்கள் பிரளயத்திற்கு முன்னால் அதிகார வர்க்கம் சிதறிப்போகும் - புரட்சியாளர் லெனின்

அழகைக் கொட்டி உருவாக்கப்பட்ட குட்டி தேசம் இலங்கை. நான்கு பக்கம் கடல்கள், மலையகத் தோட்டங்கள், பசுங்காடுகள் என மிகச் செழுமையான நாடு. நீண்ட மானுடவியல் வரலாற்றை மட்டுமல்ல, செழிப்புமிக்க நீண்ட பொருளாதார வரலாற்றினையும் கொண்ட நாடு. உருவில் சிறிதாக இருந்தாலும் முழு உலகத்திலும் அதற்கு பெரும் மதிப்பும் வரவேற்பும் இருந்ததற்கு, அதன் கடலமைப்பு ஒரு காரணம். மேற்கிலிருந்தும் கிழக்கிலிருந்தும் வருகை தந்த வணிகர்களும் நாடுகளைக் கண்டறியும் பயணிகளும் இந்நிலப்பரப்பிலேயே சந்தித்துக்கொண்டனர்.

தன்னுடைய புவியியல் அமைப்பால், அவர்களுக்கான அரசியல் பேசவும் வணிகத்தை மேற்கொள்ளவும் ஓய்வு எடுக்கவுமான மகிழ்விடமாகத் திகழ்ந்தது இலங்கை.

ஆதி இலங்கையில் ஒன்பது வகையான

ரத்தினங்கள், யானைத்தந்தம், முத்துகள் எனச் செழிப்பிற்குக் குறைவில்லை. கறுவா, தேயிலை, இரப்பர், தென்னை போன்ற வர்த்தகப்பயிர்கள் தான் குடியேற்றக்காரர்களை இலங்கை நோக்கிக் கப்பலைத் திருப்பச் செய்தது. 1970இல் பெருந்தோட்டப்பயிர்கள் 93 சதவீதம் ஏற்றுமதி கண்டு வர்த்தக உலகில் கெத்தாக நடைபோட்டது. நேற்றுவரை நீங்களும் நானுமாக உலக மக்கள் அனைவரும் அருந்திக்கொண்டிருந்த தேநீருக்கான தேயிலையில் 50 சதவீதம் இலங்கையில் விளைந்ததே. இலங்கையின் மொத்த ஏற்றுமதியில் 52 சதவீதமாக இருந்தன ஆயத்த ஆடைகள். இப்படிச் சீரும் சிறப்புமாக தான் இருந்தது இலங்கையின் பொருளாதாரம். 2001இல் முதல் முறையாக ஒரு பொருளாதார ஒடுக்கத்தைச் சந்தித்த போதிலும்கூட, 2001இல் கையெழுத்திடப்பட்ட இலங்கை அரசாங்கம் - விடுதலைப்புலிகள் இடையேயான போர் நிறுத்த ஒப்பந்தம் காரணமாகப் பொருளாதாரச் சரிவிலிருந்து உடனடியாக மீண்டு வந்தது. 2003இல் கொழும்பு பங்குச் சந்தை ஆசியாவிலேயே ஆகக்கூடிய வளர்ச்சியைப் பெற்றது. தெற்காசியாவில் அதிக தனிநபர் வருமானம் கொண்ட நாடாகவும் இருந்தது. ஆனால், சமீப வருடங்களில் படிப்படியாகக் கீழ்நோக்கிச் சென்றுகொண்டிருந்த இலங்கையின் பொருளாதாரம், மைனஸ் 16.3 சதவீதமாக அதள பாதாளம் நோக்கிப்பாய, இன்று உலகின் வாய்க்கு அவலாகி அல்லோகல்லோலப்பட்டுக்கொண்டிருக்கிறது.

பெட்ரோல் நிலையங்களில் மக்கள் கூட்டம் பல கிலோமீட்டர் நீளத்துக்குச் சோறு, தண்ணி மறந்து காத்திருக்கிறது. கூட்டத்தைச் சமாளிக்க ராணுவம் வருகிறது. விலைவாசி உயர்வு விண்ணைத் தாண்டி அடுத்த கிரகத்தை நோக்கிச் சென்றுவிட்டது. வலைத்தளங்களில் உலாவரும் ஹோட்டல் பில் ஆச்சரியமூட்டுகிறது. ஒரு நாளைக்கு 12 மணி நேர மின்தடைகள். மாதச் சம்பளக்காரார்களின் ஊதியத்தில் 10 நாள்கள்கூடச் சமாளிக்க முடியவில்லை. நாள்கூலி வேலை செய்பவர்களுக்கோ எங்குமே வேலையில்லை. கடலுக்குள் மீன்பிடிக்கச் செல்ல எரிபொருள் இல்லை. எரிவாயு தட்டுப்பாட்டினால் உணவகங்கள் மூடப்பட்டு விட்டன; பல்பொருள் அங்காடிகள் பொருள்களில்லாமல் வெறிச்சோடிக்கிடக்கின்றன. அரசுப் பணியாளர்களுக்கு ஊதியம் அளிப்பதில் சிக்கல். 3 வேளை சாப்பிட்ட மக்கள் 2 வேளைக்கும் 2 வேளை சாப்பிட்ட மக்கள் ஒரு வேளைக்குமாகப் பழகிவிட்டனர். பல குடும்பங்களும் அகதிகளாக வெளியேற பெட்டிப்படுக்கைகளைக் கட்டிவிட்டு சந்தர்ப்பத்திற்காகக் காத்திருக்கின்றன. இந்த நிலை நீடித்தால் இலங்கை மிகப்பெரிய பஞ்சத்தை சந்திக்கும் அபாயம் இருக்கிறது என்கின்றனர் பொருளாதார வல்லுநர்கள்.

இலங்கையின் தற்போதைய நிலை பொருளாதார நெருக்கடி என்பதிலிருந்து மனித வாழ்க்கை நெருக்கடி என்ற நிலையை எட்டிவிட்டது. இலங்கை அரசிடம் இப்போது கையிருப்பில் உள்ள பணம் ஒரு சில ஹாலிவுட் நடிகைகளின் தனிச்சொத்தை விடக் குறைவு என்றெல்லாம் ஒப்பீடு செய்யப்படுகிறது. சீனாவின் கடைக்கண் பார்வை

இலங்கைக் காதலியை விட்டு வேறு பக்கம் திரும்பிவிட, இப்போது உலக வங்கி மற்றும் சர்வதேச நிதி ஆணையத்தின் கடைக்கண் பார்வைக்காகக் காத்திருக்கிறது இலங்கை.

இந்த நிலை ஒரே நாளில் ஏற்பட்ட விபத்தல்ல. அரசை, அரசின்மூலம் நாட்டைத் தங்கள் கட்டுப்பாட்டில் வைத்திருந்த ராஜபக்சே குடும்பம், அந்த நாட்டின் பொருளாதாரத்தையும் மக்களின் வாழ்வையும் நசுக்க ரூம் போட்டு யோசித்தது போல. படிப்படியாக அத்தனையும் செய்தது. 2014 முதலே சர்வதேசக்கடன் அதிகரித்து வருகிறது. அதைப் பற்றிக் கிஞ்சித்தும் சிந்திக்காமல், மேலும் மேலும் சீன ஈட்டிக்காரனிடம் கடன் பெற்று நாட்டையே அடகு வைத்தாகிவிட்டாது. உள்நாட்டில் அதிகமான பணத்தை அச்சடிக்க, பண மதிப்பு எங்கோ கண்ணுக்குத் தெரியாத தொலைவில் கண்ணாமூச்சி காட்டுகிறது. ‘உலகிலேயே இயற்கைவழி, பாரம்பரிய விவசாயத்திற்குத் திரும்பும் ஒரே நாடு இலங்கை’ என்று ஒரே நாளில் எடுத்த துக்ளக் அறிவிப்பால் உர இறக்குமதிக்குத் தடை விதிக்கப்பட தேயிலை, நெல் உள்ளிட்ட உள்ளூர் விளைபொருள்களும் நாசமாக, விவசாயமும் போயே போச்சு. ராணுவத்திற்கான அபரிதமான செலவுகள், வரி விகிதம் குறைப்பு, விவசாயிகளுக்கு மானியங்கள் என அடுத்தடுத்து செய்த குளறுபடிகளின் விளைவாகப் பொருளாதாரத்தைக் குழிதோண்டி பத்திரமாகப் புதைத்துவிட்டு, அதன்மீது ஊழல் சிம்மாசனத்தில் அமர்ந்து எக்காளமிட்டுச் சிரித்தது ராஜபக்சே குடும்பம்.

2019 ஈஸ்டர் அன்று நிகழ்ந்த குண்டுவெடிப்புத் தாக்குதல்கள் தாம் இந்தச் சீரழிவுத் தொடரின் முதல் கண்ணி. தொடர்ந்து, இயற்கை தன் பங்குக்கு நுண்ணுயிர் தாக்குதலை அவிழ்த்துவிட, ஏற்கெனவே தட்டுத்தடுமாறிக்கொண்டிருந்த சுற்றுலாத் துறை, அந்த கோவிட் அலையில் மரண அடி வாங்கி குற்றுயுரும், குலையுயிருமாகிப் போனது. ஏனெனில் இலங்கையின் 10 சதவீதம் ஜிடிபி சுற்றுலாத்துறையின் மூலமே கிடைத்து வந்தது. கொரோனாவால் ஏற்பட்ட உலகப் பொருளாதார மந்தம் இலங்கையையும் தாக்கியது. “குன்று தங்கம் இருந்தாலும் குந்தித் தின்றால் தாங்காது” என்பதைப் புரிந்துகொள்ளாமல்... வளர்ச்சிக்கு வழி தேடாமல், இலங்கை அரசு கைவசம் இருந்த அந்நியச் செலாவணியைக் கரைத்துத் தீர்த்தது. ஆரோக்கியமான வளர்ச்சிப் பொருளாதாரத்திலிருந்து விலகி, அதீதமான சலுகைப்பொருளாதாரம் என்ற பாதையில் பயணித்தது.

திவாலாகும் கடன்காரனைப் பார்த்து கிளுகிளுக்கும் ஈட்டிக்காரனாக இந்தச் சந்தர்ப்பத்திற்காக, ஆவலுடன் காத்திருந்த சீனா, ஹம்பன் தோட்டத் துறைமுக மேம்பாட்டுக்காகத் தன்னிடம் பெற்ற 1400 கோடி கடனுக்காக, 99 ஆண்டுகளுக்கு அந்தத் துறைமுகத்தையே குத்தகைக்கு எடுத்துக்கொண்டது. ஹம்பந்தோட்டா விமான நிலையம், தெற்கு விரைவுச்சாலை, அனல்மின்நிலையம், கொழும்பு துறைமுக நகரம் உள்ளிட்ட பல திட்டங்கள் நடைபெறும் சாலைகளின் பெயர்ப்பலகைகளில் சிங்களம், தமிழ், ஆங்கிலத்தோடு இப்போது சீன மொழியும் சிரித்துக்கொண்டிருக்கிறது. “யுகாண்டாவை மூழ்கடித்த சீனக்

கடன்பொறி, இலங்கையையும் குறிவைத்து மூழ்கடித்துவிட்டது” என்கிறார் ஐக்கிய மக்கள் சக்தியின் நாடாளுமன்ற உறுப்பினர் ஃபீல்ட் மார்ஷல் சரத் பொன்சேகா. (கடந்த நவம்பர் மாதம் சீனாவிடமிருந்து பெற்றுக்கொண்ட கடனை திரும்பச் செலுத்த முடியாததால் உகாண்டாவின் ஒரே பிரதான நுழைவாயிலான சர்வதேச விமானநிலையமும் சீனாவின் கையில் உள்ளதாகச் செய்திகள் கூறுகின்றன).

சீனாவின் அடிமைகளாகவே மாறிப்போயிருந்த ராஜ பக்க்ஷேக்களால் இனிமேல் சீனாவிற்கு எந்தப் பலனும் இல்லை எனப் புரிந்துகொண்டு, இலங்கையைக் கைகழுவி விட்டு அடுத்த நாட்டிற்கான பொறியைத் தயார் செய்யப்போய்விட்டது சீனா. இந்தியா உள்ளிட்ட பல நாடுகளும் உதவிசெய்ய முன்வந்தாலும்கூட, இந்த உதவியெல்லாம், இலங்கையின் கடன் யானைக்கு சோளப்பொறிதான். இப்போது, சீனாவின் கொள்ளிக்குத் தப்பி, உலக வங்கியின் அக்னிக்குண்டத்திற்குத் தன்னைத் தாரை வார்க்க தயாராகிவிட்டது இலங்கை. ஆனால், இப்போதும்கூட ‘கடன்பெற்றான் நெஞ்சம் போல அந்த இலங்கை வேந்தர்கள் கலங்கிடவில்லை’. மர்மப்புன்னகையுடன் கதிரையில் ஃபெவிகுயிக் போட்டு ஒட்டிக்கொள்ளவே விரும்புகின்றனர். சர்வதேச நாணய நிதியம் உதவினால்கூட, இலங்கை எதிர்நோக்கியுள்ள பிரச்னையிலிருந்து ஓரளவு மீள முடியுமேயன்றி முழுமையாக மீள முடியாது என்பதே யதார்த்தம்.

இலங்கையில் பொது பாதுகாப்புச் சட்டத்தின் கீழ் பொருளாதார அவசரநிலை பிரகடனத்தை ஜனாதிபதி பிறப்பிக்க, அதன் தொடர்ச்சியாக நாடெங்கும் தன்னெழுச்சிப் போராட்டத்தில் ஈடுபட்டனர் மக்கள். அதிகார மையங்கள் தகர்க்கப்படுகின்றன. உணவுத்தட்டுப்பாடால், தெருவுக்கு வந்த மக்கள், தங்கள் எதிர்காலத்தைப் பறிகொடுத்த நிலையில் நாடாளுமன்ற உறுப்பினரை அடித்தே கொல்லுமளவிற்கு மாறியுள்ளனர். அறத்தின் வெப்பம் நெருப்பாக இன்று பற்றி எரிகிறது. ஆகச்சிறந்த தலைவர்களாக, நாட்டின் ராஜாவாக, தமிழர்களை அழித்து சிங்கள மக்களைக் காப்பாற்றிய கடவுளாக எந்த மக்களை நம்பவைத்து, தங்களைக் கொண்டாட வைத்தார்களோ அதே மக்கள்தாம், இன்று அவர்களை விரட்டிக்கொண்டிருக்கிறார்கள். நாட்டின் பிரதமர் ராஜினாமா செய்துவிட்டு, வீட்டைத் தீக்கு இரையாகக் கொடுத்துவிட்டு தலைமறைவாகிறார், ஆம், ராஜா வேஷம் கலைந்து போய்விட

பக்க்ஷேக்கள் இன்று உயிர் பிழைக்க ஓடிக்கொண்டிருக்கிறார்கள். வரலாறு தன்னைச் சற்றே புரட்டிப் போட்டுக்கொண்டிருக்கிறது. ஹிட்லர், இடிஅமீன், முசோலினி, வரிசையில் ராஜபக்க்ஷேக்கள் இன்று வரலாற்றில் இடம் பிடித்திருக்கின்றனர். முடிவை வரலாறு எழுதும்.

ஈழ மக்கள் அன்பானவர்கள், அதே நேரம் வைராக்கியமானவர்கள். யுத்தம் இழைத்த துயரமும் கோபமும் நெஞ்சில் நிறைந்திருக்கிறது. இந்த நெருப்புகளுக்கூடாக, 1981ஆம் ஆண்டில் சுமார் 97,000 நூல்களைக் கொண்ட யாழ்ப்பாணம் நூலகம் எரிந்த நிகழ்வுகள் தமிழர்களின் மனக்கண்ணில் நிழலாடாமல் இல்லை. இந்தக் கலவரங்களுக்கூடாக 1983 , கறுப்பு ஜூலை கலவரங்கள் நினைவில் தட்டுப்படத்தான் செய்கின்றன. இந்தப் போராட்டங்களின் ஊடாக 2009 மே மாதம் நினைவில் வந்து நெஞ்சை அறுக்காமல் இல்லை.

ஆனாலும் அவர்கள் பெரும்பாலும் போராட்டங்களில் கலந்துகொள்ளவில்லை. அமைதியாக நிலைமையை அவதானித்துக் கொண்டிருக்கிறார்கள். காரணம், கடந்த காலங்களில் அவர்களுக்கு இழைக்கப்பட்ட அநீதிகளையும் இழப்புக்களையும் அவர்கள் இன்னும் மறக்கவில்லை. எவரையும் நம்ப வேண்டாம் என அனுபவம் அவர்களுக்குக் கற்றுத்தந்திருக்கிறது. இந்த அரசியல் சீர்கேடுகள் இனவாதமாக மடைமாற்றப்பட்டுவிடக்கூடாதென்ற கவலையும் அவர்களுக்கு இருக்கிறது. 30 வருட யுத்த வாழ்வில், எமர்ஜென்சியும் ஊரடங்கும் பஞ்சமும் பதுங்குகுழி வாழ்வும் பழக்கமாகிப்போனது மற்றுமொரு காரணமாக இருக்கலாம்.

இந்தப் போராட்டங்கள் புதிய இலங்கை தேசத்தினை நோக்கிய பயணத்தின் ஆரம்பமாகத் தென்படுகிறது. படித்த மத்தியதர வர்க்கம், ஆண், பெண் பேதமற்ற இளைய சமுதாயம், விவசாயிகள், தொழில் வல்லுநர்கள், தொழிற்சங்கங்கள், சிவில் அமைப்புகள், அரசு அதிகாரிகள், பலகலைக்கழக விரிவுரையாளர்கள் எனப் பல்வேறு தரப்பினரும் தன்னெழுச்சியாகக் களத்தில் இறங்க தீப்பிழம்பாகப் புரட்சி பரவியது. இப்படி அனைவரையும் உள்வாங்கும் போராட்டங்கள் இலங்கை வரலாற்றில் புதிய ஆரம்பம்.

“மக்கள் நினைத்தால், ஆகாய விமானங்களைக் கல்லால் எறிந்து வீழ்த்துவார்கள், டாங்கிகளைக் கைகளால் புரட்டிப்போட்டுவார்கள்” என்ற ஃபிடல்காஸ்ட்ரேவின் வார்த்தைகள் எல்லாக் காலத்துக்கும் எல்லாத் தேசத்திற்கும் பொருத்தமானவை என்பதை கண்முன் காண்கிறோம். சர்வதேச அரசியலால், ஆதாயத்தால், மேற்குலகின் அழுத்தத்தால் இத்தீப்பிழம்புகள் தணிந்து போகலாம் அல்லது தற்காலிகமாகத் தணிக்கப்படலாம். ஆனால், தமிழ்ச் சமூகத்திற்கு நேர்ந்த துயரம் எந்தச் சமூகத்திற்கும் வேண்டாம், இலங்கையில் புரட்சி வெல்லட்டும், அமைதி திரும்பட்டும். மனிதம் காக்க ஒன்றிணைவோம்.

இலங்கை அரசியலின் அணையாத வெம்மை

ஆண்டு 1505. காற்றின் வேகத்திற்கேற்ப அசைந்து அசைந்து முன்னேறிக்கொண்டிருந்தது அந்தப் பாய்மரக்கப்பல். கிட்டத்தட்ட ஆறாயிரம் கடல்மைல்கள் கொண்ட நீண்ட பயணத்தில் களைத்திருந்தது போல் காணப்பட்டது. ஆனால், ஒரு புதிய தேசம் பார்க்கப்போகும் ஆவலில் சிரிப்பும் களிப்புமாக அதிலிருந்த மாலுமிகளும் இன்ன பிறரும் பயணித்துக்கொண்டிருந்தனர். உண்மையில் அவர்கள் மனதிற்குள் புது தேசம் பார்க்கும் ஆவல் மட்டுமல்ல, மற்றொரு காரணமும் மறைந்திருந்தது. "அந்தத் தேசத்தில் மணக்கும் நறுமணப்பொருள்கள் விளைந்து எங்கெங்கும் கொட்டிக்கிடக்கிறதாமே? மிளகும் ஏலமும் கறுவாப் பட்டையும் சல்லிசாகக் கிடைக்கிறதாமே? அள்ளி வந்து வியாபாரம் செய்தால் கொழுத்த லாபமாமே?" என்றெல்லாம் கேள்விப்பட்டதிலிருந்து இவர்களைப்போல ஐரோப்பியர் பலரும் இந்து சமுத்திரத்தில் ஒளிர்ந்துகொண்டிருந்த அந்தத் தீவுதேசம் பார்க்க, கடுமையான பயணத்திற்குத் தயாராகிவிடுகின்றனர். அப்படியான ஒரு போர்ச்சுகீசியக் குழுவின் பயணம்தான் அது.

மதுவும் நடனமுமாக சந்தோஷமாக வந்துகொண்டிருந்தபோது, திடீரென திரண்டெழுந்த பெரும்புயலும் ஆக்ரோஷமான அலைகளும் அந்தப் பாய்மரக்கப்பலைத் தத்தளிக்கச் செய்தது. அனைவரின் முகத்திலும் கவலையும் அச்சமும் அப்பிக்கிடந்தன. தங்களுக்கு முன்னால் சென்ற பலரையும் போல் தாங்களும் ஜலசமாதி ஆகிவிடுவோமா என்ற பயத்துடன் பிரார்த்தனை செய்யத் தொடங்கினர். குழுவிற்குத் தலைமையேற்று வழிநடத்திக்கொண்டிருந்த தளபதி டொன் லொரேங்கோ

அவர்களைத் தைரியப்படுத்திக்கொண்டிருந்தார். அவர்களின் பிரார்த்தனையின் விளைவோ என்னவோ போர்ச்சுகலிலிருந்து கிளம்பிய அந்தக் கப்பல் இலங்கையின் கொழும்பு கரையை அடைந்தது. வியாபார நோக்கில் முதன்முதலாக இலங்கைக்குள் காலடி எடுத்து வைத்த அந்தப் போர்த்துக்கீசியர்களுக்குத் தெரியாது, ஒருநாள் இந்த நாடு தங்கள் அரசன் வசமாகப்போகுமென்று.

ஒரு சின்ன ஃப்ளாஷ்பேக் போனால், உயிரைப் பணயம் வைத்து ஐரோப்பியர்கள் நுழைய ஆசைப்பட்ட தேசமான இலங்கையின் நீண்ட அரசியல் வரலாற்றைச் சுருக்கமாகப் பார்த்துவிடலாம்.

'வட வேங்கடம் தென்குமரி ஆயிடைத் தமிழ்கூறு நல்லுலகம்' - தொல்காப்பியம்

'பஃறுளி யாற்றுடன் பன்மலை யடுக்கத்துக் குமரிக்கோடும் கொடுங்கடல் கொள்ள' - சிலப்பதிகாரம்

என்று இலக்கியங்கள் அனைத்தும் தமிழகத்தின் தெற்கில்... இன்னும் இன்னும்... குமரி முனைக்கும் தெற்கில் தமிழகப் பகுதிகள் நீண்டிருந்தது என ஓங்கியடித்து ஒரே குரலில் சத்தியம் செய்கின்றன. தமிழகமும் இன்றைய இலங்கையும் ஒரே நிலத்தொடராக இருந்ததற்கும், அங்கு பஃறுளி ஆறு ஓடியதற்கும், குமரிக்கண்டம் கடல்கோளால் மூழ்கியதற்கும், இலக்கியத்தில் இது போன்ற ஏராளமான சான்றுகளை நெடுகப் பார்க்க முடிகிறது. இரு நாட்டுத் தாவரங்கள், விலங்கினங்கள் குறித்த ஆராய்ச்சியின் முடிவில், இலங்கைத் தீவானது தமிழ்நாட்டுடன் நிலத்தொடர்பு கொண்டிருந்ததாக ஆராய்ச்சியாளர்களால் ஏற்றுக்கொள்ளப்பட்டுள்ளது. இலங்கையின் மன்னாரில் உள்ளப் படிகப்பாறையும் மதுரையின் படிகப்பாறையும் ஒரே நிலத்தொடர்ச்சி என உறுதிசெய்யப்பட்ட செய்திகள் ஆச்சரியமூட்டுகின்றன. குமரிக்கண்டமே தமிழனின் பிறந்தகம், கடலில் மூழ்கிய குமரி நிலத்தின் எச்சமே இன்றைய ஈழம் (இலங்கை) என்றெல்லாம் தமிழ் ஆர்வலர்களும் வரலாற்றாளர்களும் மொழியியலாளர்களும் நெஞ்சம் நிமிர்த்தி, காலர் உயர்த்தி பெருமைகொள்கின்றனர்.

ஆனால், அந்தக் கடல்கோளுக்குத் தப்பிய இலங்கை நிலத்தின் அரசியல்களம் எப்போதும் ரணகளமாகத்தான் இருந்து வந்திருக்கிறது. கி.மு. ஐந்தாம் நூற்றாண்டை ஒட்டி, இலங்கைப் பழங்குடியினருக்கும் இந்தியாவின் வங்காளம், ஒரிஸாவிலிருந்து வந்த (விஜயன் வழிவந்த) குடியேற்றவாசிகளுக்கும் இடையே ஏற்பட்ட கலப்பினால் தோன்றிய இனமே சிங்கள இனம் எனச் சிங்கள வரலாற்று நூல்களும் இலக்கியங்களும் கூறுகின்றன. ஆரம்பத்தில் தமிழர் பண்பாட்டையே இவர்கள் பின்பற்றினாலும், கி.மு. மூன்றாம் நூற்றாண்டில் அசோகரின் முயற்சியால் பௌத்தம் பரவ ஆரம்பித்தது. இலங்கையில் புத்தமதம் பரவுவதற்கு முன் சிவ வழிபாடு நடந்ததாக, பூமியிலிருந்து தோண்டி எடுக்கப்பட்ட சிவன் சிலைகளும் நந்தி சிலைகளும் சாட்சி கூறுகின்றன.

ஒருபுறம், சிங்களமும் தேரவாத பௌத்தமும் தோளோடு தோள் சேர்ந்து நெருக்கமாக, மறுபுறம் சைவமும் தமிழும் பின்னிப்பிணைந்து ஆரத் தழுவிக்கொண்டன.

எட்டித் தொட்டுவிடும் தூரத்திலிருந்த தென்னிந்திய மன்னர்கள், தங்கள் புஜபல பராக்கிரமங்களைக் காட்டி சாம்ராஜியங்களை விரிவுபடுத்தி, வரலாற்றில் இடம்பிடிக்க விரும்பியபோதெல்லாம், அவர்களுடைய முதல்தேர்வாக இலங்கையே இருந்தது.

இலங்கையை வெற்றிகொண்டபின், தமது எல்லையைத் தக்க வைத்துக்கொள்ள, மீண்டும் மீண்டும் போரைத் தொடர வேண்டிய நிர்பந்தம் ஏற்பட்டது. இப்படித் தொடர்ந்து ஆக்கிரமிப்புக்கு உள்ளான இலங்கையில், தென்னிந்திய மொழி, கலாச்சாரம், மதம் போன்றவை செல்வாக்கு செலுத்தினாலும் இப்போர்கள் இந்தியாவின் மீதான வெறுப்பை, அச்சத்தை, பகையை வளர்த்தன என்பதே உண்மை. முதல் ஆக்கிரமிப்பாளனாகக் கருதப்படும் விஜயனைத் தொடர்ந்து, 21 முறை இந்திய ஆக்கிரமிப்பு நிகழ்ந்திருப்பதாக வரலாறு கூறுகிறது. கி.மு. 237இல் தொடங்கிய சேனன், குட்டிகன் ஆகிய சோழர்களில் ஆரம்பித்து, 1215இல் கலிங்க நாட்டைச் சேர்ந்த மகா கலிங்கனின் படையெடுப்பு வரை நீள்கிறது ஆக்கிரமிப்பாளர்களின் பட்டியல். இலங்கையின் உள்ளூர் அரசியலும் அன்று முதல் இன்று வரை அதகளம் தான். தத்தம் தந்தையரைக் கொன்றும், அரசர்களைக் கொன்றும், சொந்த சகோதரர்களைக் கொன்றும், அரச பதவிக்கு வந்த கசப்பான வரலாறுகள் சர்வ தேசங்களைப்போல இலங்கையிலும் உண்டு.

நறுமணப்பொருள்களால் ஈர்க்கப்பட்டு, ஐரோப்பியர்கள் இங்கு வந்த போது கொழும்பை உள்ளடக்கிய கோட்டை ராஜியம் (இந்தக் கோட்டையை ஏற்படுத்தியவன் அழகுக்கோன் என்ற தமிழன்), கண்டி ராஜியம், யாழ்ப்பாண ராஜியம் என மூன்றாகப் பிரிந்திருந்தது. இவற்றில் யாழ்ப்பாண ராஜியம் எப்போதும் தமிழர்கள் வசமே இருந்தது. கோட்டையையும் கண்டியையும் தமிழர்களும் சிங்களவர்களும் மாறி மாறி ஆண்டு வந்திருக்கிறார்கள்.

இக்கட்டுரையின் ஆரம்பத்தில் நாம் சந்தித்த டொன் லொரேங்கோ டி அல்மேதா குழுவினரைத் தொடர்ந்து சாரைச் சாரையாக இயற்கை வளம் கொழித்துக்கொண்டிருந்த இலங்கை நோக்கிக் கப்பல்கள் வர ஆரம்பித்தன. வியாபார ஆசை, நாடு பிடிக்கும் ஆசையாக உருவெடுத்தது. கோட்டே (கொழும்பு) மன்னன் தர்மபால பெரிய பண்டாரா தனக்கு வாரிசு இல்லாததால், கோட்டே ராஜியத்தை 1580இல் போர்த்துக்கீசிய மன்னருக்கு உயில் எழுதிவைக்க, 1897இல் அவர் இறந்தபின் கோட்டே நேரிடையாகப் போர்த்துக்கீசியர்கள் வசமானது. அடுத்து நடந்த உள்நாட்டுப் போர்களின் போது, கண்டி ஆட்சியாளர்கள் டச்சு கிழக்கிந்திய கம்பெனியிடம் உதவி கேட்க, ஊர் இரண்டு பட்டால் வந்தேறிகளுக்குக் கொண்டாட்டம் தானே? ஒண்ட வந்த வீட்டு நெய்யை

எடுத்து தங்களுக்குள் பங்கிட்டுக்கொண்டனர். 1638இல் செய்யப்பட்ட ஒப்பந்தத்தின் காரணமாகப் போர்த்துக்கீசியர் வசமிருந்த பகுதிகள் ஒல்லாந்தர் பக்கம் வந்தது. 1796இல் ஒல்லாந்தர் ஆங்கிலேய கப்பல்களைத் திரிகோணமலை துறைமுகத்தில் தரிக்க இடமளிக்காததால், மீண்டும் போர்... 1801இல் ஆங்கிலேயருடன் செய்த ஒப்பந்தத்தின்படி ஒல்லாந்தர் ஆங்கிலேயருக்கு இலங்கையைத் தாரை வார்த்தனர். இப்படி ஊர்த் தேங்காயை எடுத்து ‘கொடுத்துக் கொடுத்து’ விளையாடியதால், இலங்கை நிரந்தரமாக ஆங்கிலேயர் கட்டுப்பாட்டுக்குள் வந்தது.

133 வருட ஆங்கிலேயர் ஆட்சிக்குப் பின், 1948ஆம் ஆண்டு கிடைத்த சுதந்திரம்கூட அவ்வளவு சுகமான வாழ்வை மக்களுக்குத் தந்துவிடவில்லை. அதன்பிறகே தமிழ் - சிங்கள இனங்களுக்கிடையே முரண்பாடுகள் வெளிப்பட ஆரம்பித்தன. தமிழர்களுக்கும் சிங்களவர்களுக்குமான வரலாறு, பண்பாடு, வணிகம், அரசியல் போன்ற பல்முனைத் தொடர்புகளால் இறுகப் பின்னப்பட்டது. இவ்வுறவு தொன்மையானது ஆனால், நெருடலானது, சிக்கலானது. அரசியல், பொருளாதாரம், கல்வி, வேலைவாய்ப்பு, குடியேற்றம் எனக் கொஞ்சம் கொஞ்சமாக இரு இனத்தவருக்குமிடையே உரசல் தொடங்கியது. 1958லேயே இனக்கலவரங்கள் நிகழத் தொடங்கிவிட்டது. எங்கு அடக்குமுறையும் ஒடுக்கலும் இருக்கிறதோ, அங்கு கிளர்ச்சியும் விடுதலைப் போராட்டமும் தன்னிச்சையாக எழும் என்ற வரலாற்று உண்மைக்கு இலங்கையும் தப்பவில்லை.

இத்தீவின் பெரும்பான்மையினராக உள்ள சிங்களவர்கள், இந்தோ ஐரோப்பிய மொழிக்குடும்பத்தைச் சேர்ந்ததாகக் கருதப்படும் சிங்கள மொழியைப் பேசுகின்றனர். சிங்களம் மட்டுமே இந்நாட்டின் அரச கரும மொழி என்ற ‘தனிச் சிங்களச் சட்டமே’ அங்குள்ள பிரச்னைகளுக்கெல்லாம் பிள்ளையார் சுழி போட்டது என்கின்றனர் எனது இலங்கைத் தோழமைகள். “அரசியலமைப்பு இனப்பாகுபாடு காட்டுவதில்லை, தமிழர்கள் உயர் பதவிகளில் அமர முடியும்” என்றே இலங்கை சட்டங்கள் கூறுகின்றன. ஆனால், இந்த ஏட்டுச் சுரைக்காய்கள் தமிழர்களின் கறிக்கு உதவவில்லை. ஏனெனில், இலங்கை அரசியல் சட்டத்தில் முதல் மொழியாகச் சிங்களமும் முதல் மதமாக புத்த மதமும் வரையறை செய்யப்பட்டுள்ளது. அதனால், அரசுப்பணியில் உள்ள தமிழர்களும் சிங்களம் படிக்க வேண்டிய கட்டாயத்துக்கு உள்ளாக்கப்பட்டார்கள். ஓர் இனத்தின் இருப்புக்கு, உரிமைக்கு அடிப்படையாக அமைவது மொழிதானே?

1956இல் சிங்களத்தை மட்டும் அரச மொழியாக்கிய சட்டம், சிங்கள பேரினவாத ஆட்சியின் கீழ் நடைமுறைப்படுத்தப்பட்ட இனவாத பாகுபாடிற்கான முதல் கல். அதன்பின் 1972இல் அறிமுகப்படுத்தப்பட்ட முதல் குடியரசு அரசியல் அமைப்பும் பல்கலைக்கழகங்களுக்கு மாணவர்களைச் சேர்த்துக்கொள்வதற்கான தரப்படுத்தல் நடைமுறையும் அடுத்தடுத்த கற்களை அடுக்கி இரு இனத்தவருக்குமிடையே மிகப்பெரிய

சுவரை எழுப்பியது.

சிங்களப் பேரினவாதத்தின் அதிகாரத்துக்கு எதிராகத் தமிழ் மக்களின் உரிமைப் போராட்டம் உருவெடுத்தது. தொடர்ச்சியான போராட்டங்கள் 1983 க்குப் பின்னர் உள்நாட்டுப்போராக மாறியது. தமிழர்கள் கேட்ட, தமிழ் தேசியம் என்பது பிரிவினைக்கான கோரிக்கை அல்ல, அடையாளத்துக்கான போராட்டம் என்பதை இலங்கை அரசு மட்டுமல்ல, உலகநாடுகள்கூட புரிந்துகொள்ளவில்லை.

மொழிப்பிரச்னை, இனப்பிரச்னையாகத் திட்டமிட்டு மடைமாற்றப்பட்டது. இனவாதம் ஒரு வலிய அரசியல் ஆயுதமாக விருத்தியடைந்தது. இதை அரசியல்வாதிகள் மேலும் மேலும் ஊதி ஊதிப் பெருக்கினர். சாதி, மதம், இனம், மொழி இவைதானே எல்லா நாடுகளிலும் அரசியல்வாதிகள் பிழைப்பிற்கான வழி! இன வேறுபாடு , இன வெறியாக மாற்றப்பட்டது. ஒவ்வொரு தமிழரின் தவறும் அந்த இனத்தின் தவறாகவும் ஒவ்வொரு சிங்களரின் தவறும் அந்த இனத்தின் தவறாகவும் காட்டப்பட்டது. “தமிழர்களுக்குத் தமிழ்நாடு இருக்கிறது, எங்களுக்கு உலகில் எவர் உண்டு” என்கின்ற வாசகம் சிங்களத்தில் பிரபலமாகியது.

இலங்கை அரசு மகா சங்கத்தினருடன் கைகோத்து கையாண்டு வந்த தீவிர ‘சிங்கள பௌத்த தேசியவாதம்’ என்ற கருத்தியலால், இனக்கலவரங்கள், போராட்டம், யுத்தம், வதைமுகாம்கள், அடையாள அழிப்பு என ஓர் அழகிய தேசத்தின் முகம் சிதைக்கப்பட்டது. தமிழர் விரோத இனவாத யுத்தத்தின் வெம்மை மானுடத்தை அழித்துத் தீர்த்தது, பொருளாதாரத்தை குட்டிச்சுவராக்கியது.

மதவாதத்தின் பிடியில் சிக்கி, கொழுந்துவிட்டு எரிந்து கொண்டிருக்கும் இலங்கை அரசியலின் வெம்மை எப்போதும் சுட்டெரிப்பது அதன் மக்களைத் தான். ஆட்சியாளர்களுக்கு இருக்கவே இருக்கிறது சொகுசு தீவுகளும் உல்லாச வாழ்க்கையும்.

மன்னார் தீவினுக்கோர் பாலம் அமைத்தே...

சிலுசிலுவென காற்றும் லேசான சாரலுமாக இனிமையான மாலைப்பொழுதின் ரம்யமான சூழலில் மெய், பொய் எல்லாம் மறந்து ஆனந்த சயனத்தில் ஆழ்ந்திருக்க, கார் அலுங்காமல், குலுங்காமல் (ஜப்பான் மேட்) ஓரிடத்தில் நின்றது. "மேன்மை தாங்கிய சீமாட்டிகளை எங்கள் தமிழ் நிலப்பரப்பிற்குள் வரவேற்கிறோம், வருக, வருக" கிண்டலாகக் கூறிக்கொண்டே நண்பர் மடுதீன் இறங்க, மதியச் சாப்பாட்டின் உபயத்தால் சொக்கி வந்த சோம்பலைத் தள்ளிவைத்து விட்டு இறங்கினோம். கொழும்பிலிருந்து வடமாகாணமான மன்னார் நோக்கிச் சென்றுகொண்டிருந்தோம். மன்னாரை நெருங்குவதற்கு, 15 கி.மீ முன்னதாகவே வந்துவிட்டது கட்டுக்கரைக்குளம் *(Giant Tank)*. இறங்கியதும் கண்ணில் பட்ட விநாயகருக்கு ஒரு 'ஹாய்' சொல்லிவிட்டு நகர்ந்தோம்.

மிகப் பிரம்மாண்டமான ஏரி. நாங்கள் சென்ற மே மாதத்திலும் தண்ணீர் வற்றாமல் கிடந்தது. அலைவீசும் ஏரிக்கரையில் நின்ற போது பொன்னியின் செல்வனில் வந்தியத்தேவன் அறிமுகமாகும் வீரநாராயண ஏரிக்காட்சியும் ஏரி குறித்த வர்ணனைகளும் ஏனோ நினைவுக்கு வந்தது. அருள்மொழி வர்மனும் வந்தியத் தேவனும் பூங்குழலியும் நடமாடிய இலங்கை மண்ணில் நானும் இன்று. நினைக்கவே கொஞ்சம் கிளுகிளுப்பாகத்தான் இருந்தது. கல்கி விவரித்த இலங்கையழகும் குட்டித் தீவுகளும் வானுயர்ந்த மரங்களும் வெளிச்சம் புக முடியாத காடுகளும் பிரம்மாண்ட புத்தர் சிலைகளும் பழமை வாய்ந்த கட்டிடங்களும் காலத்தால் அழியாத ஓவியங்களும் காணக்கிடைக்குமா என மனதிற்குள்

நப்பாசை.

இந்தக் கட்டுக்கரைக்குளம் பகுதியில்,1600 ஆண்டுகளுக்கு முன்னர் மனிதர்கள் வாழ்ந்ததற்கான சான்றுகளாக, நூற்றுக்கணக்கான பொருள்கள் அகழ்ந்தெடுக்கப்பட்டுள்ளன. ஐயனார் கோயில் ஒன்று இருந்ததற்கான அடையாளங்களும் கண்டறியப்பட்டுள்ளது. இங்கு கண்டெடுக்கப்பட்ட யானைகள், காளைகள் போன்றவற்றுக்கு கட்டுகின்ற மணிகள் இலங்கையின் எந்தப் பாகத்திலும் காணப்படவில்லையாம். ஏன், ஐயனார் வழிபாடு மேற்கொள்ளப்பட்ட மதுரையில்கூட இந்த வகையான மணிகள் காணப்படாததால், இந்தப் பிரதேசம் தனித்தன்மை வாய்ந்ததாகத் திகழ்ந்திருக்கிறது என்கிறார் யாழ் பல்கலைக்கழகப் பேராசிரியர் புஸ்பரட்னம்.

ஐந்தாம் நூற்றாண்டில் மன்னர் ததுசேனனால் கட்டப்பட்டு பன்னிரண்டாம் நூற்றாண்டில் மன்னர் முதலாம் பராக்கிரம பாகுவால் புனரமைக்கப்பட்ட மகாநாம மாதா வாபி குளம் தான், மான மடுவாவி, யோதவாவி, ராட்சச தொட்டி (*Giant Tank*) என்றெல்லாம் பல பெயர்களில் அழைக்கப்படுகிறது. ஆரம்பத்தில் 98 சதுர கிலோ மீட்டர் நீர்ப்பிடிப்பு பகுதியைக் கொண்டிருந்திருக்கிறது. தற்போது, 27,000 ஏக்கர் விவசாயத்திற்கு இந்த ஏரி நீரே பயன்படுகிறது. இலங்கையில் இந்த நீர்த்தேக்கத்தில் மட்டுமே சிமெண்ட் தயாரிக்கப் பயன்படும் *Montmorillonite* என்ற வகை களிமண் கிடைக்கிறதாம். நண்பரின் சொந்த ஊர்க்கதை கேட்டுக்கொண்டே பயணத்தைத் தொடர்ந்தோம்.

அட, இது என்ன பாம்பன் பாலம் போல... கடலுக்குள் பாலமா... ஆம், மன்னார் தீவை இலங்கையின் பிற பகுதிகளுடன் இணைப்பதற்கான 3.5 கி.மீ நீளமுள்ள பாலம் கடலின் மீது செல்கிறது. பாம்பன் பாலம் போல் மிக உயரத்தில் இல்லாமல் தாழ்வாகவே இருப்பதால் கொஞ்சம் பயமாகவும் இருந்தது. 1930களில் போடப்பட்ட ஒரு குறுகிய ஒற்றைப்பாதை பாலம், 1990இல் இன அழிப்பு போரின் போது உடைக்கப்பட, பயணத்திற்கு ரொம்பவே கஷ்டப்பட்டிருக்கிறார்கள். சில கி.மீ தூரத்தில் இருக்கும் பக்கத்து ஊர்களுக்குச் செல்பவர்களும் யாழ்ப்பாணம் பல்கலைக்கழகத்துக்குப் படிக்கச் செல்லும் மாணவர்களும் பட்டதுயரங்களைக் கேட்டபோது ஆயாசமாக இருந்தது. அதன் பிறகு அலுமினியத்தால் ஆன தற்காலிகப் பாலம் போடப்பட்டது. 1990இல் உடைக்கப்பட்ட பாலம் 2010, மார்ச்சில் ஜப்பான் நாட்டு உதவியுடன் புனரமைக்கப்பட்டுத் திறக்கப்பட்டது என்பதை அங்கிருந்த கல்வெட்டு ஜப்பான் மொழியில் சொல்கிறது. கிட்டத்தட்ட 157.1 மீட்டர் நீளமும் 11 மீட்டர் அகலமும் கொண்ட பாலம் இன்று மன்னாரின் அடையாளமாகிவிட்டது. மன்னார் தீவினுக்கோர் பாலமமைத்து, பயணத்தை எளிதாக்கிய ஜப்பானுக்கு ஒரு ‘அரிகாடோ’ (*thanks*) சொல்லிவிட்டு இறங்கினோம். ஆழமற்ற அழகான கடல்பகுதி இருபுறமும். பரபரவென வீசும் காற்றோடு மல்லுக்கட்டிக்கொண்டே பாலத்தில் நடந்து செல்வது சுகமாகத்தான் இருக்கிறது.

நாற்புறமும் அலைகள் தரையைத் தொட்டு தாலாட்டிக்கொண்டிருக்க, கடலோரத்தில் பரபரப்பாக இயங்கிக்கொண்டிருந்தது 30 கி.மீ. நீளம் கொண்ட அந்தத் தீவு. இலங்கையின் வடமேற்கில், வடக்கு மாகாணத்தின் ஐந்து மாவட்டங்களில் ஒன்றாக, மாவட்டத் தலைநகராக இலங்கையின் தொங்கலில் (கடைசியில்) இந்தியாவிற்கு மிக அருகில் அமைந்துள்ளது மன்னார். கி.பி. 1650இல் போர்த்துகீசியர் படையெடுத்து வரும்வரை மன்னார், யாழ்ப்பாணம் ராஜியத்தின் ஒரு பகுதியாக இருந்திருக்கிறது. போர்த்துகீசியம், டச்சு அதன்பின் பிரிட்டிஷ் எனத் தலைமைகள் மாறியிருக்கின்றன. இயற்கை ஆர்வலர்கள், வரலாற்று ஆர்வலர்கள், சுற்றுலாவாசிகள் என அனைவரையும் கவர்ந்திழுக்கும் காந்தக் கண்ணழகிதான் மன்னார் என்பதில் சந்தேகமில்லை.

யுத்த காலத்தில் பல ஆண்டுகள் விடுதலைப்புலிகள் கட்டுப்பாட்டில் இருந்த மன்னார் மாவட்டம், 2008 ஆம் ஆண்டு இலங்கை ராணுவத்தின்கீழ் வந்தது. இலங்கைத் தமிழர்கள் பெரும்பான்மையாகவும் இலங்கை மூர்ஸ் மற்றும் சிங்களவர்கள் குறைந்த எண்ணிக்கையிலும் இந்தியத் தமிழர்கள் (0.40 %) மிக மிகக் குறைவாகவும் இருக்கின்றனர். போர்த்துகீசிய ஆட்சி கொழும்பில் தொடங்கி நீர்க்கொழும்பு, யாழ்ப்பாணம் வரை பரவி, (அத்தோடு சந்தடி சாக்கில் நாகர்கோவில், கன்னியாகுமரி, தூத்துக்குடி வரை) கிறிஸ்துவத்தை அறிமுகப்படுத்தி, மன்னார்வளைகுடா முழுவதையும் கத்தோலிக்க பெல்ட் ஆக்கியதால், இங்கு கத்தோலிக்க கிறிஸ்தவர்கள் அதிக அளவில் உள்ளனர்.

திருக்கேதீஸ்வரம், மடுமாதா தேவாலயம், தள்ளாடி, குஞ்சுகுளம் தொங்கு பாலம், அல்லி ராணிக்கோட்டை, கட்டுக்கரைக்குளம், வங்காலை பறவைகள் சரணாலயம், பெருக்குமரம், மாதோட்ட துறைமுகம், மன்னார்கோட்டை என வரலாற்றுச் சிறப்புகளால் நிறைந்திருக்கிறது மன்னார். “ஹேய் வண்டியை நிறுத்துங்க…நிறுத்துங்க” என்று கத்தினேன்.

மன்னாருக்குள் நுழையுமிடத்தில் இருந்த ஒரு விளம்பரப்பலகையைப் பார்த்து, 'கழுதைகள் மருத்துவமனை மற்றும் கல்விமையம்'. நான் தான் தவறாக வாசிக்கிறேனோ? என் குழம்பிய முகத்தைப் படித்துவிட்ட மெரினா சிரித்தார். "என்ன தெகைச்சிப்போய்ப் பார்க்கறீங்கள், எங்கட நாட்டில் கழுதைக்குக்கூட ஒஸ்பிடல் உண்டு தெரியுமோ?" மன்னாரின் பிரதான வீதிகள் உட்பட அனைத்து வீதிகளிலும் சர்வ சுதந்திரத்துடன் வலம் வருகின்றன ஏராளமான கழுதைகள். நம் ஊரில் மிதவாதிகளாகக் காணப்படும் கழுதைகள், அங்கு எப்போது பாய்ந்து வரும், எப்போது தள்ளிவிடும் என்று யூகிக்க முடியாத அளவுக்கு, தெருவில் செல்வோரை இடித்துத்தள்ளி பாரிய விபத்துகளையும் ஏற்படுத்தி தீவிரவாதி அவதாரமெடுத்து விடுகின்றனவாம். கழுதைகளுக்கான பராமரிப்பு, மருத்துவ சிகிச்சைகள், கழுதைகள் தொடர்பான ஆய்வுகள் போன்றவற்றை மேற்கொள்ளவே கழுதைகள் மருத்துவமனை மற்றும் கல்விமையம் இயங்குகிறது. கிளியோபாட்ராவின் அழகைப் பராமரித்த கழுதைப்பால் இங்கும் உற்பத்தி செய்யப்பட்டு அழகுசாதனப் பொருள் தயாரிப்பில் பயன்படுத்தப்படுகிறதாம். இவ்வளவையும் கேட்ட பிறகு கழுதையின் படத்துடன் பார்த்த *Donkeys - Go SLOW* என்ற அறிவிப்பு பலகை எனக்கு ஆச்சர்யத்தை ஏற்படுத்தவில்லை.

ஊருக்குள் நுழைந்துவிட்டோம். நகரின் நடுவாந்திரமாக உள்ளது பஸ் தரிப்பிடம் (*Bus Stand*). பெரும்பாலும் அரசு பேருந்துகள்தாம். நீண்ட தூரப் பயணங்களுக்குத் தனியார் பேருந்துகளும் உண்டு. பஸ் தரிப்பு நிலையத்திற்கு முன்னால் மன்னார் மாவட்ட 'கச்சேரி' (மாவட்ட ஆட்சியர் அலுவலகம்) அமைந்திருக்க, மையத்தில் தந்தை செல்வநாயகத்தின் நினைவுஸ்தூபி, சிலையாகக் காணப்படுகிறது. தலைமன்னாரிலிருந்து மன்னார் வழியாகத் தொடருந்து போக்குவரத்தும் கொழும்பு வரை செல்கிறது. போர்க்காலத்தில் சேதமடைந்த இப்பாதை இலங்கை - இந்திய நட்புறவின் அடையாளமாக இந்திய அரசின் நிதியில் மீள புனரமைக்கப்பட்டுள்ளது. 150 வருடம் தொன்மையான புனித சவேரியர் ஆண்கள் தேசியக் கல்லூரியும் புனித சேவியர் பெண்கள் கல்லூரியும் தான் (பள்ளிகள்தாம்) மாவட்டத்தின் முக்கிய பாடசாலைகளாக விளங்குகின்றன.

ஒரு லட்சம் ஜனத்தொகையுள்ள மன்னாரில் மீன்பிடியே பிரதான தொழில். மீன்கள் சல்லிசான விலையில் கிடைப்பதாலோ என்னவோ, தினசரி சமையலில் மீன்கறி கட்டாயம் உண்டு. இந்தியாவுக்கும் இலங்கைக்குமான உறவு நல்ல தோணியிலும் கள்ளத்தோணியிலுமாக காலம் காலமாக மன்னார் வழியாகவே தொடர்ந்திருக்கிறது. 15ஆம் நூற்றாண்டிலிருந்தே தனுஷ்கோடியிலிருந்து தலைமன்னாருக்கு அனுமதிக்கப்பட்ட தோணி படகுப் போக்குவரத்து தினமும் நடைபெற்றுள்ளது. இலங்கையிலிருந்து சோப்பும் தேங்காய் எண்ணெயும் லுங்கிகளும் இங்குவர இங்கிருந்து பெட்ரோல் முதலான எரிபொருள்களும், வெங்காயமும், மஞ்சளும், இன்னபிற பொருள்களும்

சர்வ சாதாரணமாகப் பயணமாயிருக்கிறது மிகச்சமீபக் காலம் வரை. 1915இல் கட்டப்பட்ட தலைமன்னார் கலங்கரை விளக்கம் 19 மீட்டர் (62 அடி) உயரத்தில் வெண்ணிறத்தில் பளீரென நிற்கிறது.

தனுஷ்கோடியில முத்துக்குளிக்க இறங்குபவர்கள் அப்படியே கடல் வழியாகவே போய் மன்னார் கடற்கரையில ஓய்வெடுப்பார்களாம். (மன்னாரில் ஒரு குடும்பத்தையும் ராமேஸ்வரத்தில ஒரு குடும்பத்தையும் ஒருத்தருக்கொருத்தர் தெரியாம வைச்சிருந்த குடும்பத் தலைவர்கள் (?) நிறைய இருந்ததாகக் கூறப்படும் செவிவழிச் செய்தியைக் கதையாகச் சொல்லி சொல்லிச் சிரிக்கிறார்கள்).

தமிழுக்கு மதுவென்று பேர்

"அலோ... றமா... எப்படி சுகமா இருக்கறியளா? உங்கட பெடியனும் பெட்டையும் சுகந்தானே? றமாவோட கதைச்சி கனகாலம் ஆச்செண்டு தான் இண்டைக்கு கால் எடுத்தனன். நான் எப்பிடி இருக்கிறன் எண்டு கேக்கிறியளா... ஏதோ பறவாயில்ல, இருக்கிறன். என்ர வாழ்க்கையில் சில மறக்க முடியாத மாற்றங்களும் இந்த கொரானாவினால நடந்து போச்சு. அதெல்லாம் என்னெண்டு விளாவாரியாப் பிறகு தெரியப்படுத்திறனே... உங்கட நாட்டுக்குக் கூப்பிடறியளா? எனக்குப் பிடிச்ச நாடு உங்கட தானெண்டு உங்களுக்கும் தெரியும்தானே? இந்தியாக்கு வரோனும் எண்டு விருப்பம் நிறம்ப இருக்குத்தான், வரத்தான் ஏலாமக் கெடக்கு, எங்கட நாட்டில் சாமானுகளின்ர தட்டுப்பாடு ஒருபக்கம் கூடிக்கொண்டு கிடக்கு, விலையும் இன்னொரு பக்கம் கூடுறது எண்டு நாடு போய்க்கொண்டு கிடக்கு, எப்படி நாட்கள கடத்தப் போறோமெண்டுப் புரியாமக் கிடக்கினம்" என்று யாழ்ப்பாணத்திலிருந்து ஆசிரியர் சங்கத்தோழியின் தேன்தமிழ்க்குரல் வெகு நாட்களுக்குப் பிறகு பாய்ந்து வந்தது. அந்தச் செய்தியின் கரு மனதைக் கனக்கச் செய்தாலும் பாரதிதாசன், "தமிழுக்கு மதுவென்று பேர்" சொன்னதாலோ என்னவோ, அந்தத் தமிழின் இனிமை கேட்கும்போதே போதையாகத்தான் இருக்கிறது.

மொழி ஒன்றென்றாலும் பேச்சு வழக்குகள் முற்றாக மாறிக்கிடக்கின்றன இந்து சமுத்திரத்தின் இருபுறமும். நீண்ட காலம் தமிழகத்தில் இருந்து கடலால் பிரிக்கப்பட்டிருப்பதும் வேறுபட்ட வரலாற்று, அரசியல் சூழல்களும் மாறுபட்ட பண்பாட்டுத் தாக்கங்களுமாகப் பல்வேறு கூறுகள் இதற்குக் காரணங்களாக இருந்திருக்கலாம். நாம் தூயத் தமிழைப்

பழைய சினிமாக்களில் மட்டுமே ஆவணப்படுத்திவிட்டு, 'தமிங்கிலிஷ்' நோக்கிக் கெதியாகப் போய்விட்டோம். ஆனால், இலக்கணத் தமிழுடன் ஒத்ததாக இலங்கைத் தமிழரின் வார்த்தை உச்சரிப்புக்கள் இன்றைக்கும் இருக்கின்றன. நாம் பயன்படுத்தாத தூயத் தமிழ் வார்த்தைகள் சரளமாகப் புழக்கத்தில் உள்ளன. பெரியவர் முதல் சிறுவர் வரை, அவர்களின் மொழி ஆளுமை வியக்க வைக்கிறது. நான்காம் ஆண்டு (வகுப்பு) பயிலும் அபிஷக் உடன் கதைத்துக்கொண்டிருக்கும் போது அவர் பயன்படுத்தும் தூயத் தமிழ்சொற்களும் இலக்கண அறிவும் அசரடித்தன.

முதன்முதலில் இலங்கைத் தமிழ் நமக்கு வானொலி வழியாகவே பரிச்சயமானது. இலங்கை அறிவிப்பாளர்களின் குரலுக்கும் தமிழுக்கும் மனதைப் பறிகொடுத்து பித்தாய் அலைந்தார்கள். தொலைக்காட்சிகளும் தமிழ்த் திரைப்படங்களும் நாமறிந்த இலங்கைத் தமிழின் வட்டத்தைச் சற்றே பெரிதாக்கின. யூ டியூப் காணொளிகளால் மேலும் சற்று அதிகப்படியாக அறிந்துகொண்டோம். ஆனாலும் நமக்குத் தெரிந்த அப்துல்ஹமீதும் தெனாலி கமலும் கன்னத்தில் முத்தமிட்டால் நந்திதா தாஸும் பிக்பாஸ் தர்ஷனும் லொஸ்லியாவும் யூ டியூபில் வரும் ஆளுமைகளும் பேசுவது ஒரே தமிழ் என்று நினைத்துக்கொண்டிருக்கும் அப்பாவிகள் நாம். ஆனால், அப்துல்ஹமீது பேசுவது இஸ்லாமிய உச்சரிப்புடன் கூடிய தமிழ் என்றும் கன்னத்தில் முத்தமிட்டால் நந்திதாதாஸ் பேசும் தமிழ் வன்னித்தமிழ் என்றும் பிக்பாஸ் தர்ஷன் தமிழில் யாழ்ப்பாண வட்டார வழக்கு கலந்திருப்பதாகவும் லொஸ்லியாவின் தமிழில் கொழும்புப் பேச்சும், அவர் கத்தோலிக்க மதத்தை சார்ந்தவராதலால், அது சார்ந்த உச்சரிப்பும் கலந்திருப்பதாகவும் தெனாலி கமல் பேசும் தமிழில் இஸ்லாமிய உச்சரிப்பின் சாயல் இருப்பதாகவும் (அவருக்கு தமிழ் கற்றுக் கொடுத்தவர் அப்துல்ஹமீது என்பதால் இருக்கலாம்) விரிவாகக்கூறி மிரள வைக்கிறார் நண்பர் மடுதீன்.

ஆம், தமிழகத்தில் பல்வேறு வட்டார வழக்குகள் இருப்பது போலவே, இலங்கையிலும் யாழ்ப்பாணத்தமிழ், மட்டக்களப்புத்தமிழ், வன்னித்தமிழ், மலையகத்தமிழ், இஸ்லாமியத்தமிழ் எனப் பேச்சுத்தமிழ் வேறுபடுகிறது. உலகளவில் தமிழில் 22 வட்டார வழக்குகள் இருப்பதாக எத்னொலோக் (Ethnologue) என்ற உலக மொழிகள் பற்றிய பதிப்பு நிறுவனம் தெரிவிக்கிறது. இலங்கையில் பேசப்படும் எல்லாத் தமிழ் வழக்குகளிலும், அதிகம் இலக்கியத் தன்மை வாய்ந்தது மட்டக்களப்புப் பேச்சுத்தமிழ் தான் என்கிறார் கமில் சுவெலபில் என்ற மொழியியலாளர்.

"மிகப் பழமையானது, புராதன தமிழுக்கு நெருக்கமானதுமான யாழ்ப்பாணத்தில் கதைக்கும் தமிழ், உங்கட தமிழுக்குப் புரியக்கூடிய மாதிரி இருக்காது, இந்தியத் தமிழ் பேசும் உங்கட சனங்க அதை மலையாளமெண்டே பிழையாக விளங்கிக்கொள்வதுண்டு" என்கிறார் யாழ்ப்பாணத்து வசந்தி. "ஓம், ஓம், எங்கட சனத்துக்கு யாழ்ப்பாணத்துக்காரா மாதிரி இழுத்து இழுத்துக் கதைக்க ஏலாது தான்" என்று பகடி செய்யும் வன்னிவாசியான ஷர்மிளா, "யான்

அறிந்த தமிழ்மொழிகளிலே வன்னித்தமிழ்ப் போல வளமான தமிழ் இல்லை" என்று அடித்துக் கூறுகிறார். திரிகோணமலை வாசிகள் சிங்களவர்களுடன் கலந்து வாழ்வதால், அவர்களது தமிழ் உச்சரிப்புகள், சிங்கள உச்சரிப்புகள் போலவே இருக்கிறதாம். தேயிலைத் தோட்டத்தில் வேலை செய்துகொண்டிருந்த அக்காக்கள் பேசிய கண்டித் தமிழ் ஏறத்தாழ நமது இந்தியத் தமிழ் போலவே எனக்குத் தோன்றியது. மட்டக்களப்புத் தமிழை (மட்டக்களப்பு, அம்பாறை மாவட்டங்கள் இணைந்தது) மெய்மறந்து கேட்கலாம், புதுப்புது வார்த்தைகள் கற்றுக்கொள்ளலாம் என்கிறார்கள். கொழும்புத் தமிழ் (சென்னைத்தமிழ் போல) அனைத்து உச்சரிப்பும் கலந்து கட்டி கூட்டாஞ்சோறு போல் இருக்கிறது.

எத்தனை விதமாகத் தமிழ் பேசினாலும், நாம் தொலைத்துவிட்ட தமிழ் வார்த்தைகளை அவர்கள் வாயிலாக கேட்கும்போது மகிழ்வாகத்தான் இருக்கிறது. காணும் (போதும்), திகதி, பெட்டை, பெடியன், வளவு (வீட்டு நிலம்), பாவித்தல் (பயன்படுத்து) ஆறுதலா (மெதுவாக,) கெதியாக (விரைவாக), திறப்பு (சாவி) கொச்சிக்கா (மிளகாய்), மனுசி (மனைவி), ஒள்ளுப்பம், பாடசாலை, ஏலுமோ, நித்திரை, வடிவு, பகடி எனத் தமிழ் சொற்கள் இயல்பாக விரவிக்கிடக்கின்றன அவர்களது உரையாடல்களில். புகையிரத நிலையம், வெதுப்பகம், வைப்பகம், அழகுமாடம், வெதும்பி, குளிர்களி எனப் போகுமிடமெங்கும் தூயத் தமிழ் பெயர்ப்பலகைகளைக் காண முடிகிறது. பேச்சுவழக்கில் வராத நிறைய தமிழ்ச் சொற்கள் எழுத்து வழக்கில் பயன்படுத்துகிறார்கள். அரசு ஆணையையோ அலுவலக கடிதத்தையோ வாசிக்க முயன்றால், "இது சலாமிய பாஷை... சத்தியமாகப் புரியல" என ஓடத் தோன்றுகிறது. தமிழீழக் காவல் துறையின் அணிவகுப்பை ஆவணப்படுத்திய பி.பி. சி., அணி நடையைக்கூட (March Past) தமிழ்க் கட்டளைகள் மூலம் நடத்தியதைச் சிலாகித்து பதிவு செய்திருக்கிறது.

பிறமொழிக்கலப்பு என்பது இயற்கை ஆகையால், இலங்கைத்தமிழும், அதை இயல்பாக உள்வாங்கியுள்ளது. போர்த்துக்கீசியரின் செல்வாக்கின் கீழும், நேரடி ஆட்சியிலும் இருந்ததால் அன்னாசி, பீங்கான், கடுதாசி, கோப்பை அலவாங்கு (கடப்பாரை, ஆசுபத்திரி, கதிரை, குசினி, சப்பாத்து (காலணி), தாச்சி, (இரும்புச்சட்டி, பாண் (றொட்டி) போன்ற போர்த்துகீசிய மொழிச்சொற்கள் கலந்துள்ளதையும் அவதானிக்க முடிகிறது. டச்சு மொழியிலிருந்து கேத்தல், போத்தல், வங்குரோத்து (நொடிப்பு நிலை) போன்ற சொற்களும் இலங்கைத் தமிழுடன் இரண்டறக்கலந்து விட்டது. ஓரன்ஜ், கோப்பி, ஒஸ்பிட்டல் என மலையாளிகள் போலவே ஆங்கில உச்சரிப்புகள் உள்ளன. குத்துமதிப்பு, அகராதி பிடிச்சவன், சீனி, பைய (மெதுவாக) வெள்ளனே (அதிகாலையிலேயே), கருக்கலில் (மாலையில்) உசுப்பு, ஒசக்க, சாத்தி வை, களவு என மதுரைப்பேச்சு வழக்கிலுள்ள தனித்துவமான சொற்கள் மட்டக்களப்பிலும் காணப்படுவது ஆச்சர்யம்தான்.

எனக்கு இலக்கணம் சொல்லிக் கொடுத்த பத்தாம் வகுப்பு லட்சுமி

டீச்சர் உவன், உவள், உது, உவை, உங்கை, உந்தா போன்ற சுட்டுச் சொற்களெல்லாம், புழக்கத்தில இல்லை என்று சொன்னதை நம்பியிருந்த நான், யாழ்ப்பாணத்தில் சுட்டுச் சொற்களைப் பயன்படுத்துவதைப் பார்த்து ஆச்சரியப்பட்டுப் போனேன் (உவன் நித்திரையாலை இன்னும் எழும்பேலை, நான் வாறன் இப்ப... உவனுக்கு மோனைக் கொஞ்சம் தண்ணி, வாளியோடை கொண்டே ஊத்தினனெண்டா எல்லா நித்திரையும் இப்ப போகும்).

'ஓ' என்ற ஒற்றைச்சொல்லிலேயே பலதும் பேசிவிடும் மெரினா எனக்கு எப்போதும் வியப்புதான். அவரது 'ஓ' என்ற பதத்திற்குள் ஆம், அப்படியா, ஏன் எனப் பல பொருள்களும், சம்மதம், அதிர்ச்சி, இகழ்ச்சி, கோபம் எனப் பல உணர்வுகளும் பொதிந்திருக்கும். காரணம் கேட்டால், "ஏன் தேவையில்லாம இந்தியாக்காராப் போல வளவளவெண்டு ஒரு கதைக்கு ஒம்பது கதை கதைக்கணும்?" என்ற அவரது பதில் கேள்விக்கு என்னிடம் பதிலில்லை (இந்தியாவில் பல ஆண்டுகள் இருந்த அனுபவம்).

இலங்கைத் தோழிகளுக்கு நான் எப்போதும் றமா தான். றமா, றஞ்சித், ற்றொரோன்றோ (*Toronto*), றோக்கிற், கிரிக்கெற். பிரென்ற் (பிரெண்ட்), பெற்றோல், ஜூவலறி, என 'ற' கரத்தின் மீது அப்படியொரு பாசம். அதுபோல் ழகரம் பற்றி பெரிதாகக் கவலையில்லை, வாளைப்பழம் தான், மளை (மழை) தான்.

அழைக்கும் உறவுமுறைகளும் அழகுத்தமிழில் வசீகரிக்கின்றன. யாழ்ப்பாணத் தமிழர்கள் அப்பாவை அப்பு என்றும் அம்மாவை ஆச்சி என்றும் அழைத்த நிலை இன்று மாறிவிட்டது. அம்மா, அப்பா தான். அம்மப்பா, அம்மம்மா, அப்பப்பா, அப்பம்மா என தாத்தா, பாட்டிகளை அழைக்கிறார்கள். அத்தை என்ற வழக்கு இல்லை, மாமி தான். பெரியம்மா, பெரியப்பா, சித்தி, சித்தப்பா எல்லாம் நம் போலவே. அக்காவின் கணவர் அத்தான், தங்கையின் கணவர் மச்சான், தம்பி மனைவி மச்சாள், மாமா மகளும் மச்சாள் (இளையவராக இருந்தாலும்கூட). தமிழ்நாட்டு பெண்கள் (கணவரை) வாடா, போடாவுக்கு மாறிவிட்டாலும், இலங்கைப் பெண்களுக்கு கணவர் 'இஞ்சாருங்கோ... இஞ்சாருங்கோ...' தான். கணவனும் மனைவியும் ஒருவரை இன்னொருவர் அப்பா என அழைத்துக்கொள்கின்றனர். இளையோர் எவரையும் 'தங்கச்சி' என்று விளிக்கும்போது அத்தனை அழகாக இருக்கிறது. சம வயது ஆண்கள் ஒருவரை இன்னொருவர் மச்சான் தோது என அழைக்கின்றனர். வயதானவர்களை ஐயா, அம்மா, குழந்தைகளைப் 'புள்ள' இப்படிச் செல்கிறது உறவு முறைப் பெயர்கள். என்னை மிகவும் கவர்ந்தது மனைவியையும் குழந்தைகளையும்கூட மரியாதையுடன் அழைக்கும் பாங்குதான். நீ, நான், வா, போ வென ஒருமைச் சொற்கள் எல்லாம் கிடையாது.

உங்க தமிழிலும் இப்போது ஆங்கிலம் கலந்து பேச்சு மாறிவிட்டதோ என்ற கேள்விக்கு வசந்தி கெதியாகச் சொல்கிறார் "இப்ப ஒள்ளுப்பம்

இங்கிலிஷ் சேர்ந்திட்டு என்றது உண்மை தான், ஆனாலும் நாங்க கதைக்கிற வழக்குல ஒரு மாத்தமும் இல்ல, உலகத்தில எந்த இடத்தால இருந்தாலும் யாழ்ப்பாணத் தமிழ் ஆக்கள் அவையள்ட வழக்கில தான் கதைக்காங்க. மட்டக்களப்பி தமிழ் ஆக்களும் அவங்கட வழக்கில்தான் கதைக்காங்க. மலயகத் தமிழ் ஆக்களும் அவங்கட தமிழ்லதான் கதைச்சிக்கொள்றாங்க. அது எங்கட அடையாளங்கள்ல ஒண்டு இல்லா…”

இலங்கையிலிருந்து யுத்த காலத்திற்குமுன் ‘டாலரை’ நேசித்து புலம் பெயர்ந்தவர்களும் யுத்த காலங்களில் நிர்ப்பந்தத்திற்காகப் புலம் பெயர்ந்தவர்களும் எத்தகைய இக்கட்டான சூழலிலும் எத்தனையோ இழப்புகளுக்கிடையில் இழக்காதிருந்தது தங்கள் மொழியை மட்டுமே. “நாங்கள் வெளியில் ஐரோப்பிய வாழ்க்கை வாழ்ந்தாலும், உள்ளுக்குள் யாழ்ப்பாண, வன்னி, மட்டக்களப்பி வாழ்க்கையைத்தான் வாழ்ந்துகொண்டிருக்கினம், எங்கட தாய்மொழியைச் சுமந்துகொண்டேதான நாடு நாடாக அலைந்து திரிந்தனம்” என்கிறார் லண்டனில் வாழும் புலம்பெயர்தோழி நோயலா.

என் இலங்கைப் பயணங்களில் இந்த அழகிய குட்டித்தீவுக்குள் விதவிதமாக, அழகழகாகப் பேசும் தீந்தமிழை… என் தாய் மொழியை… புரியாமல் விழித்திருக்கிறேன். கொழும்பிலிருந்து வன்னிக்குப் போகும் ஆட்களே புதுபுதுச் சொற்களை எதிர்கொள்ளும்போது நான் எம்மாத்திரம் என்று என்னை நானே ஆசுவாசப்படுத்திக்கொண்டிருக்கிறேன்.

“அங்கால அவையள் கதைக்கறது ஒய்யாரமாத்தான் இருக்கு, நம்மட சனங்களும் விசரன்போல இங்க்லிஷ் கலந்து கதைக்காம நல்ல தமிழ்ல்ல கதைக்க வடிவாகத்தான் இருக்கும், இவையள சொல்லிச் சொல்லித் திருத்தேலாது, நடக்கிறபாட்டுக்கு விடுவம். மண்டைல ஏறிட்டா…”

யாருமற்ற தனிமையில் டொரிக் மாளிகை!

தனித்த கடற்பகுதி, அலைகளின் சத்தம், அமைதியான காற்று எனக் கடலோரத்தில் தன் கடந்த காலத்தை அசைபோட்டபடி நிற்கிறது அந்தக் கட்டடம். இல்லையில்லை அந்தச் செங்கற்சுவர்கள் ஒரு காலத்தில் கம்பீரமாக இருந்திருக்க வேண்டும். இன்று தன் உடலின் பெரும்பகுதியைக் கடலுக்குக் காவு கொடுத்துவிட்டு, மிச்சமிருக்கும் பகுதிகளைக் கடலின் உப்புக்காற்றுக்குத் தினம் தினம் தவணைமுறையில் தீனியாகக் கொடுத்துக்கொண்டு, மன்னார் முசலி பிரிவிற்குட்பட்ட அரிப்புக் கிராமத்தின் கடலோரப் பகுதியில் தனிமையில் நின்றுகொண்டிருக்கிறது அந்தச் சிதைந்த கோட்டையின் எச்சங்களாகச் சில செங்கல் சுவர்கள். அது கோட்டையாகத்தான் இருந்திருக்க வேண்டும் என்பதை வெளியிலுள்ள அறிவிப்புப் பலகையும் புகைப்படங்களும் கூறுவதைக்கொண்டே நம்ப வேண்டியிருக்கிறது.

காலம்: கி.மு. 3 ஆம் நூற்றாண்டு: இடம்: முசலிப்பிரதேசத்தின் சிலாவத்துறை துறைமுகம். கடலுக்குள் முத்துக்குளிக்கச் சென்ற ஆட்களை எதிர்பார்த்து கரைகளில் ஒரு கூட்டம் காத்துக்கிடக்கிறது. கரையை ஒட்டிய பகுதிகளில் முத்துகள் அம்பாரமாகக்

குவிந்து கிடக்க, ஆண்களும் பெண்களுமாக அதைத் தரம் பிரித்துக் கொண்டிருக்கின்றனர். கீழக்கரை, மதராஸ், மலபார், எகிப்து, ஏமன், மொரோக்கோ, சவுதி அரேபியா, பாரசீகம் போன்ற நாடுகளிலிருந்து அவ்வப்போது வரும் வியாபாரிகள் ஆங்காங்கே நின்று முத்துகளின் தரத்தைப் பரிசோதித்து விலை பேசுகிறார்கள்.

நறுமணப் பொருள்களைக் கப்பலில் ஏற்றுவதற்கேற்ப தயார் செய்து கொண்டிருக்கிறது மற்றொரு கூட்டம். அங்குமிங்குமாக யானைகளின் நடமாட்டம் அதிகமாக இருக்க, அவற்றைப் பின் தொடர்கிறார்கள் யானை பிடிப்பதில் தேர்ச்சிபெற்ற பயிற்றுநர்கள். இப்படியாகப் பரபரப்பாக இயங்கிக்கொண்டிருக்கிறது அந்த இடம்.

முத்து சிலாபம் எனும் சிறப்புப் பெற்ற அந்தச் சிலாவத்துறை முத்துக்குளித்தல் மட்டுமல்ல, யானை பிடித்தல், வாசனைப்பொருள்கள் மற்றும் யானை ஏற்றுமதி போன்ற பொருளாதார நடவடிக்கைகளும் நடைபெறும் இடமாகத் திகழ்ந்ததோடு, சுற்றியுள்ள 30 கிராமங்களுக்கும் தலைநகராக விளங்கியது. சலாபம் என்பது முத்து குவித்து வைக்கப்பட்டிருக்கும் இடம் அதிலிருந்தே மருவியதே சிலாவத்துறை. சிலாவத்துறையிலிருந்து பெறப்பட்ட முத்துகள் இந்தியாவில் சிறப்புடன் விளங்கிய மகதப்பேரரசுப் பகுதிக்குக் கொண்டு செல்லப்பட்டு, அங்கிருந்து ஏனைய நாடுகளுக்கு ஏற்றுமதி செய்யப்பட்டன என்ற செய்தியை, கௌடில்யரின் எழுத்துகளின் வாயிலாக அறிந்துகொள்ள முடிகிறது. கிளியோபாட்ராவின் காதணியில் முசலி சிலாவத்துறை கடலில் இருந்து பெறப்பட்ட ஆணிமுத்து பதிக்கப்பட்டிருந்தது என்ற வரலாற்றுச் செய்தி ஆச்சரியமூட்டுகிறது. மொரோக்கோ பயணியான இபின் பதூதா, தான் இலங்கையில் கரை இறங்கியபோது ஆரியச் சக்கரவர்த்தியின் கட்டுப்பாட்டில் இருந்த முத்து சலாபத்திற்கு அண்மையில் உள்ள பட்டாள நகரில் மரத்தால் செய்யப்பட்ட அடுக்கு மாளிகையில் தங்கியதாகவும், அண்மையில் முத்துகள் குவிக்கப்பட்டிருந்ததையும், அதை அதிகாரிகள் தரம் பிரித்ததையும் கண்டதாகக் குறிப்பிட்டுள்ளார்.

1294 ஆம் ஆண்டு மார்க்கோ போலோ வந்தபோது, முத்து அறுவடைக்காலத்தில், அங்கு கிட்டத்தட்ட 500 கப்பல்களும் படகுகளும் சுழியோடிகள் (முத்துக்குளிப்பவர்கள்) மற்றும் வர்த்தகர்களுடன்

ரமாதேவி இரத்தினசாமி 77

முத்துகளைத்தேடி வந்திருந்ததாக அவரது பயணக்குறிப்புகள் கூறுகின்றன. வர்த்தகர்கள் தாங்கள் உழைத்ததில் (சம்பாதித்ததில்) 10 சதவீதத்தினை மன்னனுக்கு வரியாகச் செலுத்த வேண்டும். 16 ஆம் நூற்றாண்டுத் தொடக்கத்தில் அரசுக்குச் சொந்தமான முத்துப்படுகைகள் சுழியோடிகளுக்கும் வர்த்தகர்களுக்கும் வாடகைக்கு விடப்பட்டிருக்கிறது. இப்படிப் பல்வேறு காலகட்டங்களில், சிலாவத்துறை குறித்த குறிப்புகள் வரலாற்றில் காணக்கிடக்கின்றன.

காலம் சுழன்றது. கி.பி. 1798. ஆங்கிலேயர்கள் உலகெங்கும் வணிகத்திற்காகக் கால்பதித்து, மெல்ல மெல்ல ஆட்சியைக் கைபிடிக்கத் துவங்கியிருந்தனர். வளம் கொழிக்கும் இலங்கைக்குள்ளும் போர்த்துகீசியர்கள், ஒல்லாந்தர்களைத் தொடர்ந்து நுழைந்தாகிவிட்டது. சிலாவத்துறையின் முத்துவளம் அவர்களுக்கு வியப்பளிக்கிறது. அத்தொழிலை கண்காணிப்பதற்காகவும் வரி வசூல் செய்யவும் நம்பிக்கையான ஆள் தேவைப்பட பிரிட்டிஷ் பிரதமரின் மகன் பிரெட்ரிக் நோத், இலங்கைத் தீவின் முதல் பிரித்தானிய ஆளுநராக இலங்கைத் தீவுக்குள் நுழைகிறார். சிலாவத்துறை அவர் கேள்விப்பட்டதையும்விட பிரமிக்க வைக்கிறது. இத்தனை குட்டித்தீவுக்குள் அத்தனை வளமா! ஆனாலும் அதிகாரிகளை முழுதாக நம்ப முடியாது. இந்தப் பொக்கிஷ பூமியைத் தானே நேரிடையாக கண்காணிக்க விரும்புகிறார். ஆனால், எங்கு தங்குவது? ஆளுநர் தங்கும் அளவுக்கு அந்தக் கடலோரப் பகுதிகளில் எந்த வசதிகளும் இல்லை. பிரிட்டிஷ் பிரதமரின் மகன், இலங்கையின் கவர்னர், சாதாரண மாளிகைகளில் தங்க முடியுமா? அவருக்காகவே உருவாகிறது இந்தச் சிறப்புக் கோட்டை. பழைய கிரேக்க கட்டடக் கலையான டொரிக் (Doric style of Architecture) கட்டடக்கலையின் சாயலில் கட்டி முடிக்கப்பட்டது. மன்னாரிலிருந்து 16 கிலோ மீட்டர் தூரம். சிலாவத்துறையோ கண்ணுக்கெட்டிய தூரத்தில். சில மணித்துளிகளில் அடைந்துவிடலாம். இந்த மாளிகையில் இருந்துதான் முத்து அகழ்வு நடவடிக்கைகள் கண்காணிக்கப்படுகின்றன. ஆங்கிலேயரின் கஜானாக்கள் நிரம்புகின்றன.

காலம் சுழன்றது. காலம் கி.பி. பத்தொன்பதாம் நூற்றாண்டு. தங்க முட்டைக்கு ஆசைப்படும் பேராசைக்காரனாக இயற்கைக்கு எதிராக விலங்கினம் வளர்வதற்கும் பெருகுவதற்கும் இடம் கொடுக்காமல் மனிதன் தொடர்ச்சியாக முத்துகளை அறுவடை செய்து குவிக்க,

இறுதி விளைவாக இயற்கை தன் வளத்தை நிறுத்திக்கொண்டது. அள்ளிக்கொடுத்த முத்துக்குளித்தல் தொழில் முடிவுக்குவர, அதன் காரணமாகவே உருவாக்கப்பட்ட மாளிகை கேட்பாரற்று போயிற்று.

அரிப்பு கடலுக்கு அருகில் உள்ள ஒரு கற்பாறையின் மேல் செங்கற்களையும் சுண்ணாம்பையும் கொண்டு கட்டப்பட்டுள்ள இக்கோட்டை சதுர வடிவமாக உள்ளது. கீழ்த்தளத்தில் நான்கு சிறிய அறைகள் உள்ளன. வீட்டின் மத்தியப் பகுதியில் உள்ள படிக்கட்டு வழியாக மேல்மாடிக்குச் செல்ல முடியும். ஒவ்வொரு பகுதியாகச் சென்று தோலுரிந்த சுவர்களைத் தடவித் தடவிப் பார்த்தேன். வாசித்து அறிந்திருந்த வரலாறு, காட்சிகளாக நகர்ந்தது. அப்பிரதேசத்தின் வளமும் வளம் தேடி வந்த மனிதனும் அம்மனிதன் விட்டுச்சென்ற வரலாற்று எச்சங்களும் நிலையாமை என்ற தத்துவத்தைவிட எதைச் சொல்லிவிடப் போகின்றன? காலம் தன் விளையாட்டால் அந்த நினைவுச் சின்னத்தை விழுங்கிக்கொண்டிருந்தது. கடல் அலையின் தாக்கத்தால் கோட்டையின் சில பகுதிகள் கடலில் மூழ்கிப்போய்விட, மிகுதி பாதியும் சுனாமியின் தாக்கத்தால் சிதிலமடைந்து கிடக்கிறது. இக்கட்டடம் அமைக்கும்போது கடல் தூரத்தில் இருந்திருக்க வேண்டும். இன்று கடல் அலைகள் சுதந்திரமாக மிச்சமிருக்கும் சுவர்களை மோதி நலம் விசாரித்துக்கொண்டிருக்கின்றன. யுத்த காலத்தில் பார்ப்பதற்கு அனுமதி இல்லை. இப்போது பார்வையாளர்கள் அரிதாகக் காணப்பட்டாலும், புனரமைப்பு பணிகள் முன்னெடுக்கப்படாமல் கைவிடப்பட்டு விட்டது அரிப்புக் கோட்டை.

1960இல் சிலாபத்துறையில் நோர்த் ஸ்டார், க்னேடியன் ஆகிய படகுகள் மூலம் இலங்கை அரசு முத்துக்குளித்தலில் ஈடுபட்டது. இதுவே முசலிப்பிரதேசத்தின் கடைசி முத்துக்குளிப்பாகும். முத்துகளின் மீதிருக்கும் காதலின் காரணமாக இந்தப் பகுதியலுள்ள மக்களின் பெயர்களுடனும் கிராமங்களின் பெயர்களுடனும் முத்து மரைக்கார், தங்கமுத்து, பாத்து முத்து, முத்து சிலாபம், முத்தரிப்புத்துறை என்று இன்னமும் முத்து ஒட்டிக்கொண்டிருக்கிறது

எந்த வரலாற்று நிகழ்வுக்கும் புனைகதைகள் இருப்பது போன்று இந்த டொரிக் மாளிகைக்கும் பல்வேறு கதைகள் உலவுகின்றன. போர்த்துகீசியர்களால் கட்டப்பட்டு 1658 இல் டச்சுக்காரர்களிடம் ஒப்படைக்கப்பட்டது எனவும், சங்க காலத்தின் அரசியான அல்லி ராணி கட்டிய கோட்டை எனவும், மன்னார் கோட்டையிலிருந்து இந்த மாளிகைக்குச் சுரங்கவழி போக்குவரத்து இருந்தது என்றும் கி.மு.5000இல் ராவணன் கட்டிய கோட்டை எனவும் கதைகள் உலவுகின்றன.

உண்மையில் ராவணனால் கட்டப்பட்டதாக இருந்தால், பல யுகங்களைத் தாண்டி பரிணமிக்கும் உலகின் ஒரேயொரு கோட்டை என்று பெருமையாகநாம்கூறிக்கொள்ளலாம்தான். ஆனால்,வரலாற்றுச்சான்றுகள் அவ்வாறு இல்லையே? கோட்டையின் திறப்புவிழாக்காட்சிகளும் அத்

HONOURABLE FREDERIC
NORTHIST GOVERNOR OF
BRITISH CEYLON
(1798-1805)

திறப்புவிழாவில் பிரட்றிக் நோர்த் குடை பிடித்த வண்ணம் உள்ள படமும்தான் வரலாற்றுச் சாட்சியங்களாக நமக்குக் கிடைத்துள்ளன.

தன்மீது புகுத்தப்பட்ட வரலாறுகளை, புனையப்பட்ட கதைகளை மௌனமாக, மர்மப் புன்னகையுடன் ரசித்துக்கொண்டிருக்கிறது யாருமற்ற கடற்பரப்பில் தனித்து நிற்கும் ராவணன் கோட்டை, அரிப்புக்கோட்டை, அல்லிராணிக்கோட்டை எனும் டொரிக் மாளிகை.

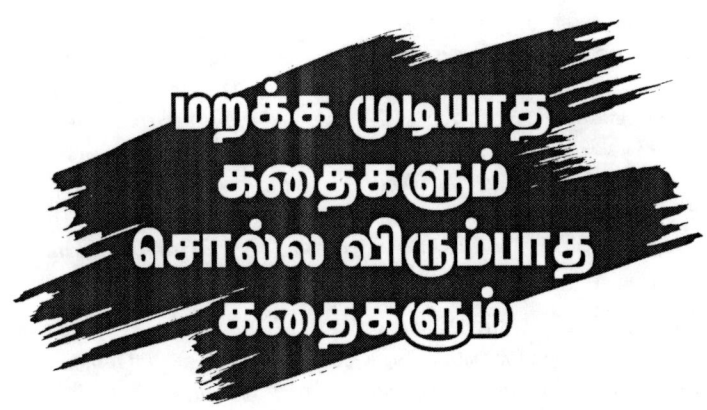

மறக்க முடியாத கதைகளும் சொல்ல விரும்பாத கதைகளும்

ஆண்டு: 1960, ஜூலை 20. மேற்கத்திய நாடுகள் எல்லாம் விழுந்து விழுந்து பெண்ணியம் பேசிக்கொண்டிருக்க, 'மக்களால் தேர்ந்தெடுக்கப்பட்ட உலகின் முதல் பெண் பிரதமர்' என்ற பெருமையுடன், பெண் தலைமையை ஏற்றுக்கொண்டு சப்தமில்லாமல், உலகப் பெண்கள் வரலாற்றில் தங்கள் நாட்டின் பெயரைப் பதித்துக்கொண்டது அந்தக் குட்டி தேசம். இது ஒன்றும் இலங்கைப் பெண்களுக்குப் புதிதல்ல, ஏனெனில் இலங்கையின் வரலாறு நெடுக, அரசியலிலும் ஆயுத யுத்தங்களிலும் பெண்கள் பங்கு தொடர்ந்துகொண்டேதான் இருக்கிறது. தங்கள் இருப்பை மிக அழுத்தமாக வீட்டிலும் சமூகத்திலும் பதிவுசெய்யத் தவறுவதில்லை ஒவ்வொரு சாமானியப் பெண்ணும்.

பெண்களுக்குச் சாதகமான நாடாகவே எப்போதும் இருந்திருக்கிறது இலங்கை. 1975இல் சர்வதேச பெண்கள் ஆண்டு கடைப்பிடிக்கப்பட்டதைத் தொடர்ந்து, 'பெண்களுக்கான ஐக்கிய நாடுகள் தசாப்தம்' (United Nations decade for women from 1976 to 1985) ஓர் இயக்கமாக உலகெங்கும் உருவெடுத்தது. அப்போது ஐக்கிய நாடுகள் சபை, பெண்கள் உரிமைகளை மேம்படுத்துவதற்காக முன்னெடுத்த பல்வேறு சட்டங்களும் கொள்கைகளும் இலங்கை அரசால் உடனடியாக ஏற்றுக்கொள்ளப்பட்டு

ரமாதேவி இரத்தினசாமி

நடைமுறைப்படுத்தப்பட்டன.

அடுப்பூதும் பெண்களுக்குப் படிப்பெதற்கு போன்ற அசட்டுப் பிசட்டுக் கேள்விகள் எல்லாம் எப்போதும் கிடையாது. 92.6% ஆண்கள், 90% பெண்கள் என்று தெற்காசியாவில் கல்வியறிவு பெற்றோரில் முதலிடத்தில் இருக்கிறது. இலங்கையில் நான் பார்த்து வியந்த விஷயம் அநேகமாக எல்லாப் பெண்களும் வேலைக்குச் செல்கிறார்கள். அரசுவேலை, தனியார் வேலை, சொந்தத் தொழில் என எதையும் விட்டு வைப்பதில்லை. அதனால் கிடைத்த பொருளாதாரச் சுதந்திரம் அவர்களின் தன்னம்பிக்கையை வளர்த்தெடுத்திருக்கிறது. மன்னாரில் ஒரு ஹோட்டலில் சாப்பிடச் செல்லும்போது பரிமாறிக்கொண்டிருந்த பெண்மணி, கல்வித்துறையில் மாவட்ட இயக்குநராக இருந்து முதல் வாரம் தான் ஓய்வு பெற்ற அதிகாரி என்பதை அறிந்தபோது வியப்பாக இருந்தது.

பிராந்தியத்தின் பிற நாடுகளுடன் ஒப்பிடும் போது, இலங்கை பாலின சமத்துவக் குறியீடுகளில் சிறந்த இடத்தில் இருப்பதை, உலக நிதி ஆணையம் (World Economic Forum) கொடுத்துள்ள தரவுகளிலிருந்து தெரிந்துகொள்ள முடிகிறது. பாலின சமத்துவத்தில் (gender equality) அண்டை நாடான இந்தியா 156 நாடுகளில் 140வது இடத்தில் தலை குனிந்து தள்ளாடிக்கொண்டிருக்க, 55வது இடத்தில் ஜம்மென்று தலை நிமிர்ந்து நிற்கிறது இலங்கை. தெற்காசிய நாடுகளில் பிரசவத்தின் போதான சிசு இறப்பு சராசரி ஒரு லட்சம் பிறப்புகளுக்கு 182 இருக்கும்போது இலங்கையில் 34 என்பதும் உலகே அதிசயிக்கும் செய்திதான். பெண்கள் எதிர்கொள்ளும் பிரச்னைகளுக்குக் குரல் கொடுக்க பெண்களுக்காக, பெண்களால் நடத்தப்படும் தொழிற்சங்கம் உருவாகியுள்ளது. 2005இல் கொண்டுவரப்பட்ட குடும்ப வன்முறை தடுப்புச்சட்டம் பெண்கள் மேம்பாட்டு பாதைக்கான மற்றுமொரு மைல்கல்.

ஆனால், உலகெங்கிலும் ஆக்டோபஸ் கரங்களாக விரவிக்கிடக்கும் ஆணாதிக்கம் இலங்கையையும் விட்டுவைக்கவில்லை. என்ன, அதன் அளவுகோலில் வேண்டுமானால் மாற்றங்கள் இருக்கலாம். இலங்கை ஆண்களின் அடிமனத்தில் இன்னும் கொஞ்சம் ஆணாதிக்கம் கெட்டிதட்டித்தான் போயிருக்கிறது. அதனால்தான் சமைத்தல், குழந்தைகளை வளர்த்தல், வீட்டுவேலைகள் போன்ற குடும்பப் பொறுப்புகள் பெண்களுக்கானவை என்ற எண்ணத்தில் பெண்களின் பக்கமே தள்ளிவிடப்படுகின்றன. அலுவலகம், வீடு என்ற இரட்டைச் சுமைகளுக்கு இலங்கைப் பெண்களும் தப்பவில்லை. வீட்டின் பொருளாதாரச் சுமையைச் சமாளிப்பதற்காக, மத்திய கிழக்கு நாடுகளுக்கு வீட்டுப் பணிப்பெண்களாகச் சென்ற பல்லாயிரக்கணக்கான பெண்கள் தங்கள் ரத்தத்தை உழைப்பாக வடித்து, டாலர்களாக மாற்றி அனுப்பிக்கொண்டிருக்கின்றனர்.

இலங்கையின் மொத்த தொழிலாளர்களில் 38 சதவீதம் பேர்

பெண்களாக இருந்தாலும், உயர்பதவிக்குச் செல்பவர்கள் 8 சதவீதத்திற்கும் கீழேதான். உயர் பதவிகள் அனைத்தும் ஆண்களால் நிறைந்திருக்கின்றன. பாராளுமன்றத்தில் பெண்களின் பிரதிநிதித்துவமோ வெறும் 6 சதவீதம் மட்டுமே.

அரசியலைப் பொருத்தவரை பெண்களை வாக்குவங்கிகளாகப் பயன்படுத்தி தூக்கி எறிந்து விடுவது இயல்பாக இருக்கிறது. அதற்குத் தன் வாழ்வில் நடந்த சம்பவத்தையே உதாரணமாக வைக்கிறார் தோழி கவிஞர் லதா கந்தையா. அவரது வார்த்தைகளில், “யுத்தம் முடிஞ்ச பின்னால, ஒவ்வொரு ஆண்டும் இறுதிப் போர் நடந்த முள்ளிவாய்க்கால் பகுதியில் நினைவேந்தல் நடத்துவது வழமை. யுத்தத்தில் தங்கட மனுசனை, பிள்ளைகள இழந்த பெண்களும், யுத்தத்தால காணாமல் ஆக்கப்பட்டவர்களின் சொந்தங்களும் கலந்துகொள்வதும் அழுதுபுலம்புவதும் ஒருத்தருக்கொருத்தர் ஆறுதலாகக் கதைப்பதுமாக இருக்கும். போர் முடிந்த மூன்றாம் ஆண்டு, வழமைபோல் நான் சுத்தியுள்ள எங்கட ஆட்களைக் கூட்டிக்கொண்டு போயினம். எண்ட கண்ணீர் இவங்கள விடுமே? எண்ட சாபம் இவங்கள விடுமே எண்டெல்லாம் சனம் அழுது தவித்தது. அங்கு வந்த எதிர்க்கட்சி அரசியல் தலைவர் ஒருவர், எங்கட உணர்வுகளைப் புரிந்துகொள்ளாமல் தன்னோட சுயநலத்துக்காக, அரசியல் பேசத் தொடங்க, அவரோட கோவமா கதைச்சி துரத்திவிட்டனன் நான். இந்தச் செய்தி ஊடகங்களில் வர, அதுக்குப் பிறகே முள்ளிவாய்க்காலில் ஆத்மாக்களுக்கு மரியாதை கொடுக்க வேணும் என்ற முறைமை ஒவ்வொரு வருடமும் பழக்கமாச்சு. அங்கால, எனக்கெனெ ஒரு வாக்குவங்கி உருவாக, ஊராட்சி தேர்தலில் பல அரசியல் கட்சிகளும் தேர்தலில் கேட்கச் (வேட்பாளராக நிற்க) சொல்லி வற்புறுத்தி வாய்ப்புக்கொடுக்க வந்தன. ஒரு அரசியல் கட்சியின் சார்பாக நின்று வெற்றியும் பெற்றனன். ஆனால், என்னிடமிருந்த வாக்குவங்கியை மட்டும் பறித்துக்கொண்ட அந்தத் தமிழ் கட்சி, ‘கட்சியின் முடிவு’ எண்டு கதைவிட்டுப் பதவியை ஆண்களுக்குக் கொடுத்தன. இதுதான் இங்கட நிலமை. வாக்கு விகிதத்தில் அதிகளவானோர் பெண்களே. அதனால்தான் அரசியல் கட்சிகள், பெண்கள் அமைப்புகளுக்குள் ஊடுறுவி, தங்கட வாக்குவங்கிகளை நிரப்பிக்கொள்கின்றன. பெண் வேட்பாளர்களைப் பயன்படுத்தி, கட்சிகளுக்கு வாக்குகளைச் சேகரித்து, பின் அவர்களைக் கண்டுகொள்ளாது கட்சி முடிவெனச் சொல்லி ஆண்களைப் பதவியில் அமர்த்தும் யுத்திகாலம் காலமாகத் தொடர்ந்துகொண்டுதான் இருக்கு. அதனால்தான் பெண்களை பாராளுமன்றத்திலோ, மாகாண சபைகளிலோ மருந்துக்கும் காண ஏலாது. பெண்கள் பெருமளவில் அரசியலில் ஈடுபாட்டுடன் செயற்பட்டாலும், ஆண்களே கட்சி அதிகாரிகளாக இருப்பதால் ஆணாதிக்க புத்தி பெண்களுக்கு அங்கீகாரம் கொடுப்பதில்லை. பெண்கள் தனிக்கட்சியை உருவாக்கினாலேயே இந்த ஏமாற்றத்தில் இருந்து தப்பித்துக்கொள்ளலாம்” என்று ஒரே மூச்சில் பிரச்னையையும் தீர்வையும் கூறி முடிக்கிறார், பெண்ணிய செயற்பாட்டாளரான லதா கந்தையா.

லதா கந்தையா

திருமணத்தில் வரதட்சணைக்கு முக்கிய இடம் இருக்கிறது. இந்தியாவோடு ஒப்பிடுகையில் வரதட்சணை வாங்குவதில் இந்தியாவிற்கு அண்ணனாக இருக்கிறது இலங்கை. "திருமணம் பேசும்போதே வேண்டுமளவு சீர் பேசி வாங்கி விடுவினம்... திருமணத்திற்குப் பிறகு அதை வாங்கி வா, இதை வாங்கி வா என்ற கதையெல்லாம் கிடையாது. உங்கட பொடியனுக்கு நல்ல சீரோட வடிவான இலங்கைப் பொண் பாக்கட்டுமா?" என்று கண்ணடிக்கிறார் தோழி மெரினா. திருமணச் சீராகப் பெண்ணுக்கு வீடும் அளிக்கப்படுவதால், திருமணம் முடித்தபின் சீர் கொடுத்த வீட்டில் பெண்ணின் பெற்றோர் வீட்டிற்கு அருகிலேயே வாழ்க்கையைத் தொடர மணமகன்களுக்கு எந்தவித மனத்தடையும் இல்லை. பெண்வீட்டாரும், தயக்கமின்றி என் மகள் வீடு என்று உரிமையுடன் வந்து செல்கிறார்கள். திருமணத்திற்குப் பின் வரதட்சணைக் கொடுமை, கொலை என்பதெல்லாம் கிடையாது.

திருமண முறைகள் எல்லாம் எப்படி என்று கேட்டதும் வெடித்தெழுகிறார் லதா. "இண்டைய குமரிப்பெண்களுக்கு ஒரே நோக்கம், வெளிநாட்டுப் பையன்களை மணம் முடிப்பது மட்டும் தான், வெளிநாட்டு மோகம் ஆட்டிப்படைக்குது, நல்லா படிக்குங்கள், கேம்பஸ் *(University)* போகுங்கள், நல்ல வேலையும் பார்க்கினம், ஆனா, வெளிநாட்டு மாப்பிள்ளையைக் கட்டிக்கிடணும், அவ்வளவுதான். எங்கட நாட்டில் நல்லா படிச்சிப்போட்டு, வெளிநாட்டுப் பையனுக்கு ஆசைப்பட்டு அங்கால போய் நாலு சுவத்துக்குள்ள வெறிச்சிப் பார்த்துக்கொண்டும், சாதாரண வீட்டு வேலைக்குப் போய்க்கொண்டும் தங்கட வாழ்க்கையைத் தொலைச்சிப் போடுவினம்... வெளிநாட்டு மாப்பிள்ளை எண்டா, படிச்சிருக்க வேணாம், வடிவாயிருக்க வேணாம், குணமாயிருக்க வேணாம், பணம் சம்பாதிச்சா போதுமெண்டு நினைக்கினம். அவங்களுக்கு எவ்வளவு சீதனம் கொடுக்கவும் பெத்தவைங்களும் தயாரா இருக்கினம். கலாச்சாரம், பண்பாடு எண்டு கதைக்கும் எங்கட தேசத்தில் இப்போது நடப்பதைப் பார்த்தால் வியப்பாத்தான் கெடக்கு, வெளிநாட்டு மோகத்துக்கு வேண்டி, வெளிநாட்டுக்காரனை *(Foreigner)* கலியாணம் கட்டி அங்கால போய் கொஞ்ச நாளில் டிவோர்ஸ் எடுத்துப்போட்டு, வெளிநாட்டில் இருக்கும் தனக்குப் பிடித்தவனைக் கலியாணம் கட்டிக்கொள்வதும், கிழவனோ, வயசுபோனவனோ, வெளிநாட்டில் இருந்தா போதுமெண்டு இலங்கைக்காரனை முடிச்சுப்போட்டு, கொஞ்சகாலத்தால, டிவோர்ஸ் எடுத்து அங்கேயே வேறு ஒருத்தனை கலியாணம் கட்டிக்கொள்வதும் எண்டெல்லாம், புதுப் புது உத்திகளைக் கண்டுபிடிக்கினம்" என்று

கவலையுடன் அலுத்துக்கொள்கிறார்.

தற்போது இலங்கையிலும் மணமுறிவு எண்ணிக்கை அதிகரித்திருக்கிறது. கல்வி அவர்களுக்குத் தன்னம்பிக்கையுடன் விழிப்புணர்வையும் கொடுத்திருக்கிறது. "மனுசன் (கணவன்) கொடுமைப்படுத்தினால், வீட்டைவிட்டுக் கலைச்சால், வேற பொம்பள பின்னால ஓடிக்கிடந்தால்... எந்த மனுசி (மனைவி) தான் தாங்குவாள்? ஏன் தாங்கிக்கொள்ளணும்? அவனை விட்டு வெளிவருவதில் தவறில்லைதானே?" நியாயமான கேள்வியாகத்தான் பட்டது. இந்தியாவில் போல, குழந்தைகளுக்காக எந்த உச்சபட்ச நிலை வரைக்கும் வாழ்வை சகித்துக்கொள்வது, புனித பிம்பத்தை கட்டிக்காக்கத் தன் வாழ்க்கையைப் பலி கொடுப்பது, பிரிந்திருந்தாலும் மணவிலக்கு பெறாமல், என்றாவது ஒருநாள் சேரும் வாய்ப்பிற்காகத் தவம் இருப்பது போன்ற மனநிலைகள் எல்லாம் பெண்களிடம் இல்லை. ஒத்துவராது எண்டு அறிந்தபின் என்ன காரணத்துக்காகச் சுமையைக் தூக்கிண்டு புலம்பித் தவிக்கணும்?

நீதிமன்றத்திற்கு வரும் வழக்குகளில் 25 சதவீதமான வழக்குகள் மணமுறிவு குறித்தே வருகின்றன என்கிறார் சட்டத்தரணி நண்பர் மடுத்தீன். ஆனால், இந்தியாவில் போல மணமொத்த மணமுறிவு என்ற சட்டம் இல்லையாம், மலட்டுத்தன்மை, குடும்ப வன்முறை, பிற ஆண்கள் அல்லது பெண்களுடன் உறவு என்ற மூன்று காரணங்களை நிரூபித்து மட்டுமே மணவிலக்கு பெற முடியும். பெண்களின் மறுமணமும் இயல்பானதாக இருந்தாலும், மறுமணம் செய்துகொள்ளும் பெண்களின் எண்ணிக்கை குறைவாகவே இருக்கிறது.

உலகில் எங்கு போர் நடந்தாலும் சிரியாவோ உக்ரைனோ ஈழமோ அந்த யுத்தத்திற்குச் சம்பந்தமேயில்லாமல் பாதிக்கப்படுபவர்கள் பெண்களும் குழந்தைகளும் என்பதுதானே வரலாறு. இலங்கையில் நடந்த இனப் போரின் விளைவால், 24 சதவீதக் குடும்பங்கள், பெண் தலைமை தாங்கும் குடும்பங்களாக இருக்கின்றன. வடக்கு கிழக்கில் மட்டும், 89,000 பெண்கள் தங்கள் கணவரை இழந்து ஒற்றைப் பெண்களாகக் குடும்பத்தைச் சுமக்கின்றனர். வடமாகாணத்தில் 80 % குடும்பங்களில் ஆண்கள் இல்லை என 2013 க்கான சனத்தொகை மதிப்பீடு சொல்கிறது. வடக்கில் தங்கள் குடும்பத்திற்கு உழைத்துத் தரக்கூடிய 20,000 ஆண்கள் காணாமல் ஆக்கப்பட்டிருக்கிறார்கள். சிறைக்கைதியாக இருக்கிறார்கள். இறுதி யுத்தத்தில் கொல்லப்பட்டார்களா என்பது தெரியாமலே மனைவிமார்கள் நடைபிணமாய் அலைகிறார்கள். போருக்குப்பின் ராணுவத்திடம் சரணடைந்த, கைது செய்யப்பட்ட 40 வயதுக்குக் குறைவான ஆண்கள் தடயங்கள் ஏதுமின்றி காணாமல் போனார்கள். இல்லையில்லை காணாமல் ஆக்கப்பட்டார்கள். அதனால் வீட்டில் இருக்கும் பிள்ளைகளையும் முதியவர்களையும் பராமரிப்பதோடு, பணிக்குச் செல்லவும் வேண்டும் என்ற இரட்டைச் சுமை வாழ்க்கையில் தத்தளிக்கின்றனர் அவர்கள் வீட்டுப் பெண்கள்.

யுத்தம் முடிந்து 12 ஆண்டுகள் கடந்துவிட்ட போதிலும், அந்தப் பெண்களின் அன்றாட தேவைகளைப் பூர்த்தி செய்வதற்கான போர் இன்னும் ஓயவில்லை. இவர்களுள் அதிக சவால்களைச் சந்திப்பவர்கள் முன்னாள் போராளி பெண்கள். உடல் பாகங்களை இழந்து, மணமுடிக்க எவரும் முன்வராமல்... வன்முறையில் ஊறிய பெண் குடும்பத்துக்குச் சரி வரமாட்டாள் என்ற சமூகத்தின் கண்ணோட்டத்துடன் தன் உடம்பில் செல் துண்டுகளைச் சுமக்கும் பெண்கள் இவர்கள். உலகப் பெண்களின் சராசரி வாழ்விலிருந்து விலகி ஈழப்போரில் ஆண்களுக்குச் சரி நிகராக நின்ற பெண் போராளிகள் இவர்கள். ஈழப்போரில் இந்தப் பெண்கள் உழைத்த தருணங்களும் கொல்லப்பட்ட தருணங்களும் பிற நாட்டுப் பெண்கள் நினைத்துக்கூடப் பார்க்க முடியாது.

உலகின் வேறெந்த யுத்தத்திலும் இவ்வளவு தொகையான குழந்தைகள், இளம்பெண்கள் காணாமல் போயிருப்பார்களா? பாலியல் வன்கொடுமைக்கு ஆட்பட்டிருப்பார்களா... தெரியவில்லை. யுத்தத்தில் மட்டுமல்ல, யுத்தம் முடிந்தபின் அடைக்கப்பட்ட வேலிகளுக்குள்ளும் காணாமல் போயிருக்கிறார்கள். எத்தனை எத்தனை இசைப்பிரியாக்கள் வன்புணர்வுக்கு ஆட்பட்டார்கள் இறப்பதற்கு முன்னும் இறந்த பின்னும்கூட. ஊடகவியலாளர் பிரான்சிஸ் ஹாரிஸன் – 'இறந்தவர்களை இன்னமும் எண்ணிக்கொண்டுள்ளோம்' என்னும் நூலில், "பெரும் எண்ணிக்கையிலான மக்கள் இலங்கை ராணுவத்திடம் சரணடைந்தபோது, இளம் பெண்களும் சிறுமிகளும் பிரிக்கப்பட்டு, பாதுகாப்புத் தேடல் என்ற பெயரில் பாலியல் வன்கொடுமைக்கு ஆளாக்கப்பட்டனர் என்று குறிப்பிடுகிறார். பிரிட்டிஷ் தொலைக்காட்சியான சானல் 4 வெளியிட்ட ஆவணப்படமான, 'இலங்கையின் கொலைக்களம்' காட்டிய காட்சிகள் இலங்கை அரசின் ஆயுதப் படையினரின் கொடூரத்தை உலகறியச் செய்தது. பாதிக்கப்பட்டவர்கள் வெளியே சொல்ல அஞ்சியபோது மனித உரிமைகள் கண்காணிப்பகம் கடந்த பிப்ரவரி 26, 2013 அன்று பாலியல் வன்கொடுமைகளால் பாதிக்கப்பட்ட 75 பெண்களின் வாக்குமூலத்தை வெளியிட உலகம் அதிர்ந்தது.

மருமகன் யுத்தத்தில் இறந்துவிட, மகளும் ஒரு பேரனும் அகதிகளாக பிரான்ஸ் போய்விட, மற்றொரு பேரனை எப்படியாவது மகளிடம் ஒப்படைக்கத் துடித்துக்கொண்டிருக்கும் ஒரு தாயை மதுரை விமான நிலையத்தில் சந்தித்தேன். இந்தியாவில் படித்தால் பிரான்ஸில் வேலை கிடைத்து விசா பெறுவது எளிதாக இருக்கும் என்ற ஒரே

காரணத்துக்காக, தள்ளாத வயதிலும் பேரனை தமிழகக் கல்லூரியில் சேர்த்துவிட வந்திருந்தார். "அவன் தன்னோட அம்மாவ கண்ணால கண்டே 15 வருஷமாச்சு... எப்படியாவது நான் செத்துப்போகுமுன்ன, எண்ட பேரனை அவன் அம்மாட்ட ஒப்படைச்சுப்போட்டா நிம்மதியா செத்துப்போவேன்" என என் கைகளைப் பிடித்து கண்ணீர் உகுத்த அந்தத் தாய்க்கு என்ன ஆறுதல் சொல்வது?

போர் முடிந்து இத்தனை ஆண்டுகள் கழித்தும், உடலளவில், பொருளாதார நிலையில், சமூக அளவில் பாதுகாப்பற்ற சூழல்தான் தமிழ்ப் பெண்களிடையே நிலவுகிறது. இதுவும்கூட, பெண்கள் வெளிநாட்டு வாழ்க்கையைத் தேட காரணமாக இருக்கும் என யூகிக்கிறேன். ஏனெனில், அவர்களுக்கான உளவியல் அழுத்தம் சொல்ல முடியாத அளவில் உள்ளது. யுத்த நேரத்தில் இரண்டு பெண் குழந்தைகளும் காணாமல் போய்விட, "யாரிடம் புகார் கொடுக்க, எவரிடம் நீதி கேட்க?" மீண்டும் மீண்டும் அதே நினைவுகளுடன் வாழ்வை நகர்த்திச் செல்லும் அந்தப் பெண்மணி, தீபாவளி வெடிச் சத்தம் கேட்டால்கூட அலறித் துடிக்கிறார். பல வருடங்களாகத் தொடரும் மன அழுத்தம், நரம்புத்தளர்ச்சி நோயாக இன்று அவரது உயிரை அணுஅணுவாகச் சிதைத்துக்கொண்டுள்ளது. இதுபோல் ஒவ்வொரு குடும்பத்துக்குள்ளும் மனத்தை உடைய வைக்கும் ஒரு கதை இருக்கிறது. அவற்றுள் பல மறக்க முடியாத கதைகள். சில சொல்ல விரும்பாத கதைகள்...

எரியும் நினைவுகள்

ஆண்டு : 1981 , ஜூன் 1

இடம்: யாழ்ப்பாணம்

இந்த நாள் உலகத் தமிழர்களின் வரலாற்றில் ஓர் ஆறாத வடுவாகப் பதிவாகப் போகிறது என்பதை எவரும் அறிந்திருக்கவில்லை. இன முரண்பாடுகள் காரணமாக, கடுமையான ஆயுத யுத்தங்கள் நடந்துகொண்டிருந்த காலம். தமிழர்களுக்கும் சிங்களவர்களுக்குமான இன முரண்பாட்டுத் தீர்வாக மாவட்ட சபை முறைமை கொண்டுவரப்பட்டதால், அந்த மாவட்ட சபைக்கான தேர்தல் பிரச்சாரம் நடந்துகொண்டிருந்தது. நிகழ்வுக்கு முந்திய நாள் மே 31, மாலை 5 மணி: தமிழர்களின் பண்பாட்டு அடையாளங்களில் ஒன்றான 'பொது ஜன நூலகம், யாழ்ப்பாணம்' தனக்கு நேரப்போகும் ஆபத்தை உணராமல், பெருமையுடன் கம்பீரமாக நின்றிருந்தது. வழக்கம்போல் நிரம்பி வழிந்திருந்த மாணவர்கள், வாசகர்கள் கூட்டத்தைச் சமாளித்து அனுப்பிவிட்டு,

வேலை நேரம் முடிந்து, தான் படித்துக்கொண்டிருந்த புத்தகத்தை, மறுநாள் தொடரலாம் எனப் பாதியில் வைத்துவிட்டு, நூலகத்திலிருந்து வீட்டுக்கு வந்துவிட்டார் உதவி நூலகர் பீதாம்பரம். பாவம், நாளை புத்தகம் மட்டுமல்ல, நூலகமே இருக்கப் போவதில்லை என்பதை அவர் அறிவாரா என்ன?

மே 31 மாலை 7 மணி: வழக்கம்போல கலவரம் மூண்டிருந்தது. இனவாத சிங்கள அரசு பயங்கரவாதத்தை கட்டவிழ்த்து விட்டிருந்தது. இரவு மணி 8.15. யாழ்ப்பாண மாநகர முதல்வர் இராசா. விஸ்வநாதன் நாச்சிமார் கோயில் அருகில் பொதுக்கூட்டமொன்றில் தேர்தல் பிரச்சாரத்திற்காகப் பேசிக்கொண்டிருந்தார். திடீரென மிகப்பெரிய வெடிச் சத்தம். மக்கள் கலைந்து ஓடுகிறார்கள். சிங்கள வன்முறைக் கும்பலொன்றால் யாழ்ப்பாணம் நகர் சூறையாடப்படுகிறது. கடைவீதிகள், முக்கிய கட்டிடங்கள் எரித்து நாசமாக்கப்பட்டன. தமிழர்களின் முதல் பிராந்திய பத்திரிகையான 'ஈழ நாடு' பத்திரிகை அலுவலகத்திற்குள் நுழைகிறது வன்முறைக்கும்பல். ஊடகவியலாளர் சச்சிதானந்தமும் பத்திரிகை நிர்வாகத்தினரும் கதவுகளுக்குப் பின்னால் மறைந்து நின்றார்கள். சீருடையணிந்த ஆயுததாரிகள் பெட்ரோல் குண்டுகளை எறிந்து, அவர்கள் உருவாக்கிய பத்திரிகை அலுவலகத்தை, அச்சு இயந்திரங்களை முற்றாக எரிக்கிறார்கள்.

வன்முறையாளர்களின் வெறி அடங்கவில்லை. அடுத்து எதை எரிக்கலாம், எதைத் தின்னலாம் என வெறியுடன் அலைகிறது அந்தக் காடையர் கூட்டம். அவர்கள் கண்ணில் படுகிறது தமிழர்களின் அறிவுக்களஞ்சியமாகச் செருக்குடன் நின்ற அந்தப் பொதுஜன யாழ் நூலகம். ஜூன் 1, காலை தமிழர்களுக்கு மோசமாக விடிந்திருந்தது. "தேர்தல் பணிக்கென அரசாங்கத்தால் கொண்டுவரப்பட்ட காவல்துறையினர் அருகிலிருந்த விளையாட்டரங்கிலே தங்கவைக்கப்பட்டிருந்தனர். இலங்கை அரசின் காவல் துறையினரும் ராணுவமும் அவர்களுடன் கட்டாக்காலிகளும் இணைந்து தமிழ்த் தேசியத்தின் பொக்கிஷமான நூலகத்தினை எரித்தார்கள்" என்கிறார் நூலக எரிப்பின் நேரடி சாட்சியாளரான யாழ் மாநகர சபையின் முன்னாள் ஆணையாளரும் வட மாகாண சபையின் அவைத்தலைவருமான சி.வி.கே.சிவஞானம், பிபிசி தமிழுக்குத் தெரிவித்துள்ள நேர்காணலில். அருகிலிருந்த சென் பற்றிக்ஸ் கல்லூரியின் மாடியில் இருந்து நூலகம் எரிவதை நேரில் பார்த்துக்கொண்டிருந்த மொழியியல் அறிஞரும் தமிழ் ஆய்வாளருமான தாவீது அடிகளார் அக்கணமே உயிரிழந்தார் என்பதே அந்நூலகத்தின் பெருமதியை உலகுக்குச் சொல்கிறது. நூலகப் பாதிப்பை மறுநாள் நேரில் பார்த்த நுஃமான், எரித்து சாம்பலாக்கப்பட்ட நூலகத்தின் நினைவுகளை இப்படி எழுதுகிறார்:

நேற்று என் கனவில் புத்தர் பெருமான் சுடப்பட்டிருந்தார்.

சிவில் உடையணிந்த அரச காவலர்கள் அவரைக் கொன்றனர். யாழ் நூலகத்தின் படிக்கட்டருகே அவரது சடலம் குருதியில் கிடந்தது. இரவின் நிழலில் அமைச்சர்கள் வந்தனர். எங்கள் பட்டியலில் இவர் பெயர் இல்லை, பின் ஏன் கொன்றீர் என்று சினந்தனர்.

'இல்லை ஐயா, தவறுகள் ஏதும் நிகழவேயில்லை.

இவரைச் சுடாமல் ஒரு ஈயினைக்கூடச் சுட முடியாது போயிற்று

ரமாதேவி இரத்தினசாமி 89

எம்மால், ஆகையினால் தான்' என்றனர்.

சரி சரி உடனே மறையுங்கள் பிணத்தை என்று கூறி அமைச்சர்கள் மறைந்தனர்

சிவில் உடையாளர்கள் பிணத்தை உள்ளே இழுத்துச் சென்றனர். 90,000 புத்தகங்களினால் புத்தரின் மேனியை மூடி மறைத்தனர். சிகாலோகவாத சூத்திரத்தினைக் கொழுத்தி எரித்தனர். புத்தரின் சடலம் அஸ்தியானது, தம்மபதமும்தான் சாம்பலானது.

அப்படியென்ன சிறப்பு அந்த நூலகத்திற்கு என்ற ஐயம் எழலாம், இருக்கிறது... 1933இல் ஜெர்மனியின் பெர்லின் நகர வீதிகளில், ஹிட்லரின் நாசி படைகள் பல அரிய புத்தகங்களைத் தீயிட்டுக் கொளுத்தினர். பெர்லின் நகரமெங்கும் புத்தகங்களின் சாம்பல் பறந்துகொண்டிருந்தது. அதே 1933ஆம் ஆண்டில் யாழ்ப்பாணத்தைச் சேர்ந்த, புத்தகங்களின் மேல் அளவற்றப் பற்றுக்கொண்டிருந்த கே.எம். செல்லப்பா, யாழ்ப்பாணத்தில் பொதுமக்கள் பயன்பாட்டிற்கான ஒரு நூலகத்தின் தேவை குறித்து, பொதுமக்களுக்கு ஒரு கடிதம் எழுதிக்கொண்டிருந்தார். பத்திரிகைகளில் விளம்பரமாக வந்த கடிதத்தைப் பார்த்த பொதுமக்கள், தங்களிடமிருந்த அரிய நூல்களை அனுப்பினர். தேவையான நிதிஉதவி செய்தனர். அதே ஆண்டில் 844 புத்தகங்களுடன் யாழ்ப்பாண மத்திய நூல் நிலையம் உருவானது. தனி நபரால் ஆரம்பிக்கப்பட்ட அந்த நூலகம், 1935 இல் யாழ்ப்பாண நகரசபையிடம் முறைப்படி கையளிக்கப்பட்டது.

உலகெங்கும் இருந்து தனி நபர்கள், அயலக தூதரகங்கள், தொண்டு நிறுவனங்கள் அரிய பல புத்தகங்களை அனுப்பிக் குவித்தன. 1959 இல் புதிய கட்டிடம் பிரம்மாண்டமாகக் கட்டப்பட்டு, தமிழர்களுக்கான தலைசிறந்த நூலகமாகத் திகழ்ந்தது. பல நூற்றாண்டுகள் பழமையான ஓலைச்சுவடிகள், 1800களில் வெளியிடப்பட்ட பல பத்திரிகைகளின் மூலப்பிரதிகள், ஆனந்தகுமாரசாமியின் பழமையான ஏட்டுச் சுவடிகள், 1585இல் கத்தோலிக்க மதத் தலைவர்களால் தமிழில் எழுதப்பட்ட நூல்கள், கண்டி சிறையிலிருந்தபோது ராபர்ட் க்னாஸ் எழுதிய History of Cylon நூலின் பிரதி, முதலியார் ராச நாயகத்தின் பண்டைய யாழ்ப்பாணம், சித்த வைத்திய ஓலைச்சுவடிகள், கையெழுத்துப் பிரதிகள், தமிழ் மட்டுமல்லாது ஆங்கில, லத்தீன் மொழியில் எழுதப்பட்ட அரிய நூல்கள் என யாழ்ப்பாண பொதுநூலகம் 97,000 அரிய நூல்களுடன் தென் கிழக்காசியாவிலேயே மிகப்பெரும் நூலகமாக, தமிழ்ப் பண்பாட்டு அடையாளமாகத் திகழ்ந்தது.

15ஆம் நூற்றாண்டில் மதுரையில் முகமதிய படையெடுப்பின்போது அங்கிருந்த சுவடிகளைப் பாதுகாப்பதற்காக அவற்றை வல்லங்களில் ஏற்றி யாழ்ப்பாணத்துக்கு அனுப்பி வைத்திருந்திருக்கிறார்கள். சிலப்பதிகாரத்தின் மூலப்பிரதியை உ.வே. சாமிநாதர் யாழ்ப்பாணத்திலிருந்துதான் எடுத்திருக்கிறார். பல்வேறு காரணங்களால் தமிழகத்தில் ஓலைச்சுவடிகள் அழிக்கப்பட்ட போது யாழ்ப்பாணத்தில் அவை பாதுகாக்கப்பட்டன.

இவையனைத்தும் அந்நூலகத்தில்தான் பாதுகாக்கப்பட்டிருந்தன. அத்தனை சிறப்பு வாய்ந்த நூலகம்தான் பண்பாட்டுப் பெருமையறியாத காடையர்களால் கொளுத்தப்பட்டது.

20ஆம் நூற்றாண்டின் உலக அளவிலான இன, கலாச்சார அழிப்புகளில் ஒரு மிகப்பெரும் வன்முறையாக இந்தச் சம்பவம் பதிவாகியுள்ளது. கட்டிடக்கலை நிபுணர் வி.எஸ்.துரைராஜா எழுதியுள்ள The Jaffina Public Library rises from its ashes' என்ற ஆவண நூலும், ஊடகவியலாளர் சி. சோமிதரன் இயக்கியுள்ள 'எரியும் நினைவுகள்' என்ற ஆவணப்படமும் மனித இனத்திற்கு எதிரான இக்குற்றத்தை உலகுக்குச் சொல்லும் சாட்சியாக நிற்கின்றன.

யாழ்ப்பாணம் நூலக எரிப்பு என்பது ஒரு சாதாரண சம்பவமல்ல, அது தமிழர்களை உளவியல் ரீதியாக அடுத்த கட்டத்துக்கு நகர்த்திய வரலாற்று நிகழ்வு. இதைத் தொடர்ந்து, "இந்த இரண்டு இனங்களும் ஒரே நாட்டில் வாழ இயலாது என்பதை அண்மைக்கால சம்பவங்கள் காட்டுகின்றன. நிரந்தரத் தீர்வாக இரண்டு நாடுகள் அமைய வேண்டும்" என்று முழக்கமிட்டார் பாராளுமன்ற உறுப்பினர் யோகேஸ்வரன். ஈழத்தமிழ்நாடு முழக்கம் தீவிரமடைந்தது. "தமிழர்களின் கைகளிலிருந்து புத்தகங்கள் பறிக்கப்பட்டு எரிக்கப்படும்போது அவர்கள் ஆயுதம் ஏந்துவதன் நியாயத்தை அந்த நூலக எரிப்பு சொல்லியது" என்கிறார் சோமிதரன்.

ஆண்டு 2022, மே, ஜூன், ஜூலை 9 : 41 ஆண்டுகள் கடந்து அந்தத் துயர சம்பவத்தின் வடு கிளறி விடப்பட்டுள்ளது. தனிச் சிங்களச் சட்டம் இயற்றப்பட்டதை எதிர்த்துப் போராடிய தமிழ்த் தலைவர்களின் ரத்தத்தால் நனைந்த பூமியான காலிமுகத்திடலில் துவங்கியது, 'கோட்டா கோ ஹோம்' புரட்சி. விளைவாக ராஜபக்ஷேவின் வீடுகள், அவரது பெற்றோரின் கல்லறைகள், சொத்துகள் தீவைத்து நாசமாக்கப்பட்டன. 9.7.2022 அன்று ஜனாதிபதியின் அலுவலகத்திற்குள் நுழைந்த போராட்டக்காரர்கள் அலுவலகத்தைத் தங்கள் வசப்படுத்தி மகிழ்ந்தனர். பிரதமர் ரணிலின் வீடும் தீக்கிரையாக்கப்பட்டது. தொல்பொருட்களும் நீண்டகாலம் சேகரித்து வைக்கப்பட்ட அரிய புத்தகங்கள் அடங்கிய மதிப்புமிக்க நூலகமும் சேர்ந்தே எரிந்ததாகக் கண்ணீர்மல்க ஊடகங்களுக்குப் பேட்டியளிக்கிறார் ரணில். இந்த நேரத்தில் ஒருவேளை 1981, ஜூன் 1ஆம் நாள் அவருக்கு நினைவுக்கு வந்திருக்கலாம். அவருக்கு மட்டுமல்ல, கடந்த காலங்களின் ஆறாத வலியையும் வடுக்களையும் தாங்கி வாழும் தமிழர்களுக்கும்தான்.

உலகமே பார்க்க, பஞ்சத்தை எதிர்கொண்டுள்ள படித்த கூட்டத்தின் நகர்வு எத்தனை கண்ணீர்ப்புகை குண்டுக்கும் நீர்த்தாரைக்கும் ஓடி ஒளியாமல் கரம்கோத்து முன்னேறிக்கொண்டேயிருக்கிறது. வரலாற்றில் பல்வேறு புரட்சிகளை வாசித்திருக்கிறோம். தமிழ் சினிமாக்களில் நம்ப முடியாத புரட்சிக் காட்சிகளைப் பார்த்திருக்கிறோம். அதையும்

மிஞ்சிய காட்சிகள் நமக்கு வியப்பூட்டுகின்றன. அந்தப் போராட்டக்காரர்களின் தொகை நிமிடத்திற்கு நிமிடம் அதிகரித்துக்கொண்டிருக்கிறது. தங்களது மரணத்தைப் பற்றிக்கூட அவர்கள் கவலைப்படுவதாகத் தெரியவில்லை, உணவுப்பொருளின்றி, கல்வியின்றி தங்கள் வம்சம் நாசமாகப் போகுமென்று அவதானித்தவர்கள் போல ராணுவத்தால் அமைக்கப்பட்ட மின்சார வேலிகளைத் தகர்த்து முன்னேறினர்.

இலங்கை வரலாற்றில் முதன்முறையாக மக்கள் புரட்சி அதிகாரத்தால், ஆயுதமுனையால் ஒடுக்கப்படாமல் வெற்றி பெற்றிருக்கிறது. அதற்காக, இந்தப் புரட்சியை அக்டோபர் புரட்சியுடனோ மாவோவின் லாங் மார்ச்சுடனோ ஒப்பிட முயற்சிப்பது அறியாமையைத்தான் காட்டும். ஏனெனில் அங்கு போராடிக்கொண்டிருக்கும் மக்கள் அரசியல் கருத்தியல்களால் ஒன்றுபட்டவர்கள் அல்ல, தங்கள் குழந்தைகளின் அன்றாட பால்மாவுக்கும் உண்ணும் உணவுக்கும் எரிபொருளுக்கும் போராடும் மக்கள் இவர்கள். ஒருவேளை இந்த அடிப்படை அன்றாடத் தேவை பூர்த்தியானால் போராட்டமும் முடிவுக்கு வந்துவிடலாம்.

ஓடித்திரியும் ராஜபக்ஷே குடும்பத்திற்கும் புதிதாகப் பதவியேற்ற ரணில் விக்ரமசிங்கவிற்கும் பெரிய வேறுபாடு ஏதுமில்லை. இவர் தமிழர்களின் மீட்பருமில்லை, வீழ்ந்து கிடக்கும் இலங்கையைத் தூக்கி நிறுத்தும் மந்திரவாதியுமல்ல. இருவருமே சிங்கள பௌத்த மேலாண்மை கருத்தியலை மூச்சாகக்கொள்பவர்கள். தமிழினத்தை எதிரிகளாக வரித்தவர்கள். இலங்கையின் பொருளாதாரப் பின்னடைவு என்பது பத்தாண்டுகளுக்கு முன்னமே துவங்கிவிட்டது. உலக வங்கியின் அறிவிக்கப்படாத எஜமானர்களான மேற்கத்திய நாடுகளின் நிபந்தனைகளுக்கெல்லாம் 'எஸ் பாஸ்' சொல்லி வாங்கிக்குவித்த போர்த்தளவாடங்களின் கடன் கழுத்தை இறுக்கியது. ஏனெனில் மேற்கத்திய நாடுகள் வழங்கிய 'ஆயுத உதவிகள்' எல்லாம் அநியாய வட்டியுடனான கடன் ஒப்பந்தங்களே. அரசு நிலைகுலைந்ததை இனவாதம், மதவாதம் என்ற முகமூடிகள் போட்டு சில காலம் ஒப்பேற்றினர். இலங்கையின் பொருளாதார முதுகெலும்பு உடைந்து பல ஆண்டுகளாகிவிட்டன. இந்தச் சவப்பெட்டியின் இறுதி ஆணிதான் இன்றைய போராட்டத்திற்குக் காரணமான எரிபொருள் தட்டுப்பாட்டு. இந்தக் கடும் பொருளாதார நெருக்கடியின் விளைவாகக் கடந்த இரு மாதங்களில் மட்டும் கிட்டத்தட்ட ஒன்றறை லட்சம் சிங்கள இளைஞர்கள் புலம் பெயர்ந்துள்ளனர் என்கிறது ஒரு செய்தி. புலம் பெயர்தலின் வலியை, ஏதிலியாக மற்றொரு நாட்டிடம் கையேந்தும்

வலியை சிங்களர்களும் அனுபவிக்க ஆரம்பித்துள்ளனர்.

ராஜபக்க்ஷேக்கள் ஓடுவதைக் கண்டும் மாளிகைகள் கைப்பற்றப்பட்டு ஹோம்டூர் போட்டு மகிழ்வதிலும் உள்ள உளவியல் புரிகிறது. அவர்கள் மகிழ்ச்சியில் எந்தத் தவறும் இல்லை. கொடுங்கோலர்களும் பாசிசத் தலைவர்களும் பயந்து ஓடுவது வரலாற்றில் அடிக்கடி காணக்கிடைக்கும் காட்சிதான். ஆனால், புரட்சி உணர்வுப்பூர்வமான கும்பலின் வன்முறைச் செயலாக மாறிவிடக் கூடாது. 13.7.2022 இரவு போராட்டக்காரர்கள் நாடாளுமன்றத்திற்குள் நுழைய முயற்சி செய்துகொண்டிருக்கிறார்கள் என்ற செய்தி அச்சமூட்டுவதாக உள்ளது. ஜனாதிபதியாகப் பொறுப்பேற்றுள்ள ரணில் விக்கிரமசிங்கே அவசரநிலை பிரகடனப்படுத்தியுள்ளதோடு, நாட்டின் பாதுகாப்பை உறுதிப்படுத்துவதில் முப்படைகளுக்கும் உரிமை அளிப்பதாகக் கூறியுள்ளது மேலும் கவலைக்குள்ளாக்குகிறது.

அரச தொலைக்காட்சியான ரூபவாஹினி தனது ஒளிபரப்பை நிறுத்தியுள்ளது. அமெரிக்கத் தூதரகம் தனது சேவையை இரண்டு நாட்களுக்கு நிறுத்துவதாக அறிவித்துள்ளது. நாடு தலைமையின்றி, அரசின்றி ஸ்தம்பித்து நிற்கிறது. அரசியல் காட்சிகள் நிமிடத்திற்கு நிமிடம் மாறுகின்றன. இத்தனை களேபரங்களுக்கிடையேயும், "ஜனாதிபதி பதவி விலகிய பின்னர் ஜனாதிபதி செயலகத்தையும் அலரி மாளிகையையும் ராணுவத்தினரிடம் ஒப்படைக்க வேண்டும்" என ஓமல்பே தேரர் குறுக்குசால் ஓட்டிக்கொண்டிருக்கிறார்.

தமிழர்களை வேரோடும் மண்ணின் மரபோடும் அழிக்க நினைத்து, அவர்களின் பண்பாட்டுத் தடத்தை எரித்தவர்கள்... நேற்றைய இன அழிப்புப் போரின் வெற்றி நாயகர்களாகக் கொண்டாடப்பட்டவர்கள், அதே மக்களால் வில்லனாக்கப்பட்டு நாடு நாடாகத் தஞ்சம் கேட்டு ஓடிக்கொண்டிருக்கிறார்கள். இந்த (கோத்த) "பய ராஜ" பக்ஷேக்கள் பூமியின் எந்த மூலைக்குச் சென்றாலும், இவர்கள் விரட்டியடித்ததினால் உலகெங்கும் பரவிக்கிடக்கும் எம் தமிழர்கள் இவர்களுக்கு 'தக்க வரவேற்பு' அளிக்க ஒவ்வொரு நாட்டின் வாயிலிலும் காத்துக்கொண்டிருக்கிறார்கள்.

வரலாற்றில் இருந்து நாம் பாடம் படிக்கத் தவறுகின்ற போது மீண்டும் மீண்டும் அந்தத் தவறான வரலாறு மீட்டப்படும் என்பதற்கு இந்தத் தேசத்தின் வரலாறு சான்றாக இருக்கிறது. எந்த மக்களைக் கேடயங்களாகப் பயன்படுத்தி தாங்கள் ராஜபோக வாழ்க்கை வாழ்ந்தார்களோ, அந்த மக்களே இன்று அவர்களுக்கு எதிரான ஆயுதங்களாக மாறியுள்ளனர்.

மக்களே ஆயுதங்கள்

மக்களே கேடயங்கள்

– மா சே துங்

ஆவே ஆவே மரியா வாழ்க வாழ்க மரியா!

ஆவே ஆவே மரியா

வாழ்க வாழ்க மரியா...

மிக மிக மெலிதான குரல் அந்த வனத்தில் அலைந்து கொண்டிருந்தது.

அந்த வசீகரக் குரலே மனதை அமைதி கொள்ளச் செய்யப் போதுமானதாக இருக்கிறது. கருணை பொங்க, புன்னகைத் தவழ எங்களை வரவேற்ற மரியா எத்தகைய துன்பத்திற்கும் மருந்திடும் வல்லமையுடையவராகக் காட்சியளிக்கிறார். ஈழத்தின் பண்பாட்டு, வரலாற்று முக்கியத்துவம் வாய்ந்த மன்னார் மாவட்டத்தின் மடுப்பிரதேசத்தில் அமைந்துள்ளது 400 வருட பழமை வாய்ந்த அந்த ரோமன் கத்தோலிக்க தேவாலயம். *Baroque Revival* என்ற ஐரோப்பிய வகை கட்டிடக்கலை பாணியில் கட்டப்பட்டுள்ளது. லத்தீன் திருச்சபை முறையிலான *(Latin Rite)* வழிபாட்டுச் சடங்குகள் பின்பற்றப்படுகின்றன. தமிழ், சிங்கள கத்தோலிக்கர்களுக்கு மட்டுமல்லாது, பௌத்தர்கள், இந்துக்கள், புராட்டஸ்டன்ட்கள் என அத்தனை மதத்தினருக்கும் அருள்பாலித்து தன்பால் ஈர்த்து வைத்திருக்கிறார் அங்கு உறைந்திருக்கும் மடுமாதா.

ஈழத்தமிழ் தேசமெங்கும் ஒவ்வொரு நூறு அடிக்கும் ஒரு வரலாறு புதைந்து கிடந்து நம்மை ஆச்சரியப்படுத்துகிறது. அப்படிப்பட்ட ஒரு வரலாறை நண்பர் அன்ரனி மடுத்தீனும் அவர் மனைவி மெரினாவும் எங்களுக்கு அறிமுகப்படுத்த, வரலாற்றின் காலம் எங்களைப் பின்னோக்கி அழைத்துச் சென்றது. காலத்தின் கைப்பற்றி நாங்களும் சுவாரசியத்துடன் பயணிக்கத் தொடங்கினோம்.

காலம்: 16 ம் நூற்றாண்டு: யாழ்ப்பாணம், யாழ்குடா, மாந்தை பெருநிலப்பரப்பு, மன்னார்த்தீவு அனைத்தும் சேர்ந்ததே யாழ்ப்பாண ராச்சியமாக இருந்தது. அங்கு, கிறிஸ்தவம் பெரிதாக அறியப்படவில்லை. இந்தியாவின் தென்கரையோரங்களில் வசித்து வந்த கிறிஸ்தவர்களால் மெல்ல மெல்ல, இந்தியாவிலிருந்து மன்னார் வழியாக யாழ்ப்பாணம் நோக்கி, கிறிஸ்தவம் பரவத் தொடங்கியது. இந்தியாவிலிருந்த போர்த்துக்கீசிய மிஷினரிகள் புனித பிரான்சிஸ் சேவியர் அதிகாரத்தின்கீழ் யாழ்ப்பாண ராச்சியத்திற்கு ரோமன் கத்தோலிக்க மதத்தைக் கொண்டு வந்ததாகவும் வரலாறு கூறுகிறது. அந்தச் சமயத்தில் பல்வேறு சமயச் சண்டைகளுக்கும் கிறுஸ்தவத்திற்கு மாறியவர்கள் அடைந்த இன்னல்களுக்கும் குறைவில்லை.

செபமாலை மாதாவென்று தற்போது அழைக்கப்படும் மருதமடு மாதாவின் உண்மையான சுரூபத்தின் ஆதி இருப்பிடம் மாந்தை திட்டியில் அமைந்துள்ள தற்போதைய லூர்த்துக்கெபி கோயிலாகும். போர்த்துக்கீசியர்கள்

காலத்தில் மன்னார் தீவு மற்றும் மாந்தை முழுவதிலும் கிறிஸ்தவம் வெகு வேகமாகப் பரவ ஆரம்பித்தது. 1658இல் டச்சுக்காரர்கள் மாந்தையைக் கைப்பற்ற, மாதாவின் சுரூபத்திற்கு ஆபத்து நேரிடலாம் எனக் கருதி அங்குள்ள கிறிஸ்தவர்கள் சிலகாலம் சுரூபத்தை வன்னிக்கு எடுத்துச் சென்றிருக்கின்றனர். அதன்பின், 1670இல் இருபது குடும்பங்கள் இணைந்து சுரூபத்தை எடுத்துக்கொண்டு கால்நடையாகவே மருதமரங்களினால் சூழப்பட்ட தட்சனா மருதமடு என்ற அந்த அடர்ந்த வனப்பகுதிக்குள் வருகின்றனர். அதே நேரத்தில் மேலும் 700 கத்தோலிக்கர்கள் யாழ் குடாநாட்டில் இருந்து வன்னிக் காடுகளுக்குக் குடிபெயர்கின்றனர். இந்த இரு சமூகங்களும் மடுவில் சந்திக்கிறார்கள். யானையும் புலியும் சிறுத்தையும் சர்வ சுதந்திரமாக வலம் வந்துகொண்டிருந்த அந்த அடர்ந்த வானப்பகுதி ஏனோ மாதாவிற்கான இருப்பிடமாக அவர்களுக்குத் தோன்றியிருக்கிறது. அனைவரும் ஒன்றிணைந்து மரியாளுக்கென புதிய விகாரையை நிறுவுகின்றனர். மடுதேவாலய சரித்திரப் புத்தகத்தில், 1670இல் ஆரோக்கிய அன்னை எனும் பெயரில் ஒரு கோயில் இருந்ததாகவும், அதை வன பிதா பெட்ரோ டீ பெற்றாங்கோ *(Our Lady of Good Health built by Fr.PEDRO DE BETANCO)* கட்டியதாகவும் கூறப்பட்டுள்ளது. போர்த்துக்கீசிய தளபதியின் மகளான லேனா என்ற பெண் மடுவில் இருந்த சுங்க அதிகாரியை மணம்புரிந்து, மருதமடு மாதாவிற்குக் கோயிலைக் கட்டுவித்ததால், சீலேனாமருதமடு என்ற பெயரும் விளங்கி வருகிறது.

அடர்ந்த அந்தக் காட்டில் அதற்குப் பின் விஷ சர்ப்பங்களின் தீண்டுதல் குறைந்துள்ளது. மடுமாதாவின் தலத்து மண்ணை மக்கள் நம்பிக்கையுடன் எடுத்துச் சென்று தமது தீராத நோய்களைத் தீர்த்துக்கொள்கிறார்கள். ஆங்கிலேயர் இலங்கையைக் கைப்பற்றியதும் கத்தோலிக்க மதம் தழைத்தோங்க, கானகத்தில் வீற்றிருந்த மருதமடு அன்னையைக் காண நாலாபுறங்களிலிருந்தும் பக்தர்கள் நூற்றுக்கணக்கில் வரத் தொடங்கினர். 1900ஆம் ஆண்டுகளில், அரசு ஊழியர்கள் தங்கி, பணிபுரிய அரசு விடுதி, அருட்சகோதரிகளின் சேவைகளுக்காக ஒரு கன்னியர் மடம், நோயாளிகளுக்கான வைத்தியசாலை, தபால் தொலைபேசி காரியாலயம், திருவிழாக் காலங்களுக்கென காவல் நிலையம், நீதிமன்றம் என மடுச்சுற்றாடல் விரிவடைகிறது.

1950இல் வெளிநாட்டிலிருந்து மார்பிளால் தயாரிக்கப்பட்ட மருதமடு அன்னையின் திருச்சுரூபம் இரண்டைத் தருவித்து தேவாலயத்தின் முகப்பிலும், மடுரோடு, மன்னார் மதவாச்சி சந்தியில் அமைந்துள்ள நுழைவாயிலிலும் ஸ்தாபித்ததற்கான சான்றுகள் உள்ளன. கருணை வழியும் அந்தச் சுரூபம் புன்னகையுடன் நம்மை வரவேற்கிறது. விழாக்காலங்களில் பத்து லட்சம் மக்கள் கூடி மடு தேவாலயத்தைச் சுற்றியுள்ள 50 ஏக்கருக்கும் அதிகமான அடர்ந்த மரங்களின்கீழ் கூடாரங்கள் அமைத்து தங்குவதும், உணவைக் கூட்டாகச் சமைத்து சாப்பிடுவதுமாக மத வேறுபாடின்றி மடுமாதாவைக் கொண்டாடித் தீர்த்திருக்கிறார்கள்.

அப்படிப் பெருவாழ்வு வாழ்ந்த மரியாவுக்கும் சோதனைகள் சூழ்ந்தன. அரசுப் படைகளுக்கும் விடுதலைப் புலிகளுக்கும் இடையில் தொடர்ந்த உக்கிரமான சண்டைகளுக்கு மடுமாதாவும் தப்பவில்லை. 1990ஆம் ஆண்டிற்குப் பின்னர் வடக்கில் இலங்கை அரசின் யுத்த நடவடிக்கைகளால் பாதிக்கப்பட்ட பல்லாயிரக்கணக்கான மக்கள் நகர்த்தப்பட்டு, இடம் பெயர்ந்து, மடுப்பிரதேசம் வரை தூக்கி எறியப்பட்டனர். யாழ்ப்பாணம், கிளிநொச்சி, வவுனியா, மன்னார் போன்ற பகுதிகளைச் சேர்ந்த மக்கள் இலங்கை அரசுப் படைகளின் போர் நடவடிக்கையால் பாதிக்கப்பட்டு மாதா தங்களைக் கைவிடமாட்டாள் என்ற நம்பிக்கையுடன் மடு தேவாலயத்தில் தஞ்சமடைந்தனர். ஆலய வளாகம் அகதிகள் முகாமானது. ஒருநாள் அந்த அகதிகள் முகாம் அவல முகாமானது.

மார்ச் 22, 1999 அந்த நாள் விடிந்திருக்கவே வேண்டாம் எனத் தோன்றுகிறது. அடைக்கலம் தேடி அன்னையின் பாதங்களைச் சரணடைந்தவர்களின் எண்ணிக்கை ராணுவத்தினர் கண்களை உறுத்தியது. உயர் அதிகாரிகளிடமிருந்து ஆணைகளைப் பெறுகிறார்கள். 'ரணகோச' என்ற ஆக்கிரமிப்பு ராணுவ நடவடிக்கை தொடங்கியது. தங்களுக்குள் கூடிப்பேசுகிறார்கள். பண்டிவிரிச்சானிலிருந்த ஒரு மதுபானச் சாலையை உடைத்து அங்கிருந்த மதுவை அருந்துகிறார்கள். அவர்கள் மரபணுவில் உறைந்திருந்த இனப்படுகொலை வெறி கட்டவிழ்க்கப்பட்டது. பாலம்பிட்டி, சின்னப் பண்டி விரிச்சான் காடுகளின் ஊடாக மடு நோக்கிப் போர் தொடுக்கப்பட்டது.

இந்தச் சம்பவத்தில் படுகாயமடைந்து உயிர்தப்பித்த தெய்வசேகரம் அமர்சிங்கத்தின் வாக்குமூலம் இப்படிச் சொல்கிறது. "மடு தேவாலயத்தைச்சுற்றி சனங்கள் கிடைத்த இடங்களில் முகாமிட்டிருந்தனர். மடு ஆலய வளாகத்தில் வசித்த மக்கள் அனைவரையும் ஆலய மண்டபங்களில் தஞ்சமடையுமாறு ராணுவத்தினர் அறிவிப்பு செய்தனர். ஆலயத்தில் தஞ்சமடைந்திருந்த மக்கள் உறங்கச் செல்வதற்குத் தயாராகிக்கொண்டிருந்த வேளை சரியாக இரவு 9.15 மணியிருக்கும். இருண்டு போன அந்த நாளில் துப்பாக்கிப் பிரயோகங்கள், எறிகணைகள், செல்கள் என அடுத்தடுத்து, மடு தேவாலயம் நோக்கி வரத் தொடங்கின.

இரவு 11 மணி: சனங்கள் என்ன செய்வதென தெரியாது வானத்தை நோக்கி ‘மடுமாதாவே எங்களைக் காப்பாற்றும்’ என இறைஞ்சியபடி இருந்தனர். முதலாவது ஏறிகணை திருக்குடும்பக் கன்னியர் மடத்தில் விழுந்து வெடித்தது. அடுத்த எறிகணை ஆலயத்தின் முன் நின்ற ஆலமரத்தில விழுந்து வெடித்தது. கடைசியாக ஏவப்பட்ட எறிகணை நான் இருந்த இடத்திற்கு மேலிருந்த இரும்புக் கம்பியில் வீழ்ந்து வெடித்தது. எனது அம்மா, அக்காள், அவரது மகன், பெரியப்பாவின் மகன், மனைவி, மகள், மருமகன் உள்ளிட்ட பல உறவினர்களும் என் கண்முன்னே பலியாயினர். இந்த எறிகணைத் தாக்குதலின் பின்னர் வேறெந்த வெடிச் சத்தமும் இல்லை. ஒரே அமைதி. மயான அமைதி. ஆலய மண்டபம் குருதி வெள்ளத்தில் நனைந்தது. உயிரைக் காக்க தஞ்சமடைந்த சனங்கள் கொல்லப்பட்டு கிடந்தார்கள். குழந்தைகள், பெண்கள், முதியவர்கள் என அவ்விடத்தில் மட்டும் 44பேர் கொலை செய்யப்பட்டனர். 60க்கும் மேற்பட்டோர் உடல் உறுப்புகளை இழந்து கடுமையாகப் பாதிக்கப்பட்டனர். இறந்தவர்களின் உடல் மடுவிலேயே விதைக்கப்பட்டது. அன்றிரவு மடு தேவாலயப் பகுதியை முழுமையாக இலங்கை அரசுப் படைகள் கைப்பற்றின. அது நாள்வரை தமிழீழ விடுதலைப்புலிகள் தங்கள் கட்டுப்பாட்டில் இருந்து வந்த மடுப் பிரதேசத்தை, போர் தவிர்ப்பு வலயமாகவும், புனித பிரதேசமாகவும் கையாண்டனர். விடுதலைப்புலிகள் தமது நடமாட்டத்தைத் தவிர்த்த அந்த நாளில், மடு தேவாலயத்தில் நிராயுத பாணியாகத் தனித்திருந்த மக்களையே ராணுவத்தினர் படுகொலை செய்தனர்.” அந்த வாக்குமூலத்தின் வார்த்தைகள் ஒவ்வொன்றும் மனத்தைக் கனக்கச் செய்கிறது.

“தாம் வணங்கும் மடு தேவாலயத்தில் வைத்து, மடுபாதா பார்த்துக்கொண்டிருக்கவே எமை இனக்கொலை செய்தனர். மடு மாதாவின் முகத்தில் எங்கள் சனங்களின் குருதி பட்டுத் தெறித்தது. மாதாவின் சந்நிதானம் மனித சதைப்பிண்டங்களால் நிறைந்து கிடந்தது. மடுமாதாவே இந்த இனப்படுகொலையின் வரலாற்றுச் சாட்சி. வன்முறையை வெறுக்கும், குருதி சிந்துதலை எதிர்க்கும் இந்த ஆலயத்தில் தமிழர்கள் குருதி சிந்த வைக்கப்பட்டனர். இலங்கை அரசுப் படைகள் தெய்வங்களையும் படுகொலை செய்பவர்கள். ஆலயங்களையும் அழிப்பவர்கள் சைவ, கிறிஸ்தவ

இஸ்லாமிய ஆலயங்களை அழிப்பதும் அங்கு தஞ்சமடைந்த மக்களைக் கொன்றழிப்பதும் அவர்களுக்குப் புதிதல்ல, வடகிழக்கில் பல இடங்களில் நடைபெற்ற சம்பவங்கள்தாம். நவாலி தேவாலயம், புதின பேதுருவானவர் ஆலயம் என இனப்படுகொலைகள் நடைபெற்ற தேவாலயங்கள் பல உண்டு" - கண்ணீர் கனக்க வெடிக்கிறார், இந்தத் தாக்குதலில் தன் உறவுகளை இழந்த தோழி ஒருவர்.

தேவாலயப் பகுதியைக் கைப்பற்றிய ராணுவத்தினர் பெரும் ராணுவ வெற்றியாக அதைக் கொண்டாடி மகிழ்ந்தனர். விடுதலைப்புலிகளின் கட்டுப்பாட்டுப் பிரதேசத்தில் இருந்துவந்த மடு இலங்கை ராணுவத்தினர் வசம் வந்தது. மடு தேவாலய நுழைவாயில் அருகில் ராணுவத்தினரால் பௌத்த விகாரை அமைக்கவும் முயற்சி எடுக்கப்பட்டு தோல்வியில் முடிந்தது. மடு தேவாலயம் சிங்களவர்களாலும் வணங்கப்படும் தலம் என்பதால் அதனை ஒரு போர் வெற்றியாகக் காட்டி சிங்கள மக்களை கவர்ந்து, போர் வெற்றி சூடிய அரசியாக, அடுத்து வந்த தேர்தலில் தன்னை அடையாளப்படுத்திக்கொண்டார் சந்திரிகா.

மீண்டும், 2008 ஏப்ரலில் இலங்கை ராணுவத்தினர் நடத்திய பலத்த எறிகணை வீச்சினால் ஆலயம் சேதத்திற்குள்ளாகியது. அதனால் அங்கு அடைக்கலமடைந்திருந்த மக்கள் அனைவரும் பாதுகாப்பான இடம் நோக்கி நகர்ந்தனர். அன்னையின் திருவுருவச் சிலையின் பாதுகாப்புக் கருதி 2008 ஏப்ரல் 4இல் மன்னார் தேவன்பிட்டி புனித சவேரியர் ஆலயத்துக்கு எடுத்துச் செல்லப்பட்டு, மீண்டும் யுத்தம் முடிவுற்றபின் மடுவிற்குக் கொண்டுவரப்பட்டிருக்கிறது.

மழைச்சாரல் பரவ, வேண்டுதல் முடித்து நாங்கள் திரும்பத் தொடங்கியிருந்தோம். "ஆவே ஆவே மரியா வாழ்க வாழ்க மரியா..." இப்போது வனம் முழுக்கக் காற்றில் பரவிய அந்த மெல்லிய குரலுக்குள் மறைந்திருந்த வலியை உணர முடிந்தது.

நாங்கள் ஏன் அகதிகளானோம்?

துபாய் செல்லும் விமானத்தில் ஏறுவதற்கான கடைசி அறிவிப்பைக் கேட்டவுடன், அந்த 35 வயது மதிக்கத்தக்க மனிதன், தன் பக்கத்தில் நின்றிருந்த மனைவியைக் கட்டி அணைத்து இரு கன்னங்களிலும் முத்தமிட்டுக்கொண்டே இருக்க, மதுரை ஏர்போர்ட் ஒரு நிமிடம் ஸ்தம்பித்தது. ஏர்லைன்ஸ் பணியாளர்கள் அதிசயித்துப் பார்த்து, தங்களுக்குள் சமிக்ஞை காட்டிச் சிரித்துக்கொண்டனர். அது போன்ற ஒரு காட்சியை அந்த விமான நிலையம் இதுவரை கண்டதில்லை. நான் அவசரமாக வேறுபுறம் திரும்பினேன். அவர்களது 3 வயது

குழந்தை அவர்களை வேடிக்கை பார்த்துக்கொண்டிருந்தது. எஸ்கலேட்டரில் ஏறியவர் விடாது மனைவியைப் பார்த்து அழுதுகொண்டே கையாட்டி, கொஞ்சம் கொஞ்சமாகக் கண்களிலிருந்து மறைய, தேம்பிக்கொண்டிருந்த அந்தப் பெண்ணின் கைகளைப் பற்றி மெதுவாக ஆசுவாசப்படுத்த, மூன்றாண்டுகளாகத் தொலைபேசியிலேயே குடும்பம் நடத்தியிருந்த அவர்களது பிரிவின் வலியைப் பகிர்ந்துகொண்டார்.

இந்த வாழ்க்கைதான் மனிதர்களை, உறவுகளை எப்படிப் பிய்த்து தூர வீசுகிறது. இடம்பெயர்தலொன்றும் மனிதனுக்குப்

புதிதல்ல, ஆப்ரிக்காவிலிருந்து மனிதன் நடந்தே உலகம் முழுக்கப் பரவினான் என்கிறது மானுட வரலாறு. உயிர் பிழைத்தலுக்கும் பணம் ஈட்டலுக்குமாக மனிதனின் இடப்பெயர்வு, எல்லாக் காலத்திலும் நிகழ்ந்துகொண்டேயிருந்ததைப் பல்வேறு சங்க இலக்கியங்களின் மூலம் அறிய முடிகிறது. இன்றைக்கு பீகாரிலிருந்தும் உத்தரப் பிரதேசத்திலிருந்தும் இன்னபிற வட இந்திய மாநிலங்களிலிருந்தும் தமிழகத்திற்கு இடம்பெயர்ந்து, கடுமையாக உழைத்துக் கொண்டிருக்கும் இந்தியச் சகோதரர்களைப் பார்க்கும் போதெல்லாம் மனம் கனக்கத்தான் செய்கிறது.

விரும்பிச் செல்லும் புலம்பெயர்தலைவிட, மனிதர்கள் மீது வலியத் திணிக்கப்படும் புலம்பெயர்வு கொடூரமானது. 1947இல் இந்தியா-பாகிஸ்தான் பிரிவினையின் போது வலுக்கட்டாயமாக ஏற்பட்ட மிகப் பெரிய இடப்பெயர்வும், ஸ்ரீமா - சாஸ்திரி ஒப்பந்தத்தின்படி 1964இல் இலங்கையிலிருந்த மலையகத் தமிழர்கள் ஐந்து லட்சம் பேர் வலுக்கட்டாயமாக இந்தியாவிற்குத் திருப்பி அனுப்பப்பட்டதும், உலகப் புலம்பெயர் வரலாற்றின் துயரமான சம்பவங்கள். உலகத் தமிழர் வரலாற்றின் முக்கிய நிகழ்வாகப் பார்க்கப்படும் இலங்கைத் தமிழரின் புலம்பெயர்தலுக்கு அரசியலும் பொருளியலும் காரணிகளாக அமைந்தன. ஜனநாயகக் கோரிக்கைகள் மறுக்கப்பட்ட நிலையில், போராட்டங்கள் ஆயுதப் போராட்டங்களாக மாறியபின் ஏற்பட்ட கடினமான சூழலில் தமிழர்கள் பிற நாடுகளுக்கு இடம்பெயர வேண்டிய சூழல் உருவானது.

யுத்தம் கோர தாண்டவம் ஆடிய காலகட்டத்தில், தம் சொந்த மண்ணில் வாழ இயலாது உடமைகள், உறவுகளை இழந்து அலைந்து உழன்று, நிலம், மொழி, பண்பாடு எனப் பலவற்றாலும் அந்நியப்பட்டிருக்கும் இடத்தில் தஞ்சமடைதல் அப்படி ஒன்றும் எளிதான காரியமாக இருக்கவில்லை. அப்படியும் தங்கள் உயிரைப் பணயம் வைத்து வெளியேறிய பல்லாயிரக்கணக்கானோரில் ஒருவரான தோழியின் துயரக்கதை இது. அந்த ஈழ தேசத்தின் வடக்கு மாகாணத்திலுள்ள சின்னஞ்சிறு கிராமத்தின் பெரிய குடும்பம் அது. நாடாண்ட சோழர் பரம்பரை வழிவந்தவர்கள் என்றும் அதன் நீட்சியாக முக்கிய நிகழ்வுகளில் யானையில் வீதி உலா வந்த கடைசி உடையார் பரம்பரை என்றும் வழிவழியாக வந்த கதைகளும் வீட்டில் பாதுகாக்கப்பட்டிருக்கும் அது தொடர்பான ஓலைச்சுவடிகளும் கூறுகின்றன. ஊரின் பெரிய வீட்டுக்காரர்கள் என்ற மரியாதைக்குப் பஞ்சமில்லை. அப்பா விவசாயத் துறையில் பணியாற்றினார். உரம் விநியோகம் துவங்கி, நில அளவை வரை பொறுப்பிலிருக்கக்கூடிய அந்தக் கிராமத்தின் முக்கிய அரசு அதிகாரி. அந்தக் குடும்பத்தைச் சேர்ந்தவர்தான் நமது நாயகி (பெயர் குறிப்பிட அவர் விரும்பாததால் ரோஜா என்று வைத்துக்கொள்வோம்). நான்கு பாசக்கார அண்ணன்களுக்குப் பிறகும் ஒரு தங்கைக்கு முன்புமாக 1961இல் டிசம்பர் 24 இரவு கிறிஸ்து பிறப்பதற்குச் சிறிது நேரத்திற்கு முன்பு

பிறந்து, பாசமலர்களுடன் வளர்ந்து, இன்றைக்கு லண்டனில் தனிமையில் தன் குடும்பத்துடன் வாழ்க்கை நடத்திவருகிறார். சொந்த நாட்டிலிருந்து தன்னைத் துண்டித்துக்கொண்டு, தனியொரு பெண்ணாகப் பல நாட்டு எல்லைகளை உயிரைப் பணயம் வைத்துக் கடந்து, புதிய மண்ணில் தனது வாழ்வைப் பதியம் போட்டுக்கொண்டதைக் கேட்கும் போதே சிலிர்க்கிறது.

இனவாத அடக்குமுறை மற்றும் மனித உரிமைகளை மறுதலிக்கின்ற சட்டங்களினால், எழுபதுகளிலிருந்தே இலங்கையின் நிலை சீராக இல்லையெனினும், தான் பள்ளிப்படிப்பை முடிக்கும் வரை யுத்தம் தன்னை நேரிடையாகப் பாதித்ததில்லை என்கிறார் ரோஜா. ஏஎல் என்று சொல்லப்படும் ப்ளஸ் டூ படிப்பை முடித்தவுடன், மதத்தின் மீதிருந்த பற்றால், மறைக்கல்வி ஆசிரியர் பயிற்சி முடித்து விட்டு, தேவாலயத்தில் மறைக் கல்வி ஆசிரியராகப் பணி. படு சுறுசுறுப்பு, துறுதுறுப்பு. பாடல், நடனம், நாடகம், பேச்சுக்கலை, கர்நாடக இசை எனக் கலைத்துறையையே கைவசம் வைத்திருந்தார்.

நாட்டுக்குள் யுத்தம் கொஞ்சம் கொஞ்சமாகத் தன் ஆக்டோபஸ் கரங்களை விரித்துக்கொண்டிருந்தன. 1979இல் கொண்டுவரப்பட்ட பயங்கரவாதத் தடைச் சட்டம், இலங்கையிலிருந்து ஆயிரக்கணக்கான இளைஞர்களைப் புலம்பெயர வைத்த சந்தர்ப்பத்தில், ஓர் அண்ணன் நெதர்லாந்தில் பணி கிடைத்துச் சென்றுவிட்டார். 1983 ஆம் ஆண்டு இலங்கையில் நடைபெற்ற இனக்கலவரமும் ராணுவத் தாக்குதல்களும் ஆயுதப் போராட்டங்களும்தாம் உலகின் கவனத்தை இலங்கையின் பக்கம் திருப்பியது. போர்ச்சூழல் பொதுமக்களையும் பாதிக்கத் துவங்கி இருந்த காலகட்டம் அது.

படிக்கிற வயதுப் பிள்ளைகள் வீட்டிற்கு ஒன்றிரண்டு பேர் துவக்கு (துப்பாக்கி) தூக்கிப் பெருமையுடன் வலம்வரத் துவங்கியிருந்தனர். ரோஜாவின் அப்பாவுக்கு ஆயுதங்களின் மீது நம்பிக்கை இல்லை. மனிதகுலத்தை அழிக்கவல்ல யுத்தத்தை வெறுத்தவர். அஹிம்சையில் அதிக ஈடுபாடு உண்டு. ஊருக்குள் ஆயுதம் ஏந்தி அலைந்த பிள்ளைகளை உரிமையோடு கண்டிப்பதுண்டு. "மஹாத்மா காந்தி அவ்வளவு பெரிய தேசத்துக்கே அஹிம்சை முறையில் விடுதலை வாங்கிக் கொடுத்துட்டார். நீங்கள் என்னடா பொடிசுகளெல்லாம் துவக்கு தூக்கிக்கொண்டு அலையினம்?" என்று கடுமையாகவே சாடுவதால், அவர் மீது பரவலாக வெறுப்புப் படரத் துவங்கி இருந்தது. அரசுப் பணியில் இருப்பதால், அரசுக்கு சாதகமாகவும் தமிழ் இயக்கங்களுக்கு எதிராகவும் அவர் இருக்கிறார் என்று ஊருக்குள் பேச்சும் எழுந்தது.

"அப்படியான ஒருநாளில், ஏழு, எட்டுப் பேர் துவக்குகளுடன் வீட்டுக்குள் வந்தாங்க ரமா" என்ற போது, "துப்பாக்கியுடனா? ஏழு பேரா?" என்று அலைபேசி வழியாக என் பயந்த குரல் அவருக்குப் புரிந்திருக்க வேண்டும். "துவக்குகள், குண்டுகள், பீரங்கி, ஷெல் எல்லாம்

எங்களுக்கு பழகிவிட்டது ரமா, அது பற்றியெல்லாம் எங்களுக்கு பயமில்லை" என்கிறார் சிரித்துக்கொண்டே. வந்த பொடியன்கள் ரோஜாவின் அப்பாவிடம் குடும்பக் கதைகளைக் கேட்டு, பழைய ஓலைச் சுவடிகளை எடுத்துப் பார்த்துக் குறிப்புகள் எடுத்துக்கொண்டனர். ரொம்ப இயல்பாகவே பேசினர். எல்லாரும் உறவுப் பையன்கள் என்பதால், யாருக்கும் சந்தேகப்படத் தோன்றவில்லை. "அன்டைக்கு நாங்கள் அறியல ரமா, எங்கட அய்யாவை (அப்பாவை) நாங்கள் இழக்கப் போகிறோமெண்டு". முப்பத்தி ஐந்து ஆண்டுகள் கடந்துவிட்டாலும், அவரது குரல் இன்னும் கசிகிறது.

1985 ஆம் ஆண்டு, புனித வெள்ளிக்கு இரண்டு நாட்களே இருந்ததால், வீடே பரபரப்பாக இருந்தது. ரோஜாவின் அம்மா சமையல் செய்துகொண்டிருக்க, ஈஸ்டருக்காகப் பலகாரங்கள் செய்து கொண்டிருக்கிறார் அண்ணி. கொய்யா மரத்திலிருந்து கரிக்குயில் கீச் கீச் என்று விடாமல் எதையோ குறிப்பால் உணர்த்துவது போல கத்திக்கொண்டே இருந்தது. அண்ணன்கள் யாரும் வீட்டில் இல்லை.

ஈஸ்டர் பலகாரமான 'துள்ளுமா'வை அக்காளும் தங்கையும் விளையாட்டும் சிரிப்புமாக, பிட்டுப் பிட்டுச் சாப்பிடுகிறார்கள். அப்பா குளித்துவிட்டு வந்து மாமரத்தடியில் ஈசி சேரில் அவர்களின் விளையாட்டை ரசித்துக்கொண்டே படுத்துக் கிடந்தார்.

ஏதோ சத்தம் கேட்க திரும்பிப் பார்த்தால், நான்கு நாட்களுக்கு முன் வந்த அதே ஆட்கள், இந்த முறை அய்யாவை உடன் அழைத்துச் செல்லவிருப்பதாகக் கூற, அவர் மறுத்துப் பேச, அவர்களோ இல்லை ஒரு நிலம் தொடர்பாக ஒரு சந்தேகம் என்றும் அவர் வந்து தான் விளக்கம் சொல்ல வேண்டும் என வற்புறுத்தி அழைத்தார்கள். "துவக்குகளுடன் வந்து நிண்ட ஆட்கள் அய்யாவிடம் கதைச்ச விதம் எனக்குச் சரியாகப்படவில்லை ரமா, அதில் ஒருவன் பெயர் சலீம்... எனக்கு அவனை நன்றாகத் தெரியும், அவனது சிவந்த கண்களும் சிவப்பு பரட்டை முடியும் அவன் பார்த்த பார்வையும் 35 வருஷம் கழிச்சும் மறக்க முடியல ரமா" என்று துயரத்தோடு கூறினார்.

"அய்யாவின் பயந்த முகத்தை என் வாழ்நாளில் அன்டைக்குத்தான் பார்த்தேன். வாயிலருகே நின்று திரும்பி என்னை ஒருமுறை பார்த்தார் ரமா, ஏதோ இறைஞ்சும் அவரது முகம் இன்னும் என் கண்களுக்குள் இருக்கிறது. புறப்பட்டுச் சென்ற இரண்டாவது நிமிடம், ' டப்' என்ற ஒலியும் "அய்யாவைச் சுட்டுட்டாங்க" என அலறித் துடிக்கும் அண்ணனின் குரலும் கேட்க ஓடினோம். கழுத்தில் குண்டு துளைக்க நான்கு ரோடு பிரியும் சந்தியில் கிடந்தார் அய்யா. அள்ளி என் மடியில் போட்டுக்கொண்டேன். பட்டாசு மணம் போல அந்தத் துப்பாக்கிச் சூட்டின் மணம் இன்னும் என் நாசியில் இருக்கிறது. இளஞ்சூடான ரத்தம் என் மடியில் ஆறாக ஓடுகிறது. 'துவக்கு தூக்காதே' என்று கூறிய ஒரே காரணத்துக்காக அய்யாவுக்குக் கிடைத்த பரிசு துப்பாக்கிக்

குண்டு. அய்யாவைச் சுட்டவனும் உடன் வந்தவர்களும் எவனோ அல்ல, அப்பாவின் சொந்த தமக்கையின் மகனும் இன்னும் பிற உறவுப் பையன்களும் தாம். யுத்த தர்மத்தின் முன் உறவைப் பார்க்கக் கூடாதெண்டு மகாபாரதமே சொல்கிறது தானே?" என்று விரக்தியோடு பேசுவது புரிந்தது.

அதன்பின் சில நாள்களில் அவர்களில் ஒருவனே ரோஜாவை மணமுடிக்க கேட்டு வர, மறுத்திருக்கிறார். "என் அய்யாவைக் கொன்றவனை நான் எப்படி ரமா திருமணம் செய்துகொள்ள முடியும்?" எவ்வளவு கடினமான கேள்வி இது. பல தமிழ் சினிமாக்களில் இது போன்ற காட்சிகளைப் பார்த்துக் கடந்திருந்தாலும், அனுபவித்தவர் கேட்கும் போது தான் அந்தச் சூழலின் வீரியம் புரிகிறது. திருமணத்திற்கு மறுத்ததும் இயக்கத்தில் சேரச் சொல்லி தொடர் அழைப்புகள். அப்போது பெண்களும் இயக்கத்தில் தீவிரமாகத் தங்களை இணைத்துக்கொண்டிருந்தனர்.

நாளுக்கு நாள் போர்ச் சூழல் அதிகரித்துக்கொண்டே வந்தது. ஹெலிகாப்டர்களும் போர் விமானங்களும் ஊருக்குள் பழக்கமாகத் தொடங்கி இருந்தன. வீட்டிற்குப் பின்னால் மிகப் பெரிய பதுங்கு குழி தயாராகி, குண்டுமழை பொழியும் போதெல்லாம் உள்ளே போய் தங்குவதும், வெளியே வருவதுமாக வாழ்க்கை மாறியிருந்தது. வெளியே ஓயாத துப்பாக்கிச் சத்தம், பதுங்குக் குழிக்குள் மொத்தக் குடும்பமும் குட்டிகுளுவான்களுடன் ஒடுங்கிக்கிடக்க, ஒரு பெரிய பாம்பு பதுங்குக்குழி சுவற்றுக்குள் அவர்களை நோக்கி ஊர்ந்து வந்த அந்த நாளில்தான் உயிரின் மீதான பயத்தை நெருக்கமாக உணர்ந்திருக்கிறார்கள். மற்றொரு நாள் அனைவரும் பதுங்கு குழிக்குள் இருக்க, வெளியிலிருந்த ரோஜாவுக்கு மிக அருகில் சரிந்து பறந்த ஒரு ஹெலிகாப்டரிலிருந்து குண்டுகள் சரமாறிப் பொழிய ஒரு நூலிழையில் உயிர் தப்பியிருக்கிறார்.

"இப்படித்தான் எங்களது ஒவ்வொரு நாளும் பிழைத்தலுக்கும் சாதலுக்கும் இடையே ஊசலாடிக்கொண்டிருந்தது" என்பது எவ்வளவு காத்திரமான வார்த்தைகள்! சிங்கள அரசு, இந்திய ஆர்மியால் பெண்களுக்குப் பாதுகாப்பில்லை எனப் பொய்யான நோட்டிஸ் கொடுத்து, வாழ்விடத்தை விட்டு வெளியேற்றியது. வாழ்ந்த வீட்டை விட்டு, உயிருக்கும் மானத்துக்கும் பயந்து மது மாதா கோயில், அங்கிருந்து அடுத்த ஊர், அடுத்த ஊர் என்று நகர்ந்து கொண்டேயிருந்தனர். இந்த உயிர் பிழைத்தலுக்கான ஓட்டத்தில் ஒன்றாயிருந்த குடும்பம் சிதறிப் போயிருந்தது. அவரவருக்குப் பாதுகாப்பான இடம் தேடிப் பரவினார்கள். ஓர் அண்ணன் இந்தியா போய்விட்டார். எந்தப் பக்கமும் வழியில்லாமல் வாழ்க்கை அவர்களை அலைக்கழித்தது. காசிருந்த சனங்கள் ஐரோப்பாவிற்கும் வாழவழியற்ற சனங்கள் இந்தியாவுக்கும் அகதிகளாகப் போய்க் கொண்டிருந்தனர். திருமணம் அல்லது இயக்கம் என்று ரோஜா முன்னால் வைக்கப்பட்ட இரண்டு வாய்ப்புகளும் அவருக்கு பிடித்தமில்லை. அண்ணன் நெதர்லாந்து போய் பத்து வருஷம்

ஆகியிருந்தது. எப்படியாவது தப்பிப்போய் விட்டால் அகதியாகப் பதிந்துகொள்ளலாம். இங்கிருப்பதற்கான எல்லாப் பாதைகளும் அடைபட்டுப்போக, குறிப்பாக இவரது உயிர் கேள்விக்குறியாக, இவரை நெதர்லாந்து அனுப்புவது என்ற முடிவை குடும்பத்தார் எடுத்தனர். இல்லையில்லை, அந்த முடிவுக்குத் தள்ளப்பட்டனர்.

ஏஜென்சி மூலம் ரோஜாவை நெதெர்லாந்து அனுப்ப ஏற்பாடு செய்தனர். அவர்கள் தங்கியிருந்த இடத்திலிருந்து கொழும்பு போவதே மிகப் பெரிய சவாலாக இருந்தது. ஒரு நாட்டிற்குள் ஓரிடத்திலிருந்து இன்னோர் இடத்திற்குச் செல்ல அவர்கள் பட்ட கஷ்டம் நம் கற்பனைக்கும் எட்டாததாக இருக்கிறது. ஆர்மி கையகப்படுத்தியிருந்த பகுதியும் புலிகள் வசம் இருந்த பகுதியும் மாறி மாறி வரும். இருவரிடமும் விசாரணை, கேள்விகள், சரி பார்த்தல் எனக் கொளுத்தும் வெயிலில் வரிசை நாள்கணக்காக நீண்டுகொண்டே இருக்கும். “பக்கத்திலிருக்கும் யாழ்ப்பாணத்திற்குப் படிக்கப் போகும் பொடியன்களும் பெட்டைகளும் ஆற்று வழியாகக் கடந்து போக இரண்டு மூன்று நாள் பிடிக்கும். அப்படியானால் கொழும்பு போக எவ்வளவு நாள் ஆகும் யோசிங்க.” யோசிக்கவே அயர்ச்சியாக இருக்கிறது. ஒருவழியாகப் பல நாட்கள் நடந்தும் ஆற்று வழியாகவும் வாகனத்திலுமாக மாறிமாறி கொழும்பு வந்து சேர்ந்தார்கள்.

கிட்டத்தட்ட எட்டு மாதங்கள் கொழும்பில் ஏஜென்ஸிகாரர்களின் அழைப்பிற்காகக் காத்திருந்திருந்த பின் ஒருநாள் போன் வந்தது தயாராக இருக்கச் சொல்லி. நன்றாக அலங்காரம் செய்து கொண்டார். கொழும்புவில் தங்கியிருந்த நாள்களில் ஆங்கில வகுப்புக்குப் போய் சரளமாக ஆங்கிலம் பேசும் திறமையை வளர்த்திருந்தார். அழகான ஜீன்ஸும் மாடர்ன் சட்டையும் அரையடி குதிகால் செருப்பும் பொட்டில்லாத நெற்றியும் நுனிநாக்கு ஆங்கிலமுமாக ஏறக்குறைய ஐரோப்பியன் போலவே மாறி இருந்தார். இப்படியெல்லாம் இருக்கும்படி அவருக்குச் சொல்லப்பட்டிருந்தது.

கொழும்பு ஏர்போர்ட்டில் சனம் குவிந்திருக்கிறது. போர்க் கொடூரம் அவர்களை நாட்டைவிட்டு வெளியேறத் துடிக்க வைக்கிறது. தாய் ஒரு பக்கம், தகப்பன் ஒரு பக்கம், பிள்ளைகள் ஒரு பக்கம் என யுத்தம் குடும்பத்தைப் பிய்த்துக் கடாசியிருக்கிறது. எங்கும் அவலக் குரல். “எப்படியாவது தப்பித்தால் போதும் எனக் கிடைத்த விசாவில் உலகின் எந்த மூலைக்கும் போக சனம் துடிப்பதைக் கண்முன்னால் கண்டேன் ரமா, குடும்பத்தில் யாரோ ஒருவருக்கு எதோ ஒரு நாட்டுக்கு விசா கிடைத்தால், அவர் மட்டுமாவது தப்பிக்கட்டும் என்று மொத்தக் குடும்பமும் வழியனுப்ப, இனி குடும்பத்தைக் காண்போமா, வாழ்க்கையில் ஒன்று சேர்வோமா என்ற எந்த நம்பிக்கையும் இல்லாமல், கதறித் துடிக்கிறார்கள்” குரல் கம்ம அவர் பேசுவதைக் கேட்கும்போது, சமீபத்தில் ஆப்கானிஸ்தானில் தாலிபான்கள் ஆட்சியைப் பிடித்த அன்று தொலைக்காட்சியில் ஒளிபரப்பான விமான நிலையக் காட்சிகள்

நினைவுக்கு வந்தன.

ரோஜாவின் கையில் ஹாங்காங், யுகோஸ்லோவியா வரை செல்வதற்கான டூரிஸ்ட் விசா மட்டும் இருந்தது. எந்தத் தமிழ் மக்களைப் பார்த்தாலும் பேசக் கூடாது என அவருக்கு உத்தரவு இருந்தது. அவர் ஏறிய விமானத்தில் முகம் நிறைய சோகத்துடன் கிட்டத்தட்ட 100 தமிழ் ஆள்கள்தாம். மேலெழும்பிய விமானத்திலிருந்து பிறந்த மண்ணை எட்டிப்பார்த்தார்.

“வாழ்ந்த அழகின் அடையாளங்கள் அறவே அற
தெருவில் விரட்டப் பெயர்ந்தன மக்கள்
சாரி சாரியாகக் கால்கள் வெளியேறின.
பிள்ளைகளால் பிடுங்கி எறியப்பட்ட
பொம்மைகளுக்காக அழ முடிந்தது.
பெரியவர்கள் பெயர்த்தெறியப்பட்ட வாழ்வுக்காக”
என்ற றஷ்மியின் கவிதை நினைவுக்குவந்தது. “உடன் பிறந்த சகோதரர்களைவிட்டு, என் சொந்த மண்ணைவிட்டு நிரந்தரமாகக் கிளம்பியாச்சு. இனி என் வாழ்வில் திரும்பி வருவேனா இல்லையோ தெரியவில்லை. மனதிற்குள் ஏதேதோ தோன்றியது. அந்த நேரத்து உணர்வுகளை என்னால் உங்களுக்கு உணர வைக்க முடியல ரமா” என்று அவர் கூறினாலும் அந்தச் சூழலை என்னால் உணர முடிந்தது.

ஹாங்காங் அங்கிருந்து யுகோஸ்லோவியாவின் தலைநகர் பெல்க்ரேட் ஏர்போர்ட்டில் தமிழ் ஆள்கள் ஒவ்வொருவராக ஒன்று சேர்கிறார்கள். அத்துடன் இங்கிருந்து அழைத்துச் சென்றவனின் வேலை முடிந்தது. இவர்கள் நூறு பேருக்கான ஒரு குட்டி விமானத்தில் குரோஷியா என்ற நாட்டின் ஸ்ப்லிட் என்ற இடத்துக்குக் கூட்டிச் செல்ல வந்த அந்த ஆங்கிலேயர், சாகிராப் என்ற ஹோட்டலில் விட்டுவிட்டு மறைந்துவிட, இப்போது ஊர் பேர் தெரியாத, விசா இல்லாத ஒரு நாட்டில் உறவும் நட்புமற்ற தனிமையில் ரோஜா. பக்கத்து வீட்டுக்குக்கூட அண்ணன்மார்கள் துணைக்கு வந்தது நினைவுக்கு வருகிறது. இரவு ஊரே உறங்கியபின் அவர்கள் இந்த நாட்டின் எல்லையைக் கடக்க வேண்டும். எல்லையைக் கடப்பது ஒன்றும் அவ்வளவு எளிதல்ல, மலையிலிருந்து குதிக்க வேண்டியிருக்கும், நாய் துரத்தலாம், போலீஸ் வரலாம், தப்பித்து ஓட வேண்டியிருக்கும். அதனால் முதுகுப் பையை மட்டும் எடுத்துக்கொள்ளச் சொல்லி மீண்டும் உத்தரவு. பார்த்துப் பார்த்து வாங்கிய ஆடம்பர உடுப்புகள் ரோஜாவைப் பார்த்துச் சிரித்தன.

இரவு வர, இவர்களை அழைத்துச் செல்ல ஒரு லாரியும் வந்தது. நடுநிசி நேரம். ஒரு லாரிக்குள் 100 பேர் பயணம். எப்படியோ தப்பித்து எல்லையைக் கடந்தால் போதும் என்ற எண்ணம் மட்டும் எல்லார் மனதிலும் இருந்தது. சில மணி நேரப் பயணத்திற்குப் பிறகு ஒரு மலையடிவாரத்தில் போய் லாரி நிற்க, “காட்டுக்குள் சிறிது தூரம் நடந்து மலையேறி, மலை உச்சியில் நில்லுங்கள். கீழிருந்து டார்ச்

வெளிச்சம் உங்களை நோக்கி அடிக்கும்போது அங்கிருந்து பள்ளத்திற்குள் குதித்துவிட வேண்டும். சிறிது தூரம் ஓடி, அங்கு தயாராக இருக்கும் ஜீப்பில் ஏற வேண்டும் என்பதே அவர்களுக்குக் கொடுக்கப்பட்டிருந்த கட்டளை. சரியான இருட்டு. எவ்வளவு ஆழமான பள்ளம் என்பது தெரியவில்லை. உயிர் பிழைப்போமா என்று சந்தேகமாக இருந்தது. அரையடி ஹீல்ஸைத் தூக்கி வீசினார். எங்கிருந்தோ சில வண்டிகள் வரும் சத்தம் கேட்டது. உடல் நடுங்கியது. ‘ஊரில் போர்ச் சூழலிலேயே அண்ணன்மார்கள் கண்முன்னால், அம்மாவின் மடியில் தங்கச்சியைப் பார்த்துக் கொண்டே செத்துப் போய் இருக்கலாமோ எனத் தோன்றியது. இங்கு செத்தால் செத்த செய்திகூட வீட்டுக்குக் கிடைக்குமா’ என்று மனம் குழம்பியது. அந்த மடு மாதாவை நினைத்துக்கொண்டு குதித்தார். பஞ்சு போல புல்வெளி மெத்தென்று அவரை உளவாங்கிக்கொண்டது. வேகமாக ஓடி அங்கு நின்றிருந்த ஒரு ஜீப்பில் அமர்ந்துகொண்டார். அதே ஊரிலிருந்த ரயில்வே ஸ்டேஷனில் விட்டுவிட்டு அந்த வாகனம் மறைந்தது. முதுகிலிருந்த பையில் அவரது முக்கியமான ஆவணங்களும் அண்ணன் கொடுத்திருந்த 1500 அமெரிக்கன் டாலர்களும் மட்டுமே இருந்தன.

“இங்கிருந்து ரயில் மூலம் இத்தாலியின் ‘மிலன்’ போக வேண்டும். சனங்கள் ஆளாய் பறக்குதுகள். ஒருவக்கும் ஆங்கிலம் கதைக்கத் தெரியல. நான் இயன்றவரை உதவி செய்து டிக்கட் எடுத்துக் கொடுத்தேன், ஒருவருக்கு ஒருவர் தெரியாதது போலத் தனித் தனியாகவே அமர்ந்துகொண்டோம். 4, 5 மணி பயணத்திற்குப் பிறகு மிலன் என்ற இடத்தில் இறங்கிவிட்டோம். “இறங்கியவுடன் ஆரஞ்ச் உடுப்போடு ஒருவர் புத்தகம் படித்துக்கொண்டிருப்பார். உங்களைப் பார்த்ததும் அவர் நடக்கத் துவங்குவார். நீங்களும் அவர் பின்னால் போய் விடுங்கள்” என்பது அடுத்த அறிவிப்பு. ஏதோ ஆங்கில திகில் படம் பார்ப்பது போலவே இருந்தது. ஒரு செல்போன் இல்லாத அந்தக் காலத்தில் எப்படி ஸ்ரீலங்காவிலிருந்து இங்கு வரை மிகத் துல்லியமாகத் தொடர்பு ஏற்படுத்தியிருக்கிறார்கள்! ஆச்சரியமாக இருந்தது. அதே போல ஆரஞ்சு உடுப்பில் ஒருவர் நிற்க, ஜெர்மனியின் ஹேம்லின் நகரத்தில் பைப்பருக்குப் பின்னால் போன எலிகளைப் போல நாங்கள் அவர் பின்னால் போனோம். போனால் வெகு நேரம் நடந்து ஊருக்கு ஒதுக்குப் புறமாய் ஒரு குட்டி ஹால் போல் இருந்த ஓர் இடத்துக்குக் கூட்டிப் போனார். அந்த ஹாலில் ஒரு 150 பேர் இடித்துப் பிடித்து உட்கார்ந்து இருக்கினம் ரமா, எங்களுக்கு உட்காரக்கூட இடமில்லை. எங்களைச் சேர்த்து கிட்டத்தட்ட இப்போது 250 பேர் அந்தக் குட்டி ஹாலில். கலயம் போன்ற ஒன்றில் கொடுத்த கூழை ஆர்வமாக விழுங்கினேன். என் வாழ்வில் உணவின் அருமையை நான் உணர்ந்த நாள் அது.” அவரது மௌனம், தனது நினைவுகளில் அவர் பயணித்துக் கொண்டிருக்கிறார் என்பதை உணர்த்தியது.

“நீங்க எப்போ வந்தீங்க?” சாதாரணமாகத்தான் தன் பக்கத்தில் இருந்த

அக்காவிடம் கேட்டிருக்கிறார். அவர் கூறிய பதிலில் உயிர் நழுவியது போல் இருந்தது. "நாங்க இங்கட வந்து ஆறு மாசமாச்சு தங்கச்சி, இனி எப்போ போகப் போறோமெண்டும் தெரியல, ஊரில், மனுச மக்களோட சேர்ந்தே செத்திருக்கலாம் போலத் தோணுது, இந்தக் கையளவு இடத்தில சரிஞ்சு, எப்பவாவது நித்திரை கொண்டு, கிடைத்ததைச் சாப்பிட்டு, செத்து செத்துப் பிழைச்சிட்டு இருக்கினம்."

அதைக் கேட்டு அதிர்ந்து போனவர், நெதர்லாந்திலிருக்கும் அண்ணாவிடம் போனில் கதற, அண்ணன் இத்தாலியிலுள்ள டேர்முலோ என்ற இடத்துக்குத் தனது நண்பர் வீட்டுக்கு வந்துவிடுமாறு கூறினார். தனியாகப் பயணம் செய்வது ஆபத்தானது என அனைவரும் பயமுறுத்தினாலும் இந்த முகாமில் இருப்பதைவிட முயற்சி செய்து செத்தால்கூடப் பரவாயில்லை என்ற முடிவிற்கு வந்திருந்தார். இருட்டுக்குள் போவது தான் நல்லது என்பதால் அதிகாலை 5 மணி ரயிலைத் தேர்ந்தெடுத்தார். முன்பின் தெரியாத இடம், தனிமையான பயணம். மனமெங்கும் பயம், யாரிடமும் பேசாமல், தலை குனிந்து அமர்ந்திருந்தார். எங்கு இறங்க வேண்டும் என்பதும் தெரியவில்லை. தூங்குவது போல படுத்து, கண்களை இறுக மூடிக்கொள்ள கண்ணுக்குள் செத்துப்போன அப்பா தெரிந்தார். ஊரில் தங்கச்சி என்ன செய்துகொண்டிருப்பாள்? வீட்டாள்கள் எப்படி இருக்கிறார்களோ கவலையாக இருந்தது. அவரது பதற்றம் பக்கத்திலிருந்த சக பயணிக்குப் புரிந்திருக்க வேண்டும். அவரது உதவியுடன் குறிப்பிட்ட நிறுத்தத்தில் இறங்கினார். தூரத்தில் அண்ணாவின் டாக்டர் நண்பரும் அவரது மனைவியும் நின்றுகொண்டிருந்தனர். பின்னால் ஒரு போலிஸ் வேகமாக வர, பயத்தில் உடல் நடுங்கியது. ஆனால், அந்த டாக்டர், "முகத்தில் எந்த மாற்றமும் காட்டாமல் கதைச்சிக்கொண்டே வா" எனக் கூற, நடந்தே வீட்டிற்குப் போய்விட்டார்கள். ஒரு வழியாக அண்ணன் சொன்ன இத்தாலி நண்பர் வீட்டுக்கு வந்தாச்சு. கொஞ்சம் நிம்மதியாக இருந்தது ரோஜாவுக்கு. அண்ணன் எப்படியும் வந்து அழைத்துப் போய் விடுவார் என்ற நம்பிக்கை பிறந்தது. கைகளில் எந்த உடுப்பும் இல்லாததால் மறுநாள் கடைகளில் ஷாப்பிங் செய்து கொஞ்சம் உடுப்புகள் சேகரித்துக்கொண்டார்.

அதிகாலை 5 மணிக்கு கதவு தட்டப்படும் ஓசை கேட்டு திடுக்கிட்டு, கதவைத் திறக்க ரோஜாவின் அண்ணா நின்றார். நெதர்லாந்திலிருந்து தங்கையைக் காப்பாற்றுவதற்காக இத்தாலி வந்த அவரது திகில்கதை சில்லிட வைத்தது. ஆல்ப்ஸ் மலை வரை காரில் வந்து, அந்த மலையை நடந்தே தாண்டி விட்டால், இத்தாலி போய்விடலாம் என்ற திட்டத்தில் மலை ஏற ஆரம்பித்தார். மோசமான வானிலை, இறுகிப் போன பனி, மலையேறும் பயிற்சி இல்லை, பாதையும் தெரியவில்லை. பசியும் பட்டினியுமாக மனிதரில்லா அந்த மலைச் சிகரத்தில் தனியாகத் தவித்து நின்றவரின் மனதிற்குள் தங்கையின் முகம் தெரிய மயங்கி விழுந்தார். அப்போது அங்கு வந்த பனிச்சறுக்கு விளையாட்டு வீரர்கள்,

இவரைக் காப்பாற்றி திருப்பி அனுப்ப, பல நாடுகளின் எல்லைகளை உயிரைப் பணயம் வைத்து வந்திருக்கிறார் அந்தப் பாசக்கார அண்ணன். வீட்டில் நடந்த பத்து வருடக் கதையை ஒரே இரவில் அழுது, கதைச்சி முடித்தார்கள் அண்ணனும் தங்கையும்.

மறுநாள் இவர்களது சாகசப் பயணம் துவங்கியது. இத்தாலியில் இருந்து ரோமுக்குள் நுழையும் எல்லைப்பகுதியில் கடுமையான கட்டுப்பாடுகள், ரோஜா காரின் டிக்கிக்குள் உடலைக் குறுக்கி ஒளிந்துகொண்டார். எல்லை ஆர்மியிலிருந்து ஒருவர் மட்டும் காரை நோக்கி வர, "ஐயோ ரமா, அந்தக் கணத்தை இப்போ நினைச்சாலும் பதட்டமா இருக்கு, காலடிச் சத்தம் மிக அருகில் கேட்க... ஐயோ... துவக்கு வைத்திருப்பாங்களோ, அப்பாவைப் போல நானும் குண்டுக்கு இரையாகப் போகிறேனோ... நினைத்துக் கொண்டிருக்கும் போதே படாரென டிக்கி கதவு திறந்தது. நான் திருதிருவென முழிக்க அந்த வடிவான பொடியன் சிரித்துக் கொண்டே நின்றான். பதட்டத்துடன் எனது நிலையை விளக்க, அந்தப் பொடியன் புரிந்துகொண்டான். ஆனால், தன்னால் உதவி செய்ய முடியாது என்றும் வேறு பாதை வழியே சென்றால் எல்லையைக் கடப்பது எளிது என்றும் கூறி பாதையும் சொல்லி விட்டான். நன்றி சொல்லிவிட்டு, அவன் சொன்னபடியே ரோமுக்குள் நுழைந்துவிட்டோம். அங்கிருந்து பிரான்ஸ், பெல்ஜியம், நெதர்லாந்து என எங்கள் பயணம் தொடர்ந்தது. ஒவ்வொரு எல்லையைக் கடக்கும் போதும் உயிர் மேல் நம்பிக்கை இல்லாமல் தான் கடந்தோம். இரவுகளில் காருக்குள்ளேயே உறங்கினோம். கிடைத்ததைச் சாப்பிட்டோம். ஒரு வழியாக வீட்டை அடைந்த மறுநாள், முறைப்படி காவல் நிலையம் சென்று அகதியாகப் பதிந்து, அகதிகள் முகாமில் 15 நாட்கள் இருந்தபின், அண்ணா வீட்டுக்குப் போய் விட்டேன்" தன் நெடும் பயணத்தை பகிர்ந்துகொண்ட களைப்புத் தெரிந்தது குரலில்.

அந்தப் பயணத்தில் பெண் என்ற காரணத்தால் அவர் சந்தித்த வேறு பல இன்னல்களும் இருக்கத்தான் செய்தன. ஆனால், இயல்பில் ரோஜா தன் பெயருக்கேற்றபடி மென்மையானவராக இருந்தாலும் தன்னைச் சுற்றிலும் முட்களைப் பொருத்திக்கொண்டார், தன்னைக் காப்பாற்றிக் கொள்ள.

மாதம் 200 யூரோ அரசாங்கம் கொடுத்தாலும் சுயமரியாதையுடன் சொந்தக் காலில் நிற்க விரும்பினார். டச்சு மொழி படித்தார். மூன்று படிகள் முடித்து நிர்வாகவியலில் டிப்ளமோ முடித்து, பணிபுரியத் துவங்கினார். இதற்கிடையில் அங்கிருந்த சமூக நல அலுவலகத்தில் அகதிகளாக வரும் தமிழ் ஆட்களுக்கு மொழி பெயர்ப்பாளராகவும் தன்னார்வலராகவும் பணியாற்றினார். ஒரு கட்டத்தில் குடியுரிமை கிடைத்தது. திருமணம், குழந்தைகள். குழந்தைகளின் படிப்பிற்காக 2006 இல் மீண்டும் நாடு விட்டு நாடு, இப்போது இங்கிலாந்துக்கு நகர்ந்தார்கள். இங்கு வந்து மீண்டும் கல்லூரிக்குப் போய் 3 வருடங்கள் படித்தார். இளம் குழந்தைகளுக்குக் கற்பிக்க விருப்பம் இருந்ததால் *young people work face* என்ற டிப்ளமா பயிற்சி எடுத்தவர், தற்போது அரசுப் பணியில் இருக்கிறார். கணவர் ஒரு ஐந்து நட்சத்திர ஹோட்டலில் மேலாளர். இரண்டு குழந்தைகள். சொந்த நிலத்திலிருந்து துண்டிக்கப்பட்டு, புதிய மண்ணில் தன்னைப் பதியம் போட்டுக்கொண்டாலும், எந்த இடத்திலும் சோர்ந்து நின்றுவிடவில்லை. தன்னை அடுத்த கட்டத்திற்கு நகர்த்திக் கொண்டு தொடர்ந்து உழைத்தார். இவரது வாழ்வை முழுமையாக உள் வாங்கியபோது, "பெண்ணின் வலிமைபோல் இப்பாரின் மிசை இல்லையடா" என்ற பாரதியின் வரிகளுக்கான உதாரணமாகத் தெரிந்தார்.

"இந்த வாழ்க்கை உங்களுக்குப் பிடிச்சிருக்கு தானே?" என்று கேட்டிருக்கக் கூடாதோ என்று வருந்தினேன், அவரது பதிலைக்கேட்டு. "இல்லை ரமா, என் காயங்கள் புரையோடி வடுக்களாய் இன்னும் எனக்குள் உறைந்து கிடக்கிறது. என்னைப் போல் ஆயிரமாயிரம் பிள்ளைகள் தங்கள் உறவுகளைப் பிரிந்து உலகம் முழுவதும் விரவிக் கிடந்தாலும், எங்கள் மனம், எங்கள் தாய் நிலத்தின் பால்தான் கிடக்கிறது. புதிய மண்ணில் எங்களை நாங்கள் பதித்துக்கொண்டாலும் நாடற்ற, வீதியற்ற, வீடற்ற ஒரு அலைவுத் தன்மையுடன், எங்களுக்கான தேசியம் எது என்ற குழப்பத்தில்தான் இருக்கிறோம். அப்பாவைக் காட்டி கொடுத்த அந்த உறவுப் பையன்கள் சரியாக ஆறு மாத்தில் ஒரு தற்கொலைப் படை தாக்குதலில் ஈடுபட்டு செத்துப் போனாங்கள். ஆனால், அவர்களால் நான், எனது மண்ணைவிட்டு, சகோதரர்களைவிட்டு, சட்டியிலிருந்து தப்பி, நெருப்பில் விழுந்த மீனாக என் வாழ்வைக் கடத்திக் கொண்டிருக்கிறேன். பாசமும் நேசமும் உறவுகளின் அருகாமையும் இல்லாமல் பணம் மட்டும் போதுமா இந்த உயிர்த்திருத்தலுக்கு?" என்ன பதில் சொல்ல முடியும் நம்மால்?

"நாங்கள் ஏன் அகதிகளானோம்? என் தாய்நாடு எங்கே? என் தாய் மொழி எங்கே?" என்று தொடரும் புலம்பெயர் கவிஞர் நிரூபமாவின் கவிதைகள் உள்நாட்டுப் போரில் உறவுகளைத் தொலைத்து, நீங்க மறுக்கும் நினைவுகளுடன் உலகின் ஏதொ ஒரு மூலையில் வாழ்க்கையைக் கடத்தும் ஒவ்வொருவரின் மனக் குமுறலாகவே இருக்கிறது. ஆனால், தக்கன பிழைக்கும் என்ற டார்வினின் கோட்பாட்டின்படி, தன் மனவலிமையால், வன்முறை எழுப்பிய கொடூரங்களுக்குத் தன் வாழ்வைப் பலியிட்டு விடாமல், தன்னைக்காத்துக் கொள்ள ஆயிரக்கணக்கான மைல்கள் தன்னந்தனியாகப் பயணித்து, புலம் பெயர்ந்தவர்கள் எதிர்கொள்ளும் வாழ்வியல் சிக்கல்களான ஏதிலி முகாம்கள், தாயக ஏக்கம், உணவுப் பழக்கங்கள், மொழி, காலநிலை, நிறவாதம், தனிமை, பண்பாட்டுச் சிக்கல், சுரண்டல்கள் அத்தனையும் கடந்து தனது புலம்பெயர்ந்த வாழ்வைத் தனது முயற்சியினாலும் உழைப்பினாலும் சீர்படுத்திக் கொண்டுள்ள ரோஜா, 'பெண் விதைக்கும் பெருவிதை' யாகத்தான் தெரிகிறார்.

நாம் இந்து அல்ல, சைவர்

“மொகஞ்சதாரோ, ஹரப்பாவில் நமக்குக் கிடைத்த வெளிப்பாடுகளின் கண்டுபிடிப்புகளில் மிகவும் குறிப்பிடத்தக்கது என்னவென்றால், செம்புக்காலத்திற்கோ அதற்கும் முன்னதாகவோ வரலாற்றைக் கொண்டுள்ளது சைவ சமயம். எனவே அதை உலகத்தின் மிகப் பழமையான வாழும் சமயம் என்றே எண்ண வைக்கிறது” _ இப்படித்தான் சொல்கிறது சிந்துவெளி நாகரிக ஆய்வாளர் சர் ஜான் மார்ஷல் அவர்களின் குறிப்பு. அகழ்வாய்வின்போது சிவலிங்கத்தை ஒத்த பல கற்கள் ஆய்வாளர்களுக்கு கிடைத்திருந்தன. இரு கொம்புகளுடன் விலங்குகள் சூழ அமர்ந்திருக்கும் மனித உருவ முத்திரையே ஈசனின் பசுபதித் தோற்றம் எனவும், அதுவே மிகப் பழைய சிவன் சிற்பம் என்றும் சிந்துவெளி ஆய்வாளர்கள் முடிவுக்கு வந்திருந்ததைத் தொடர்ந்தே இத்தகைய குறிப்புகள் எழுதப்பட்டிருக்க வேண்டும்.

கி.மு. 5 ஆம் நூற்றாண்டுக்கும் 4ஆம் நூற்றாண்டுக்குமிடையே தொகுக்கப்பட்டதாகக் கருதப்படும் சுவேதாசுவதரம் என்ற உபநிடதமே மிகப் பழைமையான சைவ நூலாகக் கொள்ளப்படுகிறது.

அக்கால கட்டங்களில்தாம் தெளிவான அடையாளங்களுடன் சைவம் முழுமையான ஒரு மதமாகத் தன்னை முன்னிருத்திக்கொண்டது. உலக இன்பங்களைத் துறந்து தாந்திரீக நெறியில் சிவனை வழிபடும் வழக்கம் கிறித்து காலத்திலேயே தொடங்கிவிட்டது. மெல்ல மெல்ல சைவம் தென்கிழக்காசியா வரை தழைத்தோங்கியது. கம்போடியாவின் அங்கோர் வழித் தோன்றலின் முதல் மன்னன் ஈசானவர்மன் சைவத் துறவியிடமே அரசமணிமுடி பெற்றுக்கொண்டதும், சாவகத்து மயாபாகித்துப் பேரரசு மன்னன் விசயன் சைவ அரச மகுடம் பெற்று நாட்டை ஆண்டதுமான வரலாறுகள் துறவிகளின் மதமாக இருந்த சைவம் அரச ஆதரவைப் பெறத் துவங்கியதைச் சுட்டுகின்றன.

இந்திய ஆப்பிரிக்கக் கண்டம் பிரிவதற்கு முன்னரே, இலங்கை அதன் ஒரு பகுதியாக இருந்தபோதே அங்கு சிவ வழிபாடு துவங்கிவிட்டது என்று நம்புகிறார்கள் இலங்கையில் சைவவழிபாட்டை பின்பற்றும் தமிழர்கள். கிறிஸ்துவுக்கு முந்தைய பிராமி சாசனங்களில் காணப்படும் சிவ என்ற பெயரும் நந்தி திரிசூலம், பிறைநிலா முதலான சிவச் சின்னங்களும் பண்டையக் காலத்திலேயே சிவ வழிபாடு இலங்கையில் சிறப்புப் பெற்று காணப்பட்டமைக்குச் சான்று பகர்கின்றன. கி.மு. 5ஆம் நூற்றாண்டில் விசயன் இலங்கைக்கு வரும்போது ஈழத்தின் ஆதிக்குடிகளாகிய நாகர்களது தலைசிறந்த வழிபாட்டுத் தலமாகச் சிவத்தலங்கள் விளங்கின எனக் கூறுகிறது மகாவம்சம்.

வரலாற்றுக்கு முற்பட்ட காலத்தில் சிவபூமி என்றே திருமூலரால் திருமந்திரத்தில் போற்றப்படும் ஈழம், பஞ்ச ஈஸ்வரங்களால் சூழப்பட்ட நாடாக விளங்கியது. இன்றும் திருக்கேதீஸ்வரம், முன்னீஸ்வரம், தொண்டேஸ்வரம், கொக்கொட்டிச்சோலை தாந்தோன்றீஸ்வரம், மாமாங்கேஸ்வரம் ஆகிய பண்டையத் திருத்தலங்கள் அந்தக் கருத்துக்கு வலு சேர்க்கின்றன. விஷ்ணு வழிபாடு பிற்காலத்தில் இந்தியாவிலிருந்து வந்தாலும்கூடத் தனி மதமாகாமல் சைவத்தின் உப பிரிவாக அடங்கிவிட்டது. அன்றிலிருந்து இன்றுவரை இலங்கை இந்துக்கள் சிவனை முழுமுதலாக வணங்கும் சைவர்களே. அவர்களுக்குள் சைவ, வைணவ பேதம் பெரிதாக இல்லை. அவர்களைப் பொறுத்தவரை அரியும் அரனும் ஒன்றுதான்.

"மற்றுமொரு வரலாற்றுப் பொக்கிஷத்தைக் காட்டுகிறோம், வாருங்கள்" எனச் சொல்லித்தான் தோழி மெரினா, மன்னார் மாவட்டத்தில் முக்கியத் துறைமுக நகரமான மாந்தோட்டப் பகுதிக்கு அழைத்துச் சென்றிருந்தார். நினைவுக்கெட்டாத பழங்கால வரலாறுகளைத் தனக்குள் புதைத்துக்கொண்டு அமைதியாக நிற்கும் திருக்கேதீஸ்வரம் உண்மையில் பொக்கிஷம்தான். கோயில் என்றாலே கூட்டம், தள்ளுமுள்ளு, நீண்ட வரிசை, காசுகட்டினால் விரைவுத் தரிசனம் எனப் பழக்கப்பட்டுப் போயிருந்த மனதிற்கு, அந்த அமைதியும் கூட்டமின்மையும் வியப்பாக இருந்தது. மெதுவாக ஆற அமர ஒவ்வோர் இடமாகச் சுற்றிக்கொண்டிருந்தோம். நாங்கள் சென்ற நேரத்தில் (2017) இந்திய

அரசின் நிதியுதவியுடனும் தமிழ்ச் சிற்பிகளின் கைவண்ணத்துடனும் கோயில் புனரமைக்கப்பட்டுக் கொண்டிருந்தது. எங்களைப் பார்த்தவுடன், "தமிழ்நாட்டிலிருந்தா வர்றீங்க?" என்ற கேள்வியுடன் ஓடிவந்தார் கட்டுமானப்பணியாளர் அண்ணன் ஒருவர். நாகப்பட்டினத்தைச் சேர்ந்தவராம், வெகுநாட்களாக இங்குதான் இருக்கிறேன் என அறிமுகப் படுத்திக்கொண்டவர், நான் கேள்வி கேட்ட வேகத்தைப் (முந்திரிகொட்டைத் தனத்தைப்) பார்த்துப் பயந்துபோய், "எனக்கு ரொம்பத் தெரியாதுக்கா, எங்கூட வாங்க" எனக் கூறி, ஓர் ஓரத்தில் அமர்ந்து தேவாரத்தைப் பாராயணம் செய்துகொண்டிருந்த வயது முதிர்ந்த ஒருவரை அறிமுகம் செய்துவைக்க, அவர் இலங்கைத் தமிழில் கதைக்கத் துவங்க, நானும் மகளும் பல நூறு ஆண்டுகள் வரலாற்றுக்குள் ஊடுறுவி பயணிக்கத் துவங்கினோம்.

இலங்கேஸ்வரன் ராவணனும் அவனது மாமனார் மயனும் திருக்கேதீஸ்வரத்தின் தொன்மையான கோயிலைக் கட்டினார்கள் என்பது நம்பிக்கை. சிவபக்தனான ராவணனைக் கொன்றதால், ராமன் பிரம்மகத்தி தோஷம் பிடிக்காமல் இருக்க, முன்னேசுவரத்தில் பொன் லிங்கமும் திருகோணேசுவரத்தில் ரத்தினலிங்கமும் திருகேத்தீஸ்வரத்தில் வெள்ளி லிங்கமும் பிரதிஷ்டை செய்து வழிபட்டு பின், ராமேசுவரத்தில் மணலால் லிங்கம் அமைத்து வழிபட்டார். அதனால் திருகேதீஸ்வரம் ராமேஸ்வரக் கோயிலுக்கு முற்பட்டது என்கிறது வரலாறு. மகாபாரதத்தின் நாயகன் அர்ச்சுனன் தெற்கே தீர்த்த யாத்திரை மேற்கொண்டபோது இத்தலத்தை வழிபட்டதாகவும் அப்போதுதான் மாந்தோட்டத்தையடுத்த பகுதியை ஆண்டு வந்த நாக இளவரசி அல்லி அரசாணியைச் சந்தித்ததாகவும் சொல்லப்படுகிறது. "பொது ஆண்டுக்கு ஆறு நூற்றாண்டுகளுக்கு முன்னர் இலங்கைக் கடற்கரையில் இறங்கிய இளவரசன் விஜயன், பல்லாண்டுகளாகச் சிதிலமடைந்து கிடந்த திருக்கேதீஸ்வரம் கோயிலைக் கட்ட ஏற்பாடு செய்தான்" என்கிறது மயில் வாகனப்புலவரால் எழுதப்பட்ட யாழ்ப்பாண வைபவமாலை.

கி.பி. 1028இல் ராசேந்திர சோழனால் ஈழம் கைப்பற்றப்படுகிறது. இன்றைய ஆட்சிமாற்றக் காட்சிகள் போலவே, அன்று சோழர்கள் ஆட்சிக்கு வந்தவுடன் ஊரின் பெயர்களும் ஆலயங்களின் பெயர்களும் மாற்றம் செய்யப்படுகின்றன. திருக்கேதீஸ்வரம் ஆலயம் ராஜராஜேஸ்வரம் என்ற பெயர் பெறுகிறது. மாந்தோட்ட நகரம் ராஜராஜபுரமாகிறது. பாதுகாப்பிற்காக, ஆலயத்தைச் சுற்றி நன்னீர், கடல் நீர் கொண்ட இரு அகழிகள் அமைக்கப்படுகின்றன. ஆண்டுதோறும் ஏழு நாட்கள் விழாவெடுத்து, வைகாசி விசாகத்தன்று தீர்த்தவிழா நடத்தியதாக ராசேந்திரசோழன் கல்வெட்டுக் கூறுகிறது.

கி.பி. 13ஆம் நூற்றாண்டில் முதலாம் சுந்தர பாண்டியனின் காலத்தில் பாண்டியச் சிற்பக்கலையின்படி புதுப்பித்துக் கட்டப்பட்டதற்கான சான்றுகள் கிடைத்துள்ளன. கி.பி. 1505இல் இலங்கைக்குள் நுழைந்த போர்த்துக்கீசியர்கள், கண்ணில் பட்ட இந்துக் கோயில்களையெல்லாம்

அழிக்கத் துவங்குகின்றனர். 1590இல் அவர்களின் இலக்கு திருக்கேதீஸ்வரம் ஆலயம் என்பதை அறிந்த மக்கள் முக்கியப் பொருள்களையும் கௌரியம்மன் திருவுருவத்தையும் பெயர்த்தெடுத்து இரவோடிரவாக, காட்டுமார்க்கமாகச் சென்று, தற்போதைய மடுமாதா கோயில் அமைந்துள்ள காட்டுப் பிரதேசத்தில் மறைந்துகொண்டனர். அங்கேயே சிறிய கோயில் ஒன்றையும் எழுப்புகின்றனர். போர்த்துக்கீசியர் கோயிலைக் கொள்ளை அடித்து, சிலைகளை நாசம் செய்து மதில், கோபுரம் ஆகியவற்றை பீரங்கியால் தாக்கி, கோயிலை உடைத்த கற்களைக்கொண்டு மன்னார் துறைமுகத்தைக் கட்டினர்.

அதன்பின் மண்மாரியால் கோயில் மண்ணால் மூடப்படுகிறது. நாளடைவில் அந்த இடம் அடர்ந்த காடாக மாறிப்போனது. காலம் உருண்டோடியது. சுமார் மூன்று நூற்றாண்டுகளாகத் திருக்கேதீஸ்வர ஆலயமும் மாந்தோட்டமும் மக்களின் நினைவடுக்குகளில் இருந்து மறைந்தே போய்விட்டது. யாழ்ப்பாண நல்லூரில் தோன்றிய ஸ்ரீலஸ்ரீ ஆறுமுக நாவலர் என்பவர் திருவாசக, திருமந்திர, தேவார நூல்களைப் படித்ததன் வாயிலாக, "மாந்தோட்டத்தில் மறைந்துபோய் ஒரு மருந்து இருக்கிறது" என்று திருக்கேதீஸ்வரநாதனை சைவ உலகுக்கு நினைவூட்டுகிறார், 1872இல் யாழ்ப்பாணச் சமயநிலை என்று அவர் வெளியிட்ட பிரசுரம் மக்களை விழிப்படையச் செய்கிறது. ஆனாலும் அவர் மறைவுக்குப் பின்னரே கி.பி. 1893இல் கோயில் இருந்து மறைந்ததாகக் கருதப்பட்ட 40 ஏக்கர் நிலத்தை பழனியப்பச் செட்டியார் என்பவர் இலங்கை சைவ மக்கள் சார்பாக 3100 ரூபாய்க்கு ஏலத்தில் எடுத்தார். நகரின் சிதைவுகளை அகற்றுகிறார்கள். கடலுக்குள் மூழ்கிய அத்திபட்டி கிராமம் போல, மணலுக்குள் மூழ்கிய மாந்தோட்ட கோயில் அமைதியாகத் துயில்கொண்டிருப்பதைக் காண்கிறார்கள். புனர் நிர்மாணம் செய்கின்றனர். 1894இல் பூமிமாதாவின் மடியிலிருந்த திருவுருவங்கள் தங்களை வெளிப்படுத்திக்கொண்டன. பழைய கோயிலின் மூலஸ்தானம், அர்த்தமண்டபம், பலிபீடம், சோழர்கள் கட்டிய கேணிகள், நந்தி, விநாயகர் கற்சிலைகள், ஆலயத்தில பாவிக்கப்படும் தட்டங்கள் எனத் தோண்டத் தோண்ட புதையலாகக் கிடைக்கிறது. கௌரியம்மன் மட்டும் கிடைக்கவில்லை. அதனால், மூன்று நூற்றாண்டுகளுக்கு முன் போர்த்துக்கீசியரிடமிருந்து பாதுகாக்க மக்கள் அம்மனை எடுத்துச் சென்றதாகக் கூறப்பட்ட செய்தி நிரூபிக்கப்பட்டுகிறது. அகழ்வாய்வின் போது சிவலிங்கம் பின்னப்பட்டதால் மூலநாதராய் வைக்காது பின்புறமுள்ள மண்டபத்தில்

பிரதிஷ்டை செய்தனர். காசி வாரணாசியிலிருந்து தருவிக்கப்பட்ட சிலிங்கத்தை மூலவராக வைத்து திருப்பணிகள் செய்து 1903இல் மகா கும்பாபிஷேகம் செய்கின்றனர்.

நாட்டைத் துவம்சம் செய்த யுத்தத்திற்கு ஆலயமும் தப்பவில்லை. ஆலயத்தின் உள்ளே இருந்த பல்வேறு மடங்களும் அழகிய வேலைப்பாடுகள் மிகுந்த தேரும்கூட யுத்தத்தின் வெறிக்குப் பலியாகின. கிட்டத்தட்ட 12 நெடிய ஆண்டுகள் கோயில் மூடிக்கிடந்தது. யுத்தம் முடிவுக்கு வந்த பின்னரே ஆலய நாயகர்கள் மக்களுக்கு அருள்பாலிக்கத் தொடங்கினர்.

ஐந்து நிலைகளுள்ள ராஜ கோபுரத்துடன் ஆரவாரமற்று அமைதியுடன் காணப்படுகிறது ஆலயம். பெரிய விசாலமான கோயில். உள்ளே இரண்டு டன் எடையுள்ள வெண்கல ஆலயமணி பிரமாண்டமாகக் காட்சியளித்தது. லண்டனிலிருந்து தருவிக்கப்பட்டதாம். வலதுபுறம் குணவாசல் பிள்ளையார், இடதுபுறம் குணவாசல் சுப்பிரமணியர் சந்நிதிகள், நடுவில் நந்தி மண்டபம். சூரிய சந்திர சந்நிதிகள், கொடிமரம், பலிபீடம் இருக்கிறது. பிரகாரம் முழுக்க சந்நிதிகளும் சிற்ப உருவங்களுமாக நிறைந்திருக்கிறது. அழகிய வேலைப்பாடுகளுடன் இருக்கும் ஐந்து பெரிய தேர்கள் வைகாசி விசாகத்தின்போது பவனி வருகிறதாம். நெரித்துத் தள்ளும் கூட்டம் கிடையாது. கடவுளின் பெயரைச் சொல்லி காசு பிடுங்க சுற்றி வளைக்கும் கும்பல்கள் இல்லை. உளியின் சத்தம் மட்டும் கேட்டுக்கொண்டேயிருக்கிறது பிரகாரங்களெங்கும்.

இலங்கையின் வரலாற்றுப் பக்கங்களில் மத துவேஷங்களுக்கும் குறைவில்லை. புத்த பகவான் இலங்கைக்கு மூன்று முறை வந்ததாகவும் அப்போது இங்குள்ள 16 இடங்களுக்கும் சென்று பௌத்த நெறியைப் போதித்ததாகவும் கூறும் மகாவம்சம், கி.மு.249இல் பௌத்த மதம் ஈழத்தில் அறிமுகம் செய்யப்படும்போது சிவ ஆலயங்களை அழித்து பௌத்தக் கோயில்கள் அமைத்தமை பற்றியும் (ch.XXXVII:4) கூறுகிறது. ஏன் குறிப்பாக அந்த 16 இடங்கள் என ஆராய்ந்தால், இந்த 16 இடங்களும் பௌத்தம் இலங்கையில் அறிமுகம் ஆவதற்கு முன்பு சிவ வழிபாட்டில் மிகவும் செல்வாக்குடன் மேலோங்கிக் காணப்பட்ட இடங்களாக இருந்திருக்கின்றன. அதனாலேயே இந்த 16 இடங்களும் இலக்கு வைக்கப்பட்டன எனக் கொள்ளலாம்.

சிங்களர்கள் எப்போதும் தங்கள் குடியிருப்பை ஏற்படுத்தும் முன்னர் அவ்விடங்களில் புத்தர் சிலைகளையோ பௌத்த விகாரங்களையோ அமைத்துவிடுவதையே வழக்கமாகக் கொண்டிருக்கிறார்கள். அதனாலேயே தமிழர் பகுதிகளில் புத்தபிரான் ஆக்கிரமிப்பு கடவுளாக மாறிப்போனார். இந்து மதத்தில் இருந்து தோற்றம் பெற்றதே பௌத்த தர்மம். எனவேதான், பௌத்த மதத்தைப் பின்பற்றும் சிங்கள மக்கள் இந்துக் கடவுளர்களையும் வழிபடுகிறார்கள். ஆனால், இந்து தெய்வங்கள், புத்தவிகாரையின் காவல் தெய்வங்களாக, புத்த பிரான் என்ற பெரும்

சக்தியின் பின்னாலேயே இருக்க வேண்டும் என்பதுதான் அவர்களின் எண்ணமாக இருக்கிறது. முல்லைத்தீவு செம்மலை நீராவியடி பிள்ளையார் கோயில் 'நீராவியடி கணதேவி ஆலயம்' எனப் பெயர் மாற்றப்பட்டு அருகிலிருந்த பௌத்த விகாரையின் ஒரு பகுதியாக மாற்ற முற்பட்டது. மாவிட்டபுரம் கந்தசுவாமி ஆலயம் அருகே தமிழர்களின் பழமை மிக்க விநாயகர் ஆலய வளாகத்துக்குள் ராணுவம் புத்தவிகாரை அமைத்தது என அதற்கான உதாரணங்கள் ஏராளம்.

திரிகோணமலை திருக்கோணேஸ்வரத்தில் தலத்தை மறைத்து எழுந்து நிற்கும் விகாரை 2004ஆம் ஆண்டில் பழங்கற்கால செங்கல்கள் எடுத்துவந்து பயன்படுத்தப்பட்டது. அதற்குப் பின்னர் திருக்கோணேஸ்வரர் ஆலயத்திற்கு ஏகப்பட்ட கட்டுப்பாடுகள் விதிக்கப்பட்டன. "ஒரு இனத்துக்குச் சொந்தமான பகுதிக்குள் அத்துமீறி நுழைந்து தமிழர் தாயகத்தில் பௌத்தத்தின் திணிப்பு உள்ளது. சிறுகச் சிறுக எமது தாயகம் சிங்கள ஆக்கிரமிப்பில் உள்வாங்கப்பட்டு, எமது கலாச்சாரமும் மொழியும் மதமும் சிங்களத்தினால் முற்றாக ஆக்கிரமிக்கப்பட்டு உருத் தெரியாமல் போகப்போவது நடக்கிறது. உலகில் அருகிவரும் சிறுபான்மையினங்களின் பட்டியலில் ஈழத்தமிழினமும் விரைவில் இடம் பெறும்" என விரக்தியாகக் கூறுகிறார் ஆசிரியர் நண்பர் ஒருவர்.

சைவமா, இந்துவா என்ற குழப்பமும் இந்தியாவைப்போல இலங்கையிலும் பரவிக்கிடக்கிறது. காளி, கண்ணகி, மாரி, திரௌபதி, பைரவர், பெரிய தம்பிரான், ஐயனார், கடல்நாச்சி, பேச்சி போன்ற நாட்டார் தெய்வங்களும் இலங்கையில் வணங்கப்படுகின்றன. சைவத்தின் முயற்சியால் நாட்டார் தெய்வங்கள் சிவனின் அவதாரங்களாக, சிவனின் மனைவிகளாக, சிவனின் பிள்ளைகளாக உருமாறியிருக்கிறார்கள். நாட்டாரியல் ஆய்வாளர்கள் இதை மேல்நிலையாக்கம் என்று அழைத்தாலும், ஈழத்து சைவத்தை இந்து என்று வேறு பெயர் கொண்டழைப்பதை இலங்கைத் தமிழர்கள் விரும்புவதில்லை. இந்திய இந்துத்துவ அரசியலின் அழுத்தத்தால் இலங்கைச் சைவத்தையும் இந்துத்துவமாக மாற்ற முயலும் அரசியலை அவர்கள் எதிர்க்கிறார்கள்.

"இலங்கையில் இந்தியப் பண்பாடு செழித்தோங்க வேண்டுமென்ற விருப்பம் இந்தியாவுக்கு இருந்தால், வேற்றுக் குறிப்பு பார்க்காமல் உள்ளூர்ச் சைவத்தையே வளர்க்க வேண்டும், இல்லை ஹிந்து என்ற பெயர் இருந்தால்தான் உதவுவோம் என்றால் அதற்குப் பெயர் அக்கறை இல்லை, உள்நோக்கம். அது இங்கு கனவிலும் நிறைவேறப் போவதில்லை,

ஏனென்றால் இந்த நாடு ஆயிரமாயிரம் ஆண்டுகளுக்கு முன்பிருந்தே சிவபூமி. “நாம் இந்து அல்ல, சைவர்கள்” என்கிறார் எழுத்தாளரும் வரலாற்றாளருமான வி. துலாஞ்சனன்.

தன்னைச் சுற்றி நிகழும் வரலாறுகளையும் சூழ்ச்சியையும் இயற்கைப் பேரழிவுகளையும் மத துவேஷங்களையும் கடந்து சலனமின்றி அருள்பாலித்துக்கொண்டிருக்கிறார்கள் திருக்கேதீஸ்வரநாதனும் கௌரிஅம்மையும். நண்பகல் பூசைக்காக, லண்டன் மணி ஓங்கி ஒலிக்க, தென்னாடுடைய சிவனே போற்றி... எந்நாட்டவருக்கும் இறைவா போற்றி... போற்றி... தேவாரம் ஓதுவாரின் கணீர்க்குரல் செவிகளில் நுழைந்து மனமெங்கும் பரவுகிறது.

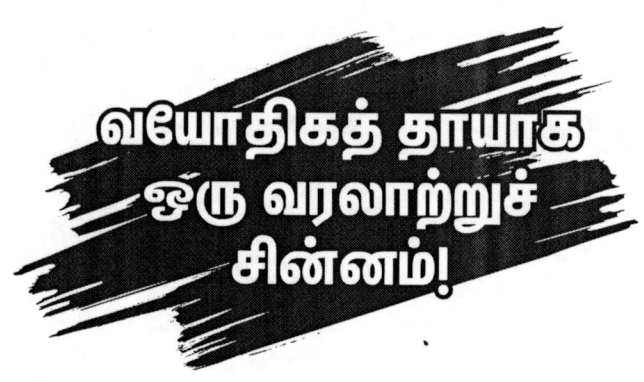

வயோதிகத் தாயாக ஒரு வரலாற்றுச் சின்னம்!

காலம் : பதினாறாம் நூற்றாண்டு

சீருடை அணிந்திருந்த அந்தச் சிப்பாய்கள் தங்கள் பணியிடமான காவல் அரணிலிருந்து வெளியேவந்து சோம்பல் முறித்தனர். தங்களுக்குள் பகடி பேசிச் சிரித்துக்கொண்டனர். எட்டு மணி நேரத்துக்கு ஒருமுறை மாற்றிவிடுவதற்கு வரும் பதிலிக் காவலர்கள் வந்துவிட்டனர். சதுர வடிவத்தில் இருக்கும் அந்தக் கோட்டையின் நான்கு மூலைகளிலும் அமைந்திருந்த அந்தக் காவல் அரணகள், ஒருவர் மட்டுமே நிற்கக்கூடிய அளவில் வட்டவடிவில் இருந்தன. அதற்குள் நின்று சுற்றிப் பரந்துவிரிந்து கிடக்கும் கடலை நோட்டமிட்டுக்கொண்டிருப்பதே அவர்களது பணி. எப்போதும் பார்க்கும் சோம்பலான வேலைதான். கோட்டைக்குள்ளிருந்த கத்தோலிக்க தேவாலயத்தில் பிரார்த்தனை நடந்துகொண்டிருக்கும் ஓசை கேட்டது. அண்டை தேசமான பாரதத்திலிருந்து வந்திருந்த கட்டுமானிகள் ஆங்காங்கே சுவர்களில் பழுது பார்த்துக்கொண்டிருந்தனர். போர்த்துக்கீசிய தளபதிகள் நடமாட்டம் ஏனோ இன்று கோட்டைக்குள் அதிகமிருந்தது. கோட்டையின் முன்புறமிருந்த மிகப்பெரிய நுழைவாயிலிலிருந்து

கோட்டைக்குள் சாய்தளமாகச் சென்ற பாதையின் வழியாகப் படைவீரர்கள் பீரங்கிகளை மேலே ஏற்றிக்கொண்டிருந்தனர்.

சக தோழர்களுடன் பேசிச் சிரித்துக்கொண்டே தன் பணியிடத்திற்குள் நுழைந்து, கிழக்கு திசையில் பார்த்துக்கொண்டிருந்த அந்தச் சிப்பாய்க்குத் திடீரென ஏதோ பொறி தட்டியது. தூரத்தில் புள்ளியாகத் தெரிந்த ஒரு கப்பலின் அளவு பெரிதாகிக்கொண்டேவர வித்தியாசமாகத் தெரிகிறது. அது பயணிகள் வரும் கப்பல் அல்ல, கட்டாயம் அது போர்க்கப்பலாகத்தான் இருக்க வேண்டும். மேலை தேசத்து கொடியின் அடையாளம் தெரிந்தது. கூர்ந்து கவனித்தார். இது ஒல்லாந்தர் தேசத்து கொடி அல்லவா... போர்த்துக்கீசியர் ஆக்கிரமித்து வைத்திருக்கும் இடங்களுக்கெல்லாம் பின்தொடர்வது தானே இவர்களது வேலை? கூக்குரலுடன் சைகை காட்ட, நான்கு புறமிருந்தும் காவலாளிகள் ஓடி வந்தனர். போர்க்கப்பலை உறுதி செய்தனர். அருகிலிருந்த மணிகோபுரத்தில் தொங்கிக்கொண்டிருந்த பெரிய மணியை பலங்கொண்ட மட்டும் அடித்தனர். அடுத்த நொடி அந்தக் கோட்டை பரபரப்பானது. படைத் தளபதிகளுக்குச் செய்தி சென்றது. சிப்பாய்களும் உயர் அதிகாரிகளும் கூடினார்கள். பீரங்கியை இயக்குபவர்கள் தயாரானார்கள். கோட்டையின் உயர்ந்த சுவர்களில் ‘ப’ வடிவத்தில் ஆன வெட்டுகளில் பொருத்தப்பட்டிருந்த பீரங்கிகள் தயார்நிலையில் வைக்கப்பட்டன. சுற்றிலுமுள்ள தண்ணீரும் நெருக்கமான பீரங்கிகளும் உயரமான சுவர்களுமாக அந்தக் கோட்டையின் பிரம்மாண்டம் வெளியிலிருந்து பார்க்கும் எதிரிகளுக்குப் பயத்தைக் கொடுப்பதாக இருந்தது. சில மணிநேரத்தில் அந்த இடம் யுத்தகளமானது. பீரங்கியிலிருந்து குண்டுகள் சீறிப்பாய்ந்தனர். சத்தம் வானைப் பிளந்தது. “ஐயோ” என்று அலறிக்கொண்டே காதை இறுக மூடிக்கொள்கிறேன். “ம்மா...ம்மா... என்ன ஆச்சு?” அருகிலிருந்த மகள் பூஷிதா உலுக்கினாள். திடுக்கிட்டு நிகழ்காலத்திற்குத் திரும்பினேன்.

கடல்காற்று பரபரவென சுழற்றியடித்து நிற்க விடாமல் தள்ளியது. காலை அழுத்தி ஊன்றிக்கொண்டு சமாளித்து நின்றோம். விஜயனுக்கு முற்பட்ட காலப்பகுதியிலிருந்து நீண்டதொரு தமிழ் மரபினைக்கொண்ட மன்னார் மாவட்டம், வரலாற்றின் முக்கிய நிகழ்வுகளிலெல்லாம் தன்னை இருத்திக்கொண்டே வந்திருக்கிறது.

அப்படிப்பட்ட மன்னார் மண்ணின் அடையாளங்களில் மிக முக்கியமானதான செயின்ட் ஜார்ஜ் கோட்டை என அழைக்கப்படும் மன்னார் கோட்டையைப் பார்ப்பதற்காகத்தான் அந்த மாலை வேளையில் வந்திருந்தோம். கோட்டையின் அமைப்பையும் செயல்பட்ட விதத்தையும் விவரித்துக்கொண்டிருந்த நண்பர் அன்டனி மடுத்தீனின் வார்த்தைகளில் மூழ்கி முழு சந்திரமுகியாகவே மாறி, போர்த்துக்கீசியர் காலத்திற்கே சென்றுவிட்டேன் போலும்.

காலப்பயணத்தில் தன் உடலை உதிர்த்து எலும்புக்கூடுகளாகக் காட்சியளிக்கும் அந்த கோட்டையைச் சுற்றிப் பார்த்தோம். மன்னார்த்தீவையொட்டி, பாக் ஜலசந்திக்குள் (பாக் நீரிணைக்குள்) நீண்டு அமைந்துள்ள இக்கோட்டை, தீவின் தென்கிழக்கு முனையை அண்டித் தலைநிலத்தைப் பார்த்தபடி அமைந்துள்ளது. 1560இல் யாழ்ப்பாண ராஜ்ஜியத்தின் மன்னார்தீவைக் கைப்பற்றியதன் வாயிலாக இலங்கைக்குள் காலடி எடுத்துவைத்த போர்த்துக்கீசியர் தங்களது பாதுகாப்பிற்காக மன்னார் தீவையொட்டி மிகப்பெரிய கோட்டையை உருவாக்கினர். இக்கோட்டை குறித்து ஒருசில கல்வெட்டுகள், குறிப்புகள் தவிர பெரிதாக வரலாற்று ஆவணங்கள் இல்லை. சொல்லப்படும் செய்திகள் அனைத்தும் யூகங்களாகவும் நம்பிக்கைகளாகவும் வாய்வழிக்கதைகளாகவுமே இருக்கின்றன.

போர்த்துக்கீசிய ராணுவத் தளபதி வைஸ்ராய் கான்ஸ்டன்டைன் டி பிரகன்ஸா (*Viceroy D Constatine de brangaza*) தலைமையில், காத்தரின் மேஜர் டான் ஜோர்ட் சொய்ஸா (*Cattarin Majar Don Geord Soysa*) மேற்பார்வையின் கீழ் கட்டிமுடிக்கப்பட்டது என்பதற்கு ஆதாரமாக, குவைறோஸ் பாதிரியார் (*Queyros*) எழுதிவைத்துள்ள குறிப்பைச் சுட்டிக்காட்டுகின்றனர். *"When the Portuguese arrived in the 16th century Manthai was a ruined city. The temple at Thirukeswaram at Manthaai was already in ruins. The fort of Mannar was erected in 1560 under the supervision of Viceroy D Constantine de brangaza out of the stone of the "Thirukeswaram temple".* (பதினாறாம் நூற்றாண்டில் போர்த்துக்கீசியர்கள் அழிந்து போயிருந்த மாந்தை நகருக்குள் வந்து இறங்கினர். அப்போது திருகேதீஸ்வரம் கோயில் அழிவு நிலையில் இருந்தது. அந்தக் கோயிலிலிருந்து எடுக்கப்பட்ட கற்களைக்கொண்டு1560இல் வைஸ்ராய் கான்ஸ்டன்டைன் டி பிரகன்ஸா மேற்பார்வையின் கீழ் இந்தக் கோட்டை

கட்டப்பட்டது) என்கிறது அந்தக் குறிப்பு.

1560 லிருந்து இன்றுவரை பல அழிவுகள், சிதைவுகளைக் கடந்து, ஆட்சி மாற்றத்துக்கேற்ப தானும் மாற்றம்பெற்று ஒரு கட்டத்தில் பிள்ளைகளால் கைவிடப்பட்ட வயோதிகத்தாயாக இந்த வரலாற்றுச் சின்னம் காட்சியளிக்கிறது. கோட்டையின் உச்சியிலிருந்து பார்த்தால் சுற்றிச் சுற்றி கண்ணுக்கெட்டும் தூரம் வரை கடலும், அகழிகளுமாக நீர்... நீர்... நீர்தான். ஒரு புறம் மட்டும் கோட்டைக்கு நடந்து செல்வதற்கான எட்டு அடி அகலப் பாதை காணப்படுகிறது. அதுதான் மன்னார்த்தீவை அந்தக் கோட்டையுடன் இணைக்கிறது. அந்த நடைபாதையைத் தவிர்த்துவிட்டால் கோட்டையே தீவு போலத்தான் இருக்கிறது.

ஆங்காங்கே சில பிரெஞ்சு கல்வெட்டுகள் காணப்படுகின்றன. தரையோடு தரையாக ஒரு கட்டில் அளவிற்கான பெரிய கல்லில், புரியாத மொழியில் இருக்கின்றன சில குறியீடுகளும் குறிப்புகளும். மிஞ்சியுள்ள ஞாபகார்த்த கல்வெட்டுகள் ஆங்காங்கே கவனிப்பாரற்று கிடக்கின்றன. *THE MEMORIAL OF THE WIFE OF JOAD DE MELVO SAMPAYAO , CAPTAIN OF MANNAR 1584 - 7 FOUND IN THE RESIDENCY GROUNDS,WAS SET UP HERE 1904* என்ற கல்வெட்டு மட்டுமே வாசிக்க முடிகிறதாக இருக்கிறது.

சதுர வடிவத்தில் இருக்கும் கோட்டையின் நான்கு புறங்களிலும் கொத்தளங்கள் அமைக்கப்பட்டுள்ளன. 12 அடி உயரம், இரண்டரை அடி அகலமுள்ள சுவர்கள் சுண்ணாம்புக்கற்களால் கட்டப்பட்டுள்ளன. முருகைக் கற்களும் செங்கல்லும் தங்கள் காலத்தைப் பறைசாற்றி வெளியே தலைநீட்டிக்கொண்டிருக்கின்றன. நீர் சேமித்து வைப்பதற்கான சேமிப்புக்கிடங்குகள் காணப்படுகின்றன. எதிரிகளின் வருகையை அறிவிப்பதற்காக அமைக்கப்பட்டிருந்த மணி கோபுரத்தில் நான்கு உயரமான தூண்கள் மட்டுமே மிச்சமாக

நிற்கின்றன. கோட்டைக்குள்ளே போர்த்துக்கீசியரின் வழிபாட்டிற்காக கட்டப்பட்டிருந்த கத்தோலிக்க தேவாலயம் பின்னர் ஒல்லாந்தரால் கல்வினிஸ்ட் கிறிஸ்தவ தலமாக மாற்றப்பட்டிருக்கிறது. ஆலயப்பகுதி என்பதற்கு அடையாளமாக பலிபீடமும் பிரார்த்தனைக்கூடமும் மௌனசாட்சிகளாக இருக்கின்றன. ஆலயப் பகுதிக்குள் கண்டெடுக்கப்பட்டு, இப்போது வெளியில் வைத்திருக்கும் கற்பலகையில் அழகிய சிற்பம் ஒன்றும் அதன்கீழ் மதகுருமார்களின் பெயர்களும் பொறிக்கப்பட்டு ஆலயத்தின் விழுமியங்களை வெளிப்படுத்துகிறது. கோட்டையெங்கும் அலுவலகங்கள், அலுவலர்களுக்கான தங்குமிடங்கள் என நிறைய அறைகள் காணப்படுகின்றன. அங்கு காணப்படும் இரண்டு கிணறுகள் பிற்காலத்தில் ஏற்படுத்தப்பட்டிருக்க வேண்டும். பரந்திருக்கும் அகழிகளில் நீர் நிறைந்து காணப்படுகிறது மன்னார்க்கோட்டைக்கும் அல்லிராணிக்கோட்டைக்கும் நிலக்கீழ்சுரங்கம் இருப்பதாகவும் தற்போது கொடிய விஷ ஜந்துகள் இருப்பதாகவும் செய்தியுண்டு. அறைவட்ட வடிவில் இரண்டு துவாரங்கள் அடைக்கப்பட்டிருக்கும் அடையாளங்கள் காணப்படுவதால், அவை ஒருவேளை சுரங்கப்பாதையாக இருந்திருக்கலாம்.

1658 ஆம் ஆண்டில் போர்த்துக்கீசியரிடமிருந்து ஒல்லாந்தர் மன்னார்த்தீவைக் கைப்பற்றுகின்றனர். அதே ஆண்டில் கோட்டை ஒல்லாந்தரின் ஆட்சி நிர்வாகத்தின்கீழ் கொண்டுவரப்பட்டதும் மேற்கு மற்றும் வடக்கு திசைகளில் அகழிகளை அமைத்து கோட்டையை மேலும் பலப்படுத்தி, பாதுகாப்பினை உறுதிசெய்கின்றனர். ஒல்லாந்தர்களின் ராணுவ கேந்திர மையமாகக் கோட்டை மாற்றம் பெற்றது. 138 வருடங்கள் நீண்ட நெடிய காலம் டச்சுக்கோட்டையாகக் கம்பீரமாக கோலோச்சியிருக்கிறது. 1796இல் பிரித்தானியம் ஆட்சியைக் கைப்பற்ற கோட்டை ஆங்கிலேயர் வசமாகி, தன் கடமையைத் தொடர்ந்தது. 1948இல் ஆங்கிலேயர் நாட்டைவிட்டுச் சென்றபின்,

இலங்கை ராணுவம் 30 ஆண்டுகள் கோட்டையைத் தன்வசம் வைத்திருந்தது.

கோட்டையில் காணப்படும் விரிசல்கள் அதன் வயதையும் வரலாற்றையும் சொல்கின்றன. இந்தக் கோட்டைக்குத் தேவையான கருங்கற்கள், மாந்தை துறைமுக நகரின் மத்தியில் அழிவடைந்த நிலையில் இருந்த திருக்கேதீஸ்வரத்தின் பிரம்மாண்டமான கோயிலில் இருந்து கொண்டுவரப்பட, இந்தியாவின் கர்நாடகப் பகுதியில் இருந்து கட்டுமானிகள் அழைத்துவரப்பட்டிருக்கின்றனர். பள்ளிமுனைப் பகுதியில் அவர்களுக்கான குடியிருப்பு ஏற்பாடு செய்யப்பட்டிருக்கிறது. அவர்களது வாரிசுகளே இன்றைய பள்ளிமுனையில் வசிக்கும் மக்கள் என்றும் சொல்லப்படுகிறது.

ஒவ்வோர் ஆட்சியாளர் கீழும் ஓயாமல் உழைத்துத் தேய்ந்து, தன்னை உருமாற்றிக்கொண்டு, சிதிலமடைந்து, காலத்தின் கோலங்களைத் தன் உடலில் தாங்கித் தனித்து நிற்கிறது கோட்டை. கோட்டையைச் சுற்றி வரும்போது முருகைக்கற்கள், சுண்ணாம்புக்கற்கள், அகழிகள், மணிக்கோபுரம், காவலர் அரண், சுரங்கம், நீர்த்தேக்கம் எனக் காலச்சக்கரம் நம்மை உள்வாங்கிப் பின்னோக்கி இழுத்துச் செல்வதைத் தடுக்க முடியவில்லை.

மரகதத்தீவில் மக்கள் திலகம்

"அந்த மூன்றெழுத்தில் என் மூச்சிருக்கும், அது முடிந்த பின்னாலும் பேச்சிருக்கும், உள்ளம் என்றொரு ஊர் இருக்கும், அந்த ஊருக்குள் எனக்கோர் பேர் இருக்கும், கடமை... அது கடமை... டாண்டன் டாண்டன் டாண்டன்..." இசையுடன் பாடி, ஓடி, குதித்து, இரண்டு விரல்களால் மூக்கைச் சுண்டிக்கொண்டிருந்தார் அந்த மனிதர். வயிற்றுப் பிழைப்புக்காக மேடையில் வேடமிடும் கலைஞர் அல்ல அவர், எம்ஜிஆரைத் தன் வாழ்வியல் நாயகனாகவே வரித்துக்கொண்டவர். எம்ஜிஆர் போலவே நடை, உடை, பாவனை, உடல்மொழி என எம்ஜிஆர் ரசிகராக அல்ல, எம்ஜிஆர் ஆகவே கொழும்பில் வாழ்ந்துவருகிறார்

மாணிக்கம். அன்றாடம் உழைத்தால்தான் உணவு என்ற நிலையில் இருந்தாலும்கூட தான் ஏற்றுக்கொண்ட தலைவரின் தலைசிறந்த பண்பான, எளியவருக்கும் வறியவருக்கும் தாராளமாக அள்ளிக்கொடுக்கும் கொள்கையை விடாப்பிடியாக இறுகப்பற்றி வருகிறார். சிறுவயதில் தன் அம்மா, எம்ஜிஆர் படத்தைக் காட்டி இவர்தான் எம்ஜிஆர் மாமா எனக்கூற, அப்பா ராமன் தேடிய சீதை படத்தில் 'அந்த மாமாவை' அறிமுகப்படுத்த, அன்று தலைவர் மீது கொண்ட காதல் ஐம்பதைத் தாண்டியும் தொடர்கிறது. தினந்தோறும் தலைவர் போல மேக்கப் போடுவதற்கு மட்டும் ஒரு மணித்தியாலம் செலவழிக்கும் மாணிக்கம், இதயக்கனி உடுப்பு, உலகம் சுற்றும் வாலிபன் உடுப்பு என ஒவ்வொரு படத்திலும் எம்ஜிஆர் அணிந்திருந்த உடுப்புகளைப் பிரதியெடுத்து தைத்து வைத்திருக்கிறார். தான் செத்துப் போனால், எம்ஜிஆர் போலவே தனக்கும் வெள்ளை குல்லா, வெள்ளை வேட்டி, சட்டை உடுத்தி அடக்கம் செய்ய வேண்டும் எனபதை ஒரே உறவாக இருக்கும் தனது அக்காவிடம் சொல்லி வைத்திருக்கிறாராம். 'ஆயிரம் நிலவே வா... ஓராயிரம் நிலவே வா... இதழோரம் சுவை தேட...' பாடிக்கொண்டே, அந்த நெருக்கடியான மார்க்கெட்டில் மூட்டையைத் தூக்கிக்கொண்டு நகர்கிறார் அந்த 'இலங்கை எம்ஜிஆர்'. எம்ஜிஆரைக் கட்சி பேனரின் மூலையிலும் அவரது கொள்கைகளைக் கூவம் ஆற்றிலும் கடாசிவிட்டு, எம்ஜிஆர் போட்ட விதையில் இன்று அறுவடை செய்துகொண்டிருக்கும் அவரது 'ரத்தத்தின் ரத்தங்களுக்கு' மத்தியில் உண்மையான ரத்தங்கள் இவர் போன்ற 'மாணிக்க' ரசிகர்களும் தொண்டர்களும்தாம்.

எம்ஜிஆர் என்ற பெயர் கேட்டதும் சிலிர்க்கிறார் 'பட்டக்கண்ணு நகைமாளிகை' அதிபர் எஸ்.ஏ தியாகராஜா. எம்ஜியாரின் குடும்ப நண்பர். "1966இல் 'எங்க வீட்டுப் பிள்ளை' கொழும்பில் திரையிடப்பட்ட நேரத்தில் எங்கள் அழைப்பின் பேரிலேயே இலங்கை வந்தார் எம்ஜிஆர். அவருடன் சரோஜா தேவியும் வந்திருந்தார். 'மரகதத்தீவில் மக்கள் திலகம்' என்றே அன்று நாளிதழ்கள் கட்டுரை வெளியிட்டன. எனது வீட்டில்தான் அருக்குலா மீனை ருசித்து மதிய உணவு அருந்திக்கொண்டிருந்தார். அதற்குள் செய்தியறிந்து சிங்களரும் தமிழரும் சோனகரும் தொழிலாளிகளும் முதலாளிகளுமாக வீட்டின் முன்னே குவிந்துவிட்டனர்.

"தலைவா... தலைவா... வாத்தியாரே... வெளியே வாங்க" என்ற குரல்களின் எண்ணிக்கை அதிகரித்துக்கொண்டே இருந்தது. ஒரு கட்டத்தில் அவரது தீவிர ரசிகர்கள், வீட்டு நுழைவாயிலைச் சேதப்படுத்தி

உள்ளே நுழைய எத்தனிக்க, அசம்பாவிதத்தைத் தடுப்பதற்காக யாருக்கும் தெரியாமல், போலீஸாரால் ஹோட்டல் கோல்ஃபேஸ்க்கு அனுப்பி வைக்கப்பட்டார். அங்கும் இரவும் பகலும் கூட்டம் தவம் கிடந்திருக்கிறது. கொழும்பு, கண்டி, மடு நகர், மாத்தளை, யாழ்ப்பாணம், நுவரெலியா என அவர் போகும் இடமெங்கும் சரித்திரம் கண்டறியாத சனத்திரள் கூடியது" என்று நினைவுகளில் மூழ்கிக் கரைகிறார் தியாகராஜா.

இலங்கையின் கண்டிக்கு அருகிலுள்ள நாவலப்பிட்டியில் பிறந்த மருதூர் கோபாலமேனன் ராமச்சந்திரனை, தமிழக சினிமாத்துறை மட்டுமல்ல மொத்தத் தமிழகமே அள்ளி அரவணைத்துக்கொண்டது. அந்த எளிய மனிதரிடம் அரசியல் அதிகாரம் வந்துசேர்ந்தது, பண பலம் பெருகியது, அத்துடன் வாரி வழங்கும் மனவளமும் எளிய மக்களைக் கவர்ந்து இழுக்கும் சக்தியும் அவரிடம் இயல்பாகவே இருந்தன. இலங்கையில் பிறந்த எம்ஜியாருக்கு அந்த மண்ணின்மீது பற்றும் பாசமும் அதிகமிருந்ததைப் புரிந்துகொள்ள முடிகிறது. பின்னாட்களில் எம்ஜியாருக்கும் விடுதலைப் புலிகள் அமைப்பிற்கும் மத்தியில் பிறந்த உறவு வரலாற்று உறவாக மலர்ந்தது. அவர் புலிகள் அமைப்பிற்குச் செய்த உதவிகளையும் அள்ளிக் கொடுத்ததையும் சொல்லிச் சொல்லிச் சிலிர்க்கிறார்கள். எந்த சினிமா நாயகர்களையும் பூஜிக்கும் வழக்கமில்லாத இலங்கையர்கள், 1988இல் எம்ஜிஆருக்குச் சிலை எடுத்தது அவரது நடிப்புக்காக மட்டுமல்ல என்பதை சின்னக் குழந்தையும் புரிந்துகொள்ள முடியும். அதனால்தான், புத்தபூர்ணிமா கொண்டாட்டங்களில் கலந்துகொள்ளவும், இந்திய நிதி உதவியுடன் கட்டப்பட்ட மருத்துவமனையைத் திறந்து வைக்கவும் சென்ற பிரதமர் மோடி, "புரட்சித் தலைவர் எம்ஜியார் பிறந்த ஊர் இது" என்று தன் உரையில் குறிப்பிட்டதன் மூலம் தமிழர்களின் உணர்வுகளைத் தூண்டிவிட்டு, தீவே ஆட்டம்கண்ட கரவொலியில் மகிழ்ந்திருக்கிறார்.

இலங்கைத் தமிழ் சினிமா என்றுமே அதிக அளவில் திரைப்படங்களைத் தயாரித்ததில்லை. பெரும்பாலும் இங்குள்ள திரைப்படங்கள்தாம் அவர்களுக்குப் பார்க்கக் கிடைக்கின்றன. எம்ஜிஆர், சிவாஜி காலத்து திரைப்படங்கள் இலங்கையில் வெளியாக ஓராண்டு ஆகும். அப்போது இந்திய - இலங்கை கூட்டுத் தயாரிப்பில் சில படங்கள் எடுக்கப்பட்டன. இலங்கையின் பிரபல நடிகர் நடிகைகள் இந்தியத் தமிழ்ப் படங்களில் நடித்தனர். மாலினி பொன்சேகா - நடிகர் திலகத்துடன் பைலட் பிரேம்நாத் படத்திலும், காமினி பொன்சேகா - ஸ்ரீபிரியாவுடன் நீலக்கடலின் ஓரத்திலே என்ற படத்திலும், கீதா குமாரசிங் - சிவாஜியுடன் மோகனப் புன்னகையிலும், விஜய குமாரதுங்க லட்சுமி - முத்துராமனுடன் நங்கூரம் திரைப்படத்திலும் ரத்தத்தின் ரத்தமே படத்தில் கீதா குமாரசிங்க - ஜெய்சங்கருடனும் நடித்துப் புகழ்பெற்றனர்.

தமிழ் சமூகத்தின் சக்தி வாய்ந்த ஊடகமாக நாம் கொண்டாடும் அளவிற்கு, திரைப்படங்களை அவர்கள் ஆராதிப்பதில்லை, அது ஒரு பொழுதுபோக்கு விடயம் என்பதில் தெளிவாக இருக்கிறார்கள். ஆரம்ப

காலங்களில் தமிழர்களும் சிங்களர்களும் இணைந்தே தமிழ் மற்றும் சிங்கள திரைப்படங்களில் பணிபுரிந்திருக்கின்றனர். காத்திரமான திரைப்படங்களும் வந்திருக்கின்றன. யுத்தகாலம் அனைத்தையும் புரட்டிப் போட்டுவிட்டது. அந்தப் புயலுக்குத் திரைப்படத்துறையும் தப்பவில்லை. இரு இனங்களும் எதிரிகளாகப் பார்க்கப்பட்டதும் தொடர்பு அறுந்து போனது. யுத்த காலங்களில் டெண்ட் கொட்டாய்களில் தமிழகத்திலிருந்து வரும் தமிழ் சினிமாக்களைப் பார்த்திருப்பதை நினைவுகூர்கிறார் தோழி லதா கந்தையா. ஆனால், தமிழகத்திலிருந்து செல்லும் திரைப்படங்கள் அங்கு மீண்டும் புலிகள் இயக்கத்தினரால் மறுதணிக்கை செய்யப்பட்டே திரையிடப்படும் என்ற தகவல் வியப்பானதாக இருக்கிறது. “எங்கட தேவை கதையின் மூலக்கருதான், ஆபாச நடனங்களும் பலாத்காரம் பண்ணுவதுமான காட்சிகளால் நிரம்பிக்கிடந்த எண்பதுகளின் தமிழ்ப்படங்கள் முற்றிலும் இயக்கத்தினரால் மறுதணிக்கை செய்யப்பட்டே திரையிடப்படும். அவ்வளவு கட்டுக்கோப்பாகவும் சமூக அக்கறையுடனும்தான் நாங்கள் வளர்க்கப்பட்டோம்” - அவரது குரலில் பெருமை தெரிகிறது. தமிழ் - சிங்கள இனக்கலவரத்தின்போது தமிழ்த் திரைப்படச் சுருள்கள் எரிந்து நாசமாக்கப்பட்டன. வன்னிப்பரப்பிலிருந்து போரியல், வாழ்வியல் கதைகளைப் பேசும் திரைப்படங்கள் தயாரிக்கப்பட்டன. ஆனால், இயக்கத்தினரால் தயாரிக்கப்பட்ட அந்த ஆவணப்படங்கள் இலங்கை அரசால் தடை செய்யப்பட்டன.

நீண்டகாலப் போர், பண்பாட்டுப் பிரிவினைகள், பொருளாதார நெருக்கடி எனச் சிக்கித் தவிக்கிறது இலங்கை திரைப்படத்துறை. அதனால், இந்தியாவில் இருந்து வெளியாகும் பெரிய நட்சத்திரங்களின் திரைப்படங்களே இலங்கைத் திரையரங்குகளை ஆக்கிரமித்துள்ளன. “இலங்கையில் தமிழ்த் திரைத்துறை பூஜ்ஜியம்தான்” என்கிறார் நடிகரும் இயக்குநருமான கிங் ரத்தின. ஆனால், மிகக்குறைவான அளவில் சிங்களப் படங்களும் தயாரிக்கப்படுகின்றன. “எண்ணிக்கையில் நாங்கள் சிறியவர்கள்தாம். ஆனால், சினிமா திறன் அடிப்படையில் பிற அண்டை நாடுகளைவிடச் சிறப்பான நிலையில் இருக்கிறோம். ஒவ்வோர் ஆண்டும் குறைந்தபட்சம் நான்கைந்து படங்கள் சர்வதேச அளவில் திரைப்பட விழாக்களில் விருதுகளைப் பெறுகின்றன” என்கிறார் இயக்குநர் சோமரத்ன திஸநாயக பெருமையாக. கொழும்புவில் குடிசை வீட்டில்

வசித்துவரும் நடிகை ஜெயகௌரி இலங்கை திரைத்துறையில் பெரும் பொருள் ஈட்ட முடியாது என்பதற்கு உதாரணமாக இருக்கிறார். யுத்தத்திற்குப் பின் புலம்பெயர் ஈழத்தமிழர்களால், தமிழகத் திரைப்படங்களுக்கு உலகச் சந்தை தோன்றியது. சர்வதேச வணிகம் கொழித்தது. தமிழ்த் திரைப்படங்கள் உலகமெங்கும் கல்லா கட்டின. ஆனால், தமிழ் திரைப்படத் தயாரிப்பாளர்களும் இயக்குநர்களும் நடிகர்களும் புலம்பெயர் தமிழர்களுக்கு, (அவர்களின் வெளிநாட்டு டாலர்களுக்கு) காட்டும் கரிசனத்தில் சிறிதளவேனும் இலங்கையில் வாழும் தமிழர்களிடத்தில் காட்டுவதில்லை என்ற வருத்தம் இருக்கிறது லதா கந்தையாவிடம். அதனால்தான் பிக்பாஸ், சூப்பர் சிங்கர் போன்ற பெரும் நிகழ்ச்சிகளுக்குக்கூடப் புலம்பெயர் தமிழர்கள் கொண்டுவரப்படுகின்றனர் என்ற ஆதாரத்தையும் ஆதங்கத்துடன் சுட்டிக்காட்டுகிறார்.

"தமிழகத்தின் அத்தனை நடிகர்களுக்கும் இங்கும் ரசிகர்கள் இருக்கினம். ஆனால், வெறியர்கள் இல்லையெண்டதால, தமிழ்நாட்டைப் போல கட் அவுட், பாலாபிஷேக வகையறா கலாச்சாரங்களுக்கு எங்கட நாட்டில் இடமில்லை. யாழ்ப்பாணத்தில் மட்டும் இப்போது சினிமா உணர்வு கூடுதலாகப் பார்க்கக் கிடைக்குது. ஆனால், இதுவும் பிழையான ஒண்டுதான், தமிழ் சினிமாக்கள் ஒரு கற்பனை உலகத்தையே காட்டுகிறது. துளியேனும் இயல்பாக இல்லை, சிறு பொடியன்கள்கூட அதைப் பார்த்து சிரிக்கினம், அதிலிருந்து வாழ்க்கைக்கு எண்டு எடுத்துக்கொள்வதற்கு ஒண்டுமேயில்லை, அப்போதைக்கு ரசித்துவிட்டு எங்கட வேலையைப் பார்க்க வெளிக்கிட்டுவிடுவோம். எங்கட ஆட்கள் சினிமாவை கலையாகத்தான் பார்க்கின படியால, கதாநாயகர்களை ஆராதனை செய்வதில்லை. நிழலுக்கும் நிஜத்துக்குமான வேறுபாடுகளை எங்கட சனம் புரிஞ்சி வைச்சிருக்கினம். இன்னுமொண்டு, நாங்கள் ஒருபோதும் எங்களுக்கான தலைவர்களை சினிமாவில் தேடுவதில்லை" எனக் கிண்டலாகச் சிரிக்கிறார் நடிகை லதா கந்தையா. இவர் யுத்தகாலப் பிரச்னைகளை மையப்படுத்தி எடுக்கப்பட்ட 'நெருஞ்சி முள்' படத்தில் கதாநாயகியாக நடித்து தனது இயல்பான நடிப்பால் அனைவராலும் பாராட்டப்பட்டவர். "நான் நடிக்கலை, யுத்தத்திற்குள்ளே நாங்கள் பட்ட அடிகளும் இடிபாடுகளும் அலைக்கழிப்புகளுமான வாழ்க்கையைத்தான் மீண்டுமொருமுறை வாழ்ந்து பார்த்தேன், எங்கட வாழ்க்கையே நெருஞ்சி முட்களுக்குள் தானே?" என்கிறார் அமைதியாக.

இலங்கையில் நடிகர் விஜய் படத்திற்கெனத் தனி ரசிகர் பட்டாளம் இருக்கிறது. 90 சதவீதமான இளைஞர்கள் விஜய் பக்கம்தான். விஜயின் மனைவி இலங்கையைச் சேர்ந்தவர் என்பதும் ஒரு காரணமாக இருக்கலாம்.

தமிழ்நாட்டைப் போலவே அங்கும் காலை 4 மணிக்காட்சிகள் உண்டு. பிகில் படத்தின் முதல் காட்சிப் பார்க்கவந்த ரசிகர்களால் யாழ்ப்பாணத்தின் ராஜா திரையரங்கம் சேதப்படுத்தப்பட்டுள்ளது என்ற

செய்தி லதா சொன்ன கருத்தை உறுதிப்படுத்துகிறது. இலங்கை சிங்கள மக்களில் கொழும்பு, கண்டி பகுதிகளைச் சேர்ந்தவர்கள் இந்தித் திரைப்படங்களை விரும்பிப் பார்க்கிறார்கள்.

2009ஆம் ஆண்டு இலங்கையில் நடைபெற்ற போரை நிறுத்துமாறு கோரி தென்னிந்திய நடிகர்கள் தமிழகமெங்கும் போராட்டம் நடத்தினர். இலங்கை அரசு அவர்களை 'கோமாளிகள்' என வர்ணித்து வன்மத்தைக் காட்ட, கோபம் அதிகரித்தது. அதிலிருந்து தமிழ்த்திரைத்துறையினருக்கும் இலங்கைக்குமான எதிர்ப்பு பலவகையிலும் வெளிப்பட்டது. போருக்குப்பின் இந்தித் திரைப்பட உலகின் ஐஃபா சர்வதேச திரைப்பட விருது வழங்கும் விழா இலங்கையில் நடைபெற்ற போது, அதை பகிஷ்கரிக்குமாறு தமிழக நடிகர்கள் சார்பில் கோரிக்கை விடுக்க அமிதாப் பச்சன், ஐஸ்வர்யா ராய் உள்ளிட்ட பச்சன் குடும்பம் ஏற்றுக்கொண்டது. மைத்திரி - ரணில் அரச காலத்தில் ரஜினிகாந்த் வடக்கு, கிழக்கில் வீடமைப்புத் திட்டம் ஒன்றைத் திறந்து வைக்க, இலங்கை வருகை தரத் தயாரானார். கடும் எதிர்ப்பு கிளம்ப அவரும் அதைக் கைவிட்டார். மிக அண்மையில் கிரிக்கெட் வீரர் முத்தையா முரளிதரனின் வாழ்க்கை வரலாற்றை திரைப்படமாக்கும் முயற்சி நடந்தது. விஜய் சேதுபதியும் நடிக்க விருப்பம் தெரிவித்தார். ஆனால், முத்தையா முரளிதரன் ராஜபக்ச ஆதரவாளர் என்பதால் தமிழகமே சேர்ந்து கொந்தளிக்க, விஜய் சேதுபதி திரைப்படத்தில் இருந்து விலகினார். முடிவில் படமே கைவிடப்பட்டது. இப்படியாகத் தமிழகத் திரைத்துறைக்கும் இலங்கை அரசுக்குமிடையே பனிப்போர் தொடர்ந்து கொண்டேயிருக்கிறது. பகையும் வளர்ந்து கொண்டேயிருக்கிறது. இந்தப் பகையைத் தீர்க்கும் சமாதானத் தூதுவன் எங்கிருந்து, எப்போது வருவான்?

கறை படிந்த கறுப்பு ஜூலை

'1983', ஜூலை JULY என்று எந்த மொழியில் எழுதினாலும், குருதி கொப்பளிக்கும் கொலைக்காட்சிகள் ஆறாத ரணங்களையும் தீராத வலிகளையும் கிளறிக்கொண்டே இருக்கின்றன தமிழர்களுக்கு. 1983ஆம் ஆண்டின் அந்த ஜூலை மாதம் கண்ணீரையும் இழப்பையும் பரிசாகக் கொடுத்துச் செல்லும் என எவரும் எதிர்பார்த்திருக்க மாட்டார்கள். சிங்களப் பேரினவாதத்திற்கும், தமிழ் சிறுபான்மையினருக்குமான ஆயுத மோதல்கள் அங்கொன்றும் இங்கொன்றுமாக நடைபெற்றுக்கொண்டிருந்த காலப்பகுதி. மாறி மாறி அவ்வப்போது நடக்கும் தாக்குதல்களுக்கு மக்களும் பழகியிருந்தனர்.

அந்தக் கறுப்பு ஜூலை வன்முறைகளுக்குப் பின்னால், ஒரு ஃப்ளாஷ்பேக் இருந்தது. அன்றைய காலகட்டத்தில் தெற்கில் வாழ்ந்த தமிழர்கள் பொருளாதார வளத்திலும் சிறப்பான வாழ்வு மரபுகளிலும் மேலாண்மை கொண்டவர்களாக இருந்தனர். மே மாதத்தில்

நடந்த உள்ளாட்சித் தேர்தலில் ‘தமிழர்கள் பங்கேற்க வேண்டாம்’ என்று தமிழீழ விடுதலைப்புலிகள் கொடுத்த அழைப்பின் பேரில் தமிழர் பகுதியில் 98 சதவீதமானோர் தேர்தலை முற்று முழுதாகப் புறக்கணித்தனர். விடுதலைப்புலிகளின் தலைமையிலான இந்த அரசியல் மாற்றம் ஜனாதிபதி ஜெயவர்த்தனேயைக் கடும் கோபம் கொள்ளச் செய்தது. அந்தத் தேர்தலுக்குப் பிறகு தமிழர் பகுதியில் வவுனியா, திரிகோணமலை வரைகூடக் கொலைகள் தினம் தினம் வாடிக்கையானது. நீண்ட காலமாகவே ஒரு சில அமைச்சர்கள் கலவரத்துக்கான சந்தர்ப்பத்தை எதிர்பார்த்திருந்தனர் என்றும், அதற்கான திட்டங்கள் தீட்டப்பட்டு சிங்களப் பகுதியில் தமிழர்கள் வாழும் இடங்களின் விவரங்கள் எடுத்து வைக்கப்பட்டிருந்தன என்றும் சொல்லப்படுகிறது. தமிழர்கள் மீதும் அவர்களின் சொத்துகள் மீதும் மிகப்பெரும் வன்செயல்களைக் கட்டவிழ்த்து விடுவதற்கு ஒரு வலுவான காரணத்தை எதிர்நோக்கி அரசியல்களம் காத்திருந்தது. அப்படி ஒரு வாய்ப்பும் அவர்களுக்கு விரைவிலேயே கிடைத்தது.

நாள்: 1983, ஜூலை 23, சனிக்கிழமை இரவு, 11.30 மணி.

இடம்: யாழ்ப்பாணத்திற்கு அண்மையிலுள்ள திருநெல்வேலி.

விடுதலைப்புலிகளின் மூத்த உறுப்பினர் சார்ள்ஸ் அன்ரனி ராணுவத் தாக்குதல் ஒன்றில் கொல்லப்பட்டதற்குப் பதிலடி கொடுக்க விடுதலைப்புலிகள் இயக்கம் திட்டமிட்டிருந்தது. திருநெல்வேலியில் யாழ் பல்கலைக்கழகத்திற்கு அருகாமையில் உள்ள பலாலி வீதியின் தபால்கட்டைச் சந்தியில் ராணுவ ரோந்து வாகனங்கள் மீது விடுதலைப்புலிகள் மறைந்திருந்து நடத்திய நிலக்கண்ணி வெடித்தாக்குதலும், அதைத் தொடர்ந்து ஏற்பட்ட துப்பாக்கிச் சமரிலுமாக மாதகல் ராணுவ முகாமைச் சேர்ந்த 13 ராணுவத்தினர் கொல்லப்பட்டனர். அதன்பின் அந்த எண்ணிக்கை 15 ஆக உயர்ந்தது. இந்தச் சம்பவமே நாடெங்கும் வன்செயல்களைக் கட்டவிழ்த்து விடப்படுவதற்குச் சாட்டாக மாறியது.

கொல்லப்பட்ட ராணுவத்தினரின் உடல்களை யாழ்ப்பாணத்திலேயே அடக்கம் செய்ய ராணுவம் விரும்பியபோதும், ஜெயவர்த்தனே அவர்களது உடலை கொழும்புவில் சிங்கள மக்கள் மத்தியில் பார்வைக்கு வைத்து அரசியல் அறுவடை செய்ய விரும்பினர். பாலிதீன் பைகளில் இறந்த உடல்களைக் கட்டிவைத்து, இரவு வரை தாமதப்படுத்தி கொழும்புவிலிருந்த சிங்களவர்களிடம் கொதிப்புணர்வைத் தூண்டினார். தென்னிலங்கை ஊடகங்களும் அரசுக்குச் சாதகமாகவே செயல்பட்டன. தமிழர்கள், பௌத்த பிக்கு ஒருவரை உயிருடன் எரித்து விட்டார்கள் என்றும், விடுதலைப்புலிகள் கொழும்புவில் தாக்குதல் நடத்த வந்துவிட்டார்கள் எனவும் வதந்திகள் திட்டமிட்டுப் பரப்பப்பட்டன. ராணுவத்தினர் மரணம் இனவெறி தூண்டும் நிகழ்வாகத் திட்டமிட்டு மாற்றப்பட்டது. அந்த இரவிலேயே கலவரம் துவங்கிவிட்டது.

ஜுலை 24. கறுப்பு ஜுலையின் தொடக்க நாளாக மாறியது. கலவரம் தொடங்கியமை தெரியாமல் கிருலப்பனை சந்தியில் ஸ்கூட்டரில் வந்துகொண்டிருந்த தமிழர் ஒருவர் சின்னாபின்னமாக வெட்டிக்கொல்லப்பட்டதே இக்கலவரத்தின் முதல் கொலையாகப் பதிவாகியுள்ளது. சிங்கள இனவாதிகளின் அரக்கத்தனமான செயல்பாடுகள் முதலில் கொழும்புவை மையமாகக் கொண்டு ஆரம்பிக்கப்பட்டாலும் அதன் பின்னர் ஏனைய நகரங்கள், மத்திய மலை நாட்டுப்பகுதிகள் எனப் பரவின. தமிழர்களை 'எதையும்' செய்யும் அனுமதியை அரசு அமைதியாக வழங்கியிருந்தது. வீதிகளில் வாகனங்கள் மறிக்கப்பட்டு தமிழர்களைத் தேடித் தேடி தாக்கினர். தமிழர் என்ற அடையாளமே சிங்கள வெறியர்களுக்கு வெறியேற்றிக்கொள்ள போதுமானதாக இருந்தது.

ஆறு நாட்கள் சிங்கள வெறியர்களின் கையில் கொழும்பு நகரமும் தென்னிலங்கையும் இருந்தது. தமிழர்களின் வர்த்தக நிலையங்கள், வாழ்விடங்கள், வாகனங்கள் அடித்து நொறுக்கப்பட்டுத் தீக்கிரையாக்கப்பட்டன. தமிழர்கள் நிரந்தரமாக வாழ்ந்த கலாச்சார அடையாளங்களைக்கொண்ட இடங்கள் அழிக்கப்பட்டன. குடும்பம் குடும்பமாகத் தமிழர்கள் வெட்டிக்கொல்லப்பட்டனர். பொருளாதார மையங்கள் குறிவைத்து அழிக்கப்பட்டன. ஏனெனில் தமிழர்களை ஏதுமற்றவர்களாக்குவதும் அவர்களின் நோக்கங்களில் ஒன்றாக இருந்தது. 3000 பேர் வரை படுகொலை செய்யப்பட்டனர் என தரவுகள் கூறினாலும், உண்மை நிலை அதைவிட அதிகம் என்பதை அனைவரும் ஏற்றுக்கொள்கிறார்கள். ஆண், பெண், குழந்தைகள் என்ற பேதமில்லாமல் கொன்று குவித்தனர். ஆண்களை மாறி மாறி கத்தியால் குத்தி அங்கமங்கமாகக் கிழித்தெறிந்தனர். பெண்களின் நகைகளைப் பறித்தனர். கழற்ற முடியாத நகைகளை காதுகளோடும் மூக்குகளோடும் கழுத்துகளோடும் சேர்த்து அறுத்தனர். ஏராளமான பெண்கள் பாலியல் வன்புணர்வுக்கு உட்படுத்தப்பட்டார்கள். பெண்கள் கதறி ஓடினர். பிள்ளைகளைத் தூக்கிக்கொண்டு ஓடிக் களைத்த பெண்கள், இயலாத சூழலில் குழந்தைகளை அணைத்துக்கொண்டு அருகில் தென்பட்ட கிணறுகளில் குதித்து மாண்டனர். குழந்தைகள் கொதிக்கும் தாரில் அமிழ்த்தப்பட்டார்கள். இதயமே விறைத்து விடுமளவிற்கான பயங்கரங்கள் நடந்தேறின. கோழி, ஆடு, மாடு எனக் கண்ணில் கண்ட அத்தனையும் நாசமாயின. மாரியம்மன் கோயில் கோபுரத்தில் சிங்கக்கொடி பறக்க விடப்பட்டது. ராணுவம் வந்தது, காவல்துறை வந்தது, ஆக்ரோஷமாக இறங்கியது, அடிபட்டு, அறுபட்டுக் கிடந்த தமிழர்களைத் தன்பங்கிற்கு அதுவும் தாக்கியது.

இக்கலவரம் நடப்பதற்கு இரு வாரங்கள் முன்னதாக, ஜுலை 11 அன்று 'டெய்லி ரெலிகிராவ்' என்ற பத்திரிக்கைக்கு வழங்கிய நேர்காணலில் ஜனாதிபதி ஜெயவர்த்தனே இப்படிக் கூறியிருந்தார். *"I am not worried about the opinion of the Jaffna Tamil people now. Now*

we cannot think of them. Not about their lives or of their opinion about us. The more you put pressure in the north, the happier the Sinhala people will be here... really if I starve the Tamils, Sinhala people will be happy..."
(யாழ்ப்பாணத் தமிழ் மக்களின் அபிப்பிராயத்தைப் பற்றி நான் இப்போது கவலைப்படவில்லை, அவர்களைப் பற்றி எங்களால் இப்போது சிந்திக்க முடியாது. அவர்களின் உயிர்களைப் பற்றியோ அல்லது எங்களைப் பற்றி அவர்கள் என்ன நினைக்கிறார்கள் என்பதைப் பற்றியோ எமக்கு அக்கறையில்லை, வடக்கு மீது நாம் எவ்வளவுக்கு நெருக்குதல்களைக் கொடுக்கிறோமோ அந்தளவுக்கு சிங்கள மக்கள் மகிழ்ச்சியடைவார்கள். உண்மையில் நான் தமிழர்களைப் பட்டினி போட்டேனென்றால், சிங்கள மக்கள் மகிழ்ச்சியடைவார்கள்.)

இலங்கை கம்யூனிஸ்ட் கட்சியின் 'அத்த' என்கின்ற நாளிதழில் பணியாற்றிய சந்திரகுப்த அமரசிங்க என்ற சிங்களரால் 24.07.22 அன்று அதிகாலையில் எடுக்கப்பட்ட படம், 83 கறுப்பு ஜூலை கலவரத்தின் குறியீடாக நிற்கிறது. பொரளை சந்தியில், எரித்துக் கொல்லப்படுவதற்குமுன், சிங்களக்காடையர்களின் முன்னால் நிர்வாணமாகக் கூனிக்குறுகி அடிபணிந்து தலையில் கைவைத்து மரணத்தின் முன்னால் ஒடுங்கி நிற்கும் அந்த மனிதன், தான்சார்ந்த இனத்தின் மோசமான நிலையினை உலகிற்கு உணர்த்திவிட்டு எரிந்து போனான். இனக்கலவரம் என்பதைவிட இனச்சுத்தகரிப்பின் கோர முகத்தை வெளிப்படுத்தும் குறியீடாக அந்தப் படம் உலக மக்களின் மனசாட்சியை உலுக்கியது.

இனக்கொலை பற்றி மைக்கல் றொபேர்ட்ஸ் எழுதிய *Visual Evidence I: Vitality, Value and Pitful - Borella Junction 24/25 July 1983* என்ற நெஞ்சினை அதிர வைக்கும் கட்டுரை இப்படுகொலைகள் குறித்த உண்மையை உலகிற்குக் கொண்டு சென்றது. சிங்கள வழக்கறிஞரான பாஸில் ஃபெர்னாண்டோவின் *Yet Anotherr Incident in July 1983* (தமிழில் 'ஜூலை 1983 மேலும் ஒரு சம்பவம்' - கவிஞர் சேரன்) என்ற கவிதையின் ஒருபகுதி இப்படி விவரிக்கிறது:

காருக்குள் நாலுபேர், பெற்றோர் நான்கு அல்லது ஐந்து வயதில் ஆணும் பெண்ணுமாக இரு குழந்தைகள், ஏனைய கார்களை எப்படித் தடுத்து நிறுத்தினரோ அப்படித்தான் இந்த காரையும் தடுத்து நிறுத்தினார்கள். பிறகு செயலில் இறங்கினர். வழமை போல் பெட்ரோல் ஊற்றுவது, பற்ற வைப்பது போன்ற விடயங்கள் ஆனால், திடீரென

யாரோ ஒருவன் காரின் கதவுகளைத் திறந்தான். அழுது அடம் பிடித்து பெற்றோரைவிட்டு விலக மறுத்த இரண்டு குழந்தைகளையும் வெளியே இழுத்தெடுத்தான். துரிதமாக இயங்கிய இன்னொருவனோ தீக்குச்சியைக் கிழித்தான். சூழ வர எரிந்துகொண்டிருந்த பலவற்றோடு இந்த நெருப்பும் சேர்ந்து கொண்டது. அருகே நின்று தமது சாகசங்களைப் பற்றிப் பேச ஆரம்பித்தனர். சமாதான விரும்பிகளாக மக்கள் தமது வீடுகளுக்குத் திரும்ப ஆரம்பித்தனர். அப்போதுதான் திடீரென உள்ளேயிருந்தவர் கார் கதவை உடைத்து வெளியே பாய்ந்தார். சட்டையிலும் தலைமயிரிலும் ஏற்கெனவே தீ பற்றிவிட்டிருந்தது. குனிந்தவர் தன் இரண்டு குழந்தைகளையும் வாரி எடுத்தார். எங்கும் பாராமல் கவனமாகத் திட்டமிட்டு எடுத்த முடிவைச் செயல்படுத்துவதுபோல உறுதியுடன் காருக்குள் திரும்பி ஏறினார். கதவை மூடினார். தனித்துவமான அந்த ஒலியை நான் கேட்டேன். எரிந்தழிந்த கார் இப்போதும் தெருவோரம் கிடக்கிறது. ஏனையவற்றோடு இன்னும் சில நாட்களில் மாநகர சபை அதனை அகற்றக்கூடும். ஏனெனில் தலைநகரின் தூய்மையே ஆட்சியாளர்களின் தலையாய் பணி...

வாசிக்கும்போதே எலும்புகளை உறைய வைக்கும் இந்தக் கவிதை கண்ணால் பார்த்த சாட்சியால் எழுதப்பட்டது. இதுபோன்ற உயிருடன் கொளுத்திய சம்பவங்கள் வெகு சாதாரணமாக இடம்பெற்றன என்கிறார் சிங்கள வழக்கறிஞரான பாஸில் ஃபெர்னாண்டோ.

“சிங்களர்கள் தனித்துவமானவர்கள், நாகரீகமற்ற காடையர்களால் சீரழிக்கப்படும் முன் ஒளிமயமான இந்த அழகியத் தீவு ஆரிய சிங்களர்களால் ஒரு சுவர்க்க பூமியாக உருவாக்கப்பட்டிருந்தது” என்றார் சிங்கள பௌத்த தேசியவாதத்தின் பிதா என்றழைக்கப்பட்ட அநாகாரிக்க தர்மபாலா. திராவிட பழங்குடி இனமான நாகர்களின் தேசத்தில் இடையில் வந்து, பூர்வகுடிகளான தமிழர்களை ஒடுக்க, சிங்களர்களுக்கு வெறியூட்டும் வரலாற்றுத் திரிபுகளை இவர் போன்றவர்களே இலங்கை வரலாற்றில் அவ்வப்போது வடிவமைக்கின்றனர்.

அந்தத் துயரத்தில் பாதிக்கப்பட்டு, செல்வங்களை இழந்து, சொந்தங்களை இழந்து மரத்துப்போன மனங்களோடு வாழ்வைக் கடத்தும் தமிழர்களின் மனங்களின் ஆழ இடுக்குகளில் இன்னும் இறுகிக் கிடக்கிறது ஆறாவடுக்கள். மரவள்ளித் தோட்டத்தில் தன்

வாழ்நாளைக் கழித்துக்கொண்டிருக்கும் அந்த முதிய பெண்மணி சொல்கிறார், "83 ஆம் ஆண்டு கலவரத்தில் அடிபட்டு யாழ்ப்பாணம் வந்திட்டம், நாங்கள் அப்ப இரும்புக்கடை வச்சிருந்தனாங்கள், இரும்புச் சாமாங்கள் செய்யிற தொழிற்சாலையும் இருந்தது, எங்கட கடையில் வேலை செய்த சிங்கள ஆக்கள்தான் கலவரம் தொடங்கின உடனே கம்பியளோடும், கத்தியளோடும் முதலில் கொள்ளையடிக்க வந்தவையள், 3 நாள் காட்டுக்குள்ளாற மறைஞ்சி இருந்த பின்னால், கப்பலால அகதிபோல யாழ்ப்பாணம் அனுப்பிவைக்கப்பட்டோம், கடையில அவ்வள சாமாங்களும் 18 லட்சம் காசும் சொந்தமா வீடும் இருந்தது, அத்தனையும் விட்டுப்போட்டு வந்திட்டம், கலவரத்தால அவரும் செத்துப்போயிட்டார், வசதியாயிருந்த நாங்கள் இத்தன வருசமா 7 பிள்ளையள வைச்சிப் பட்ட கஷ்ரங்கள் கொஞ்சமில்ல" என்ற வார்த்தைகளில் வலியின் மிச்சம் இன்னும் இருக்கிறது.

இலங்கைத் தமிழர் ஆசிரியர் அமைப்பைச் சார்ந்த தோழி இவாஞ்சலின் மஹேந்திரா உயிர் துடித்த அந்தக் கணங்களைப் பகிர்ந்துகொள்கிறார். "நாங்கள் தங்கியிருந்த வீட்டின் உரிமையாளர் ஒரு சிங்களர். கலவரம் தொடங்கியதுமே, அவர்களும் பயந்து விட்டனர். எங்களுக்குப் பாதுகாப்பு அளிக்க விரும்பவில்லை. அவர் மட்டுமல்ல, எவரும் எங்களுக்கு அடைக்கலம் தர விரும்பவில்லை. குழந்தைகளோடு தப்பியோடி புனித மேரி ஆலயத்திற்குள் அடைக்கலமானோம். ஏராளமான மக்கள் எங்களைப்போல் உயிர் பிழைக்க அங்கு தஞ்சமடைந்திருந்தனர். அதன்பின் ரத்மலானா கேம்ப் அழைத்துச் செல்லப்பட்டோம். பாலுக்கும் நீருக்கும்கூட வழியின்றி ஒரே நாளில் மிகக் கடினமாகியது அதுவரை அரசுப் பணியிலிருந்த எங்கள் வாழ்க்கை. ரத்மலானா முகாம், பம்பலப்பிட்டி சரஸ்வதி மண்டப அகதிகள் முகாம், அருகிலிருந்த காடுகள் என உணவின்றி, உறக்கமின்றி, வாழ்வு பற்றிய எந்த நம்பிக்கையுமின்றி ஆங்காங்கே உயிர்பயத்தோடு பதுங்கியிருந்தோம். கலவரம் முடிந்த நாளில் அரசு எங்களைப் போன்ற ஆயிரக்கணக்கானோரை கார்கோ கப்பலில் ஏற்றி வலுக்கட்டாயமாக அகதிகளாய் யாழ்ப்பாணம் அனுப்பியது. உடைமைகளை அப்படியப்படியே விட்டு உயிருக்குப் பயந்து சொந்த நாட்டுக்குள்ளேயே அகதிகளாக ஓடினோம்... அரசும் அதைத்தான் எதிர்பார்த்தது" என்கிறார் உயிரற்ற குரலில்.

இலங்கை வரலாற்றின் பக்கங்களில் ரணங்களால் நிரப்பப்பட்ட அந்த ஜூலை, இலங்கை இனி எப்போதும், முன்னெப்போதைப்போலவும் இருக்க வழியில்லை என்பதை உணர்த்திச் சென்றது. வலிகள் மிகுந்த அந்த மாதத்தைப் பிரபல பத்திரிக்கையாளர் மேர்வின் டி சில்வா கறுப்பு ஜூலை என்று வர்ணித்தார். ஜூலை 23 இல் இருந்து 27ஆம் திகதி வரை திட்டமிட்டு நடத்தப்பட்ட வெறியாட்டங்கள் சந்திகளிலும் வீடுகளிலும் மட்டுமல்ல, இலங்கையின் மிகப்பெரிய சிறைச்சாலையொன்றிலும் நிகழ்த்தப்பட்டது அறிந்து உலகே உறைந்து போனது. அந்த நாள் 1983 ஜூலை 25.

1983 ஜூலை 25
கொழும்பு வெலிக்கடை சிறைச்சாலை

தலைநகரில் இனக்கலவரங்கள் கொழுந்துவிட்டு எரிந்து கொண்டிருந்த அதே நேரத்தில் மலையகம் உள்பட நாட்டின் அத்தனை இடங்களிலும் தமிழர்கள் விரட்டி விரட்டி கொல்லப்பட்டனர். அந்த ஆவேசம் சிறைச்சாலைகளிலும் எதிரொலித்தது. இந்தச் சந்தர்ப்பத்தைப் பயன்படுத்தி இலங்கையின் அந்த அதிஉயர் பாதுகாப்பு சிறைச்சாலையில் ரகசியமாகத் திட்டம் ஒன்று தீட்டப்பட்டது. இலங்கையின் மிகப்பெரிய சிறைச்சாலையான கொழும்பு வெலிக்கடை சிறைச்சாலையில் பணியாற்றிய ரெஜஸ் என்ற துணைத் தலைமை சிறை அதிகாரி, சிறை அதிகாரி சமிதரத்ன, காவலதிகாரி பாலித ஆகிய மூன்று சிறை அதிகாரிகள்தாம் அந்தத் திட்டத்திற்கான சூத்திரதாரிகள். அந்தச் சிறையின் A3 பிரிவிலிருந்தவர்கள் பயங்கரக் குற்றங்கள் சுமத்தப்பட்ட சிங்களக் கைதிகள். அன்று அவர்களுக்கு மதுவும் சிறப்பு உணவும் சிறை நிர்வாகத்தின் சார்பாகக் கொடுக்கப்பட்டன. கொண்டாட்ட மனநிலையிலிருந்த அவர்களின்

இனவெறிக்குத் தீனி போடும் வகையில், தமிழ்க் கைதிகள் அடைத்து வைக்கப்பட்டிருந்த சிறைக் கதவுகள் திறந்து விடப்பட்டன.

புரட்சிகர டெலோ அமைப்பைச் சேர்ந்த குட்டிமணி, தங்கதுரை போன்றவர்கள் அடைத்து வைக்கப்பட்டிருந்த பி3 என்ற சிறைப் பிரிவிலிருந்து தொடங்கியது அவர்களது வெறியாட்டம். "அந்தப் பகுதியிலிருந்து வந்த மரண ஓலங்கள் சகிக்க முடியாததாக இருந்தது. அந்தக் குரல்களைத் தவிர வேறொன்றையும் எங்களால் பார்க்க முடியவில்லை" என்று பதிவுசெய்திருக்கின்றனர் பிற பகுதியிலிருந்த கைதிகள். கொல்லப்பட்ட உடல்களையும் அரைகுறை ஊசலாடிக்கொண்டிருந்த உடல்களையும் இழுத்துவந்து அருகிலிருந்த மண்டபத்தில் புத்தர் சிலையடியில் குவிப்பதை எச் மண்டபத்தின் இரண்டாவது மாடியிலிருந்து ஜன்னல் வழியாக ஜெயக்கொடி என்ற சிறைக்கைதி பார்த்துக்கொண்டிருந்தார். குட்டிமணியின் உடல் இழுத்து வரப்பட்டபோது அவரின் உடலில் அசைவுகள் இருந்ததாகவும் தெரிவித்தார். "தமிழ்க் கைதிகளின் தலைகள் பிளக்கப்பட்டன, கண்கள் தோண்டப்பட்டன, இதயங்கள் கிழிக்கப்பட்டன. குடல்கள் உருவப்பட்டன, குரல்வளைகள் அறுக்கப்பட்டன" என்று தான் பார்த்த கொடுமைகளை அவர் ஒரு நூலாகவே வெளியிட்டுள்ளார்.

குட்டிமணியின் கண்கள்கூடத் தப்பிவிடக் கூடாது என்பதில் வெறியாக இருந்திருக்கின்றனர். ஏனெனில் குட்டிமணி, ஜெகன் ஆகியோருக்கு இலங்கை அரசால் மரண தண்டனை கிடைத்த வேளையில், "நான் தமிழீழத்திலேயே தூக்கிலிடப்பட வேண்டும், எனது உடல் உறுப்புகள் தேவைப்படுவோருக்கு வழங்கப்பட வேண்டும், எனது உடல் யாழ் பல்கலைக்கழக மருத்துவப் பீடத்துக்கு வழங்கப்பட வேண்டும், எனது மரண தண்டனையை நிறைவேற்றும் முன் எனது கண்களைப் பார்வையற்ற ஒருவருக்குப் பொருத்துங்கள், நான் காண இயலாத தமிழ் ஈழத்தை எனது கண்களாவது காணட்டும்" என்று நீதிமன்றத்தில் கூறியிருந்தவர் குட்டிமணி. அவர் விரும்பியதை எல்லாம் நிராசையாக்கும் வண்ணம், அவர் உடலைச் சிலையடியில் போட்ட பின்னர், "அவர் கண்கள் இரண்டையும் கூரிய ஆயுதம் கொண்டு தோண்டியெடுத்தனர், ஒருவன் அக்கண்களை காலால் மிதித்தான், இன்னொரு வெறியன் குட்டிமணியின் ஆண்குறியை வெட்டி வீசினான், பிற கைதிகள் அவரின் உடலைக் குத்திக் கிழித்தனர். பிறகு அக்கைதிகள் குட்டிமணியின் ரத்தத்தைத் தமது உடலில் பூசிக் கும்மாளமடித்தனர்.

இதே மரியாதைதான் தங்கதுரை, ஜெகன் உடல்களுக்கும் நடந்தது. ஏனைய தமிழ் இளைஞர்களின் தலைகளை, கைகளை, கால்களை என உறுப்புறுப்புகளாக வெட்டி புத்தர் சிலையடியில் குவித்தனர்" என்று தனது நூலில் கூறுகிறார் ஜெயக்கொடி. இவ்வாறாக, வெலிக்கடை சிறையின் பி3 பிரிவிலும், டி3 பிரிவிலும் தங்கதுரை, ஜெகன், குட்டிமணியோடு சேர்த்துப் படுகொலை செய்யப்பட்ட 35 தமிழ்க் கைதிகளின் உடல்களைச் சிறைச்சாலை முற்றத்திலிருந்த புத்தர் சிலைக்கு

முன்னால் போட்டு ஆனந்தக் கூத்தாடினர். கறுப்பு ஜூலை வன்முறைகளின் உச்சக்கட்ட நிகழ்வுகள் இவை.

இப்படுகொலைகள் நடைபெற்ற தினத்துக்கு முதல் நாள் பௌத்தர்களின் புனித நாளான போயா தினம். போயா தினத்தில் உபவாசம் இருந்து "சில்" அனுபவித்தவர்கள் தான் மறுநாள் இக்கொலையில் ஈடுபட்டனர். 'சண்டே சில், மண்டே கில்' என்று வர்ணித்துக்கொண்டனர்.

இக்கொலைகளை நிகழ்த்திய கைதிகளுக்கு அரசின் ஆசிர்வாதத்துடன், அவர்கள் விரும்பிய அத்தனையும் கிடைத்தன. சிறைச்சாலை வாகனத்தில் அந்த உடல்கள் நிர்வாணமாகப் போடப்பட்டு எடுத்துச் சென்றபோது, உடல்களின் மத்தியில் சிறுசிறு முனகல்கள் கேட்க, கம்பியால் குத்தி அந்த ஒலிகளை நிரந்தரமாக நிறுத்திய பிறகே அமைதியானார்கள். மீதமிருந்த தமிழ்க் கைதிகளையும் கொன்று ஒழிக்க அந்த இனவெறிக்கூட்டம் இரும்புக் கதவுகளை உடைத்தபோது, அங்கிருந்த சில உயர் அதிகாரிகள், "இன்று இவ்வளவு போதும், சென்று ஓய்வெடுங்கள்" என்று அறிவுரை கூறினர். மறுநாள் 26.07.83 அன்று விசாரணை நடத்த வந்த நீதிபதியிடம், சி3 பிரிவில் இருந்த தமிழ் கைதிகள் தங்களை வேறு சிறைச்சாலைக்கு மாற்றிவிடுமாறு கோரிக்கை விடுத்தபோது, இனி இது போல் நடக்காது என்று உறுதிகூறி உயர் அதிகாரிகளுடன் தேநீர் விருந்து முடித்து மகிழ்வுடன் புறப்பட்டுச் சென்றார் அந்த நீதிபதி.

ஆனால், ஒரு நாள் கழித்து மீண்டும் ஜூலை 27ஆம் திகதி பிற்பகல் ஊரடங்குச் சட்டம் பிறப்பிக்கப்பட்ட நேரத்தை கொலைவெறித் தாக்குதலுக்குத் தேர்ந்தெடுத்தனர். யாழ்ப்பாணச் சிறைச்சாலையில் இருந்த சிங்களச் சிறை அதிகாரிகளும் கைதிகளும் தமிழ்க் கைதிகளினால் கொல்லப்பட்டுவிட்டனர் என்ற வதந்தியைச் சிறை அதிகாரிகளே பரப்பினர். விளைவாக, அடுத்த கட்ட கொலைகள் சிறப்பாக நடந்தேறின. மீண்டும் அதே காட்சிகள்... அதே ரத்த ஆறு... தாக்குதல் தொடங்கி 45 நிமிடங்களுக்குள் டாக்டர் ராஜசுந்தரம் உட்பட 18 பேர் கொல்லப்பட்டு மொத்த எண்ணிக்கை 53 ஆக உயர்த்தப்பட்டது. இறுதியில் ராணுவம் கைதிகளுடன் மோதி கண்ணீர்புகை வீசி கட்டுப்பாட்டுக்குள் கொண்டுவந்ததால், டக்ளஸ் தேவானந்தா உள்பட 19 தமிழ் கைதிகள் அதிபயங்கர காயங்களுடனும் அனுபவங்களுடனும் தப்பினர்.

இன்றுவரை அந்தக் கொலைக் கைதிகளுக்கு எதிராகவோ, அதனை செய்யத் தூண்டிய சிறைப் பாதுகாவலர்கள், அதிகாரிகளுக்கு எதிராகவோ

எந்த விசாரணையும் மேற்கொள்ளப்படவில்லை. கொல்லப்பட்ட ஈழப் போராளிகளின் உடல்களை அவர்களது உறவினர்கள் யாரும் பார்க்க அனுமதிக்கப்படவில்லை. அவர்களின் விருப்பத்திற்கு மாறாக சிங்கள மண்ணில் அந்த உடல்கள் சங்கமமாயின.

அந்த ஜூலை மாதத்தில் எரிக்கப்பட்டும், இடம்பெயர வைத்தும், வெட்டிக் கொலை செய்தும், கடத்தி காணாமல் ஆக்கப்பட்டும், அகதிகளாக்கப்பட்டும் தமிழர்களின் தளங்கள் இலங்கை அரசினால் இல்லாமலாக்கப்பட்டன. வாக்காளர் பட்டியலைக் கையில் வைத்துக்கொண்டு தமிழர்களின் கடைகள், வீடுகள் தொழிற்சாலைகளின் முகவரியைத் தேடித் தேடி வன்முறைக் கும்பல் அலைந்ததாகக் கூறுகிறார் பாதிக்கப்பட்டவர்களில் ஒருவர். இருபத்தைந்து அகதிகள் முகாம்கள் திறக்கப்பட்டன. கொழும்பு தீயணைப்புப் பகுதியின் குறிப்பேட்டின்படி குறைந்தது 1003 இடங்களில் தீயணைப்பு பணிகள் நடைபெற்றுள்ளன. இக்கலவரத்தைத் தொடர்ந்து கொள்ளையர்களிடமிருந்து வெள்ளவத்தை போலிஸாரால் ஐந்து லட்சம் அமெரிக்க டாலருக்கும் மேற்பட்ட ஏராளமான பணம், ஆபரணங்கள் மீட்கப்பட்டன என்கிறது குறிப்புகள். அப்படியாயின் மீட்கப்படாத தமிழர் சொத்துகளின் மதிப்பு எவ்வளவாக இருக்கும்?

தமிழர்களின் வீடுகள் சூறையாடப்படுகின்றன, பாதிக்கப்பட்டவர்கள் அலறுகிறார்கள், கொலைகளும் கொள்ளைகளுமாக நாடு பற்றி எரிகிறது, மக்கள் தங்கள் வீடுகளை விட்டு வெளியேறுகிறார்கள் என்பதை வெளிநாட்டு ஊடகங்கள் உலகிற்கு அறிவித்துக்கொண்டே இருந்தன. அதிர்ச்சியுற்று கண்டனம் தெரிவித்த நாடுகளுக்கு, "எங்கள் வேலை எங்களுக்குத் தெரியும்" என ஜனாதிபதி எகத்தாளமாகப் பதில் அளித்தார். "போர் என்றால் போர், சமாதானம் என்றால் சமாதானம்" என்றும் அறைகூவல் விடுத்தார்.

இந்தியப் பிரதமர் இந்திரா காந்தி தனது வெளியுறவு அமைச்சர் பி.வி. நரசிம்மராவை கொழும்புவுக்கு விசேட தூதராக அனுப்பிய ஜூலை 28இல் வன்செயல்கள் சற்று தணியத் துவங்கின. இந்தியா அனுப்பிய 'சிதம்பரம் கப்பல்' கொழும்பில் தங்கியிருந்த மக்களை 'அகதிகளாக' யாழ்ப்பாணம் கூட்டிச் சென்றது. இந்தப் படுகொலைகளை தமிழ்நாட்டின் பத்திரிகைகளும் இந்திய ஒன்றியத்தின் பத்திரிகைகளும் தலைப்புச் செய்திகளாக்கின. தமிழகம் கொந்தளித்தது. இலங்கை அரசுக்கெதிராக பேரணி, ஊர்வலம், ஆர்ப்பாட்டம், ஜெயவர்த்தனே கொடும்பாவி எரிப்பு எனத் தங்கள் தமிழீழ உறவுகள் கொன்றொழிக்கப்பட்டதை எதிர்த்து மக்கள் திரண்டனர். சர்வ தேசமும் கண்டனம் தெரிவித்தது.

ஒரு வாரத்திற்குப் பின்னர் நாட்டு மக்களுக்குத் தொலைக்காட்சியில் உரையாற்றிய ஜனாதிபதி, "அந்த வன்செயல்கள் நாட்டுப்பிரிவினைக்கு எதிரான சிங்கள மக்களின் இயல்பான கொந்தளிப்பு" என 'விளக்கமளித்தார்'. ஏன் வன்முறைகளைக் கட்டுப்படுத்த உத்தரவுகளைப்

பிறப்பிக்கவில்லை என்று அவரிடம் கேட்டபோது, "கடுமையான புயல் வீசும்போது மரம் சாய்ந்து கொடுக்க வேண்டுமே தவிர, எதிர்த்து நிற்பதில் பயனில்லை" எனக் கூறியதாகப் பல பிரதமர்களுக்கும் ஜனாதிபதிகளுக்கும் ஆலோசகராக இருந்த மூத்த நிர்வாக சேவை அதிகாரி பிரட்மன் வீரக்கோன் தனது சரிதையில் குறிப்பிட்டிருக்கிறார்.

கறுப்பு ஜூலை என்பது தமிழர்களுக்கு மாத்திரமன்றி. சிங்களவர்களுக்கும் அபகீர்த்தியை ஏற்படுத்திய சம்பவம் என்பதை மறுக்க முடியாது. அதற்குப் பின்னர் சிங்கள மக்களை சர்வதேச சமூகம் தவறான கோணத்தில் பார்க்கத் துவங்கியது. இந்த நாட்டிலே இருவேறு இனங்கள் இணைந்து இனி வாழ முடியாது என்பது உறுதியாயிற்று. லண்டன் பிபிசியின் பதிவேட்டில் பிரான்சிஸ் ஹரிசன் கூறுகையில், "இலங்கையின் கடுமையான உள்நாட்டுப் போருக்கு அஸ்திவாரம் இட்டதே இந்த கறுப்பு ஜூலைதான்" என்று கூறியுள்ளார். அதுவரை உள்நாட்டுப் பிரச்னையாக இருந்த ஈழத்தமிழர் பிரச்னை சர்வதேச பிரச்னையாக மாறியது. பல்லாயிரம் தமிழ் இளைஞர்கள் ஆயுதம் தரித்த விடுதலைப்போரில் சேர உந்தித் தள்ளியது. அதன்பின்னான 30 ஆண்டுகால யுத்தம் மக்களின் வாழ்வாதாரத்தைப் புரட்டிப்போட்டது. யுத்தகாலத்தில் தொடர்ச்சியாக மக்கள் புலம்பெயர்ந்து வெளிநாடுகளுக்குப் போனார்கள். அவர்களின் சொத்துகள் இல்லாது போனது. இரண்டு பக்கமும் லட்சக்கணக்கானோர் பலியாயினர். இவை அத்தனையும்விட யுத்தத்தின் உளவியல் தாக்கம் அளவிட முடியாததாக இருந்தது. தமிழர்கள் இலங்கையில் வாழ முடியாது என்ற மனநிலையில், பெரும்பாலானோர் நாட்டை விட்டு வெளியேறத் தொடங்கினர். உலகின் பல நாடுகளையும் நோக்கி அகதிகளாகப் படையெடுத்தனர். மேற்கத்திய உலகிற்குக் குறிப்பாக கனடா மற்றும் ஐரோப்பாவிற்கு அதிக அளவில் புலம்பெயர்ந்தனர். அந்த நாடுகளும் தமிழர்களுக்காகத் தங்கள் எல்லைகளைத் திறக்கும் அளவுக்குத் தாராளமாகவும் இருந்தன. இன்று யாழ்ப்பாணத்தைவிட அதிகமான தமிழர்கள் கனடாவில் வாழ்கின்றனர்.

"ஜூலை கலவரத்தை அரசியல் ரீதியில் நிறுத்தியிருந்தால் இன்று இலங்கைக்கு இவ்வளவு பெரிய அழிவு வந்திருக்காது" என்று கொழும்பு மாநகரசபை உறுப்பினர் உமா சந்திரா பிரகாஷ் பிபிசி தமிழுக்குச் சமீபத்தில் பேட்டி கொடுத்தார். 39 ஆண்டுகளைக் கடந்தும், இரு இனங்களுக்குமிடையே எந்த நல்லிணக்கமும் ஏற்படாமலே போய்விட்டது.

துலங்காத மர்மங்கள்...

மே மாத வெயில் படுத்திஎடுத்தது. கால்களைக் கீழே வைக்க முடியாமல் தரையில் பதித்திருந்த கருங்கற்கள் பதம் பார்த்தன. ஆங்காங்கே கால்களை நனைக்க தண்ணீர் வசதி செய்யப்பட்டிருந்தாலும் இரண்டொரு நிமிடங்கள்தாம் தாக்குப்பிடிக்கிறது. நீண்டிருந்த வரிசையில், வெயிலுக்குக் கால்களை மாற்றி மாற்றி வைத்து நடனமாடிக்கொண்டே சுற்றிச் சுற்றிப் பராக்கு பார்த்தேன். மிகப்பெரிய வளாகம். வளாகமெங்கும் புத்த பிக்குகளின் நடமாட்டம். (அவர்களுக்குச் சமமாக ராணுவத்தினரின் நடமாட்டமும்). நீண்ட வரிசையில் பாதிக்கும் மேற்பட்டோர் வெளிநாட்டுவாசிகள். ஏதேதோ புரியாத மொழியில் கோயிலைப் பற்றிப் பல நூறு கதைகள் பரிமாறிக்கொள்ளப்பட்டன. தமிழ்க் குரல்களைக் கேட்க முடியவில்லை. அவ்வப்போது கேட்கும் ஆங்கிலம் மட்டுமே புரிந்த மொழியாக இருந்தது. தூரத்தில் வெண்ணிறத்தில் பல்வேறு கலைநயமிக்க அழகிய கட்டிடங்கள் தெரிந்தன. சின்ன வயதிலிருந்து

வரலாற்றுப் புத்தகத்திலிருந்த 'புத்தரின் புனிதப்பல் இருக்குமிடம் கண்டி' என்பதை மனப்பாடம் செய்து வைத்திருந்த தலத்தைப் பார்க்கும் அரிய வாய்ப்பு. இதைப் பார்க்காமல் இந்தியா திரும்பினால், 'சாமி கண்ணைக்குத்தும், இலங்கைச் சுற்றுலா முழுமையடையாது' என்று அடம்பிடித்ததால், உடன் வந்த இலங்கை தோழிகள் எங்களை மட்டும் உள்ளே அனுப்பிவிட்டு, கடைத் தெருவிற்குச் சென்றுவிட்டனர். உலகிலுள்ள முக்கிய பௌத்த கோயில்களுள் ஒன்றான புத்தரின் புனிதப்பல் உள்ள 'தலதா மாளிகை' என்று அழைக்கப்படும் *Temple of the Tooth Relic* பார்க்கும் நீண்ட வரிசையில் நின்றபடிதான் இத்தனை பராக்கு.

சுற்றிலும் மலைகள் சூழ அமைந்துள்ளது அழகிய கண்டி நகரம். ஐந்து மலை நகரம் என்று அழைக்கப்படும் கண்டி இலங்கையின் சர்வதேச சுற்றுலாத்தலம். இலங்கையின் புராதன நகரம் என்ற சிறப்பையும் பெற்றுள்ளது. நகரின் எந்தக் கோணத்திலிருந்து பார்த்தாலும் கண்ணைக் கவர்கிறது மலையின் நடுவே அமையப் பெற்றுள்ள வெண்மை நிறத்திலுள்ள மிகப் பிரம்மாண்டமான புத்தர் சிலை. நகரின் மையப் பகுதியில் கிட்டத்தட்ட 4 கிலோமீட்டர் நீளத்திற்குப் பரந்து விரிந்திருக்கிறது 1807இல் உருவாக்கப்பட்ட *Giri Muhuda* அல்லது *Milk of Sea* என்று அழைக்கப்படும் செயற்கை ஏரி. படகு சவாரியின் போது, சவாரியை அனுபவிக்கவா, சுற்றிலுமுள்ள மலையழகை ரசிக்கவா, ஏரியின் பிரம்மாண்டத்தை ருசிக்கவா, புத்தர் சிலையை வணங்கவா, ஏரிவாழ் விதவிதமான பறவைகளைப் பார்த்துப் பரவசம் அடைவதா என்று மதி மயங்குகிறது. அந்த அழகிய ஏரிக்கரையில் தான் அமைந்துள்ளது புத்தரின் பல் பாதுகாக்கப்படும் கோயில். ஸ்ரீ லங்காவின் தலைநகராக கண்டி இருந்தபோது, இந்த இடம் கோட்டையாக இருந்திருக்கிறது. கோயிலைச் சுற்றிலுமுள்ள கட்டிடங்கள் 1592 லிருந்து 1603 வரை விமல தர்ம சூர்ய மன்னர் காலத்தில் கட்டப்பட்டுள்ளன. ஸ்ரீ விக்ரம் ராஜா சிங்க மன்னர் இந்தக் கோயிலைக் கட்டியதாகவும் வேறுபட்ட செய்திகள் உண்டு. 1687 – 1707 மற்றும் 1747 – 1482 காலப்பகுதிகளிலும் இக்கோயிலில் கட்டுமானப் பணிகள் மேற்கொள்ளப்பட்டுள்ளன. சில காலம் சிறைச்சாலையாகவும் இருந்திருக்கிறது. இதைச் சுற்றி, மன்னரின் மாளிகை மற்றும் பற்பல மாளிகைகளுடன் இணைந்து இன்று மிகப்பிரமாண்டமாக விரிவடைந்து காணப்படுகிறது. எங்கு ஆரம்பித்து எங்கு முடிக்க என்று தெரியாததால், எங்களுக்கு முன்னால் சென்றவர்களைக் 'கண்மூடித்தனமாகப்' பின்பற்றிக்கொண்டிருந்தோம். வழிகாட்டிகள் என்று எவரும் இருப்பதாகத் தெரியவில்லை. ஒரு புத்தபிக்கு வெளிநாட்டுப் பயணி ஒருவருக்கு கோயில் குறித்த வரலாறுகளை உடைந்த ஆங்கிலத்தில் கூறிக்கொண்டு செல்ல, ஒட்டுக் கேட்டுக்கொண்டே அவர்களைப் பின்தொடர்ந்தோம்.

கண்டி கட்டிடக்கலையைப் பிரதிபலிக்கும் இம்மாளிகை, மரத்தில் செதுக்கப்பட்ட சித்திரங்கள், சுவர் ஓவியங்கள், கலைநயம் மிகுந்த

அலங்காரப்பொருள்கள் என அருங்காட்சியகம் போல அற்புதமாக காட்சியளிக்கிறது. ஓர் அறையில் உலகின் பல நாடுகளிலிருந்தும் கொண்டு வரப்பட்ட விதவிதமான புத்தர் சிலைகள் பார்வைக்கு வைக்கப்பட்டுள்ளன. மற்றோர் அறையில் புத்தர் பிறந்ததிலிருந்து அவரது பல் இங்கு கொண்டுவரப்பட்டது வரையிலான வரலாற்று நிகழ்வுகள் சித்திரங்களாக வரையப்பட்டுள்ளன. இந்தியாவில் கி.மு. 543இல் புத்தரின் இறப்பிற்குப்பின் அவரது உடலைத் தகனம் செய்யும்போது ஒரு பௌத்த பிக்குணி அவ்விடத்திற்கு வந்து புத்தரின் இடது பல்லை சேகரித்து எடுத்துக்கொண்டாராம். அவர் கலிங்கப் பேரரசின் மன்னரிடம் அதைக் கொடுத்தாராம். நெடுங்காலம் வரை, கலிங்க நாட்டில் (தற்போதைய ஒடிஸாவில்) இந்தப் புனிதப்பல் பாதுகாக்கப்பட்டு வந்திருக்கிறது. பின்னர் இளவரசி ஹேமமாலாவும் அவரது கணவர் தத்தா குமாரன் இருவரும் குஷி நகரத்திலிருந்து அதை கடத்திக்கொண்டு இலங்கைக்கு வந்தார்கள். ஹேமமாலா அந்தப் பல்லை தனது தலைமுடிக்குள் மறைத்து வைத்துக்கொண்டு வந்திருக்கிறார். அப்போதைய இலங்கை அரசனான மேகவர்ணனிடம் ஒப்படைத்தனர். மன்னர் எழுந்து நின்று இருகை நீட்டி மரியாதையுடன் மலர்கள் சொரிந்து ஒரு பேழையில் அந்தப் புனிதப் பல்லைப் பெற்றுக்கொள்கிறார்.

'புத்தரின் புனிதப்பல் யாரிடம் இருக்கிறதோ அவர்களே இலங்கையை ஆள்வார்கள்' என்பது தொன்றுதொட்டு நிலவிவரும் நம்பிக்கை. அதனால் மகாவம்ச கால சந்திரபானுவும் சரித்திரக் கால ஆரியச் சக்கரவர்த்தியும் புத்தரின் புனிதப்பல் பாதுகாக்கப்பட்ட பேழையை அபகரித்துச் சென்றுள்ளனர். இந்த இடத்திற்கு வருவதற்கு முன் ஐந்து வெவ்வேறு இடங்களில் அந்தப் பல் பாதுகாக்கப்பட்டு இருந்திருக்கிறது. ஒவ்வோர் அரசரும் ஒவ்வொரு பேழையில் வைத்துப் பாதுகாக்க, இப்போது பல் ஏழு பேழைகளுக்குள் பத்திரமாக பொதியப்பட்டுள்ளது. "மூன்று அங்குல அளவில் இருக்கும் அந்தப்பல், செம்பருத்தி பூக்களின் நடுவிலிருக்கும் காம்பு போல, வேருடன் காணப்படும்" என்று அந்தப் பிக்கு சொல்ல, "மூன்று அங்குல நீளத்தில் பல்லா?" என்று தலை சுற்றியது. பல் இருக்கும் முதல் தளத்திற்கு வந்துவிட்டோம். "எங்கே அந்தப் பல்? எங்கே அந்தப் பல்?" மனசு பரபரக்க சுற்றுமுற்றும் பார்த்தோம். எல்லாரும் ஒரு திசையை நோக்கி வணங்கி ஏதோ மந்திரம் போல முணுமுணுக்க, தூரத்தில் அந்த அறை மட்டும்தான் தெரிந்தது. உற்றுப் பார்த்தோம்.

ஒன்றும் தெரிய வில்லை. அருகில் அமைதியே உருவாக நின்றிருந்த பிக்குவிடம் ஆங்கிலத்தில் கேட்க, அதோ என்று கைகாட்டினார். தூரத்தில் பெருமாள் கோயிலில் பக்தர்களின் தலையில் வைக்கும் சடாரி போல ஒரு பொருள் தெரிந்தது. வாங்கிச் சென்றிருந்த பூக்களைச் செலுத்திவிட்டு, அனைவரும் திருப்தியுடன் திரும்ப, பெரும் குழப்பத்தில் நாங்கள். பிறகுதான் தெரிந்துகொண்டோம், சடாரி போலிருந்ததுதான் பேழை, ரத்தினக் கற்களால் பொறிக்கப்பட்ட அந்தச் தங்கப் பேழையில்தான் புத்தரின் பல் பொதிந்துள்ளதாம். பல் வைக்கப்பட்டுள்ள பேழை மட்டுமே பொதுமக்கள் பார்வைக்கு வைக்கப்படுமாம். ஐந்து வருடத்திற்கு ஒருமுறைதான் அந்தப் பேழை திறக்கப்படுமாம். ரொம்ப ஏமாற்றமாக போய்விட்டது. (இந்த டப்பாவைப் பார்க்கவா இவ்வளவு நேரம் செலவழித்தோம்...) புனிதப்பல் வைக்கப்பட்டுள்ள அந்த அறையை 'ஹந்துன் குணமா' என்று அழைக்கிறார்கள்.

ஏமாற்றத்துடன் நகர்ந்தோம். உற்சாகம் வடிந்துவிட்டிருந்தது. ஒரு பெரிய அறையின் நடுவிலிருந்த ஸ்தூபி போன்ற அமைப்பிற்குள் புத்தரின் தலைமுடி இருப்பதாகச் சொல்கிறார்கள். எப்படி வந்தது எனக் கேட்டால், தெரியவில்லை. "இந்தக் கோயிலைப் பற்றி நிறைய கதைகள் சொல்கிறார்கள். எதற்கும் காரணமோ விளக்கமோ தெரியவில்லை" என்கிறார் ஓர் உள்ளூர்வாசி. ஹந்துன் குணமாவிற்கு (மூலகிரகத்திற்கு) முன்னால், இரண்டு யானைத் தந்தங்கள் அழகாக வைக்கப்பட்டுள்ளன. ராயல் பேலஸ், மியூசியம் என்று கட்டிடங்கள் கோயிலுக்குப் பின்னால் தொடர்ந்துகொண்டே இருக்கின்றன.

யுனெஸ்கோவின் பாரம்பரியச் சின்னங்கள் பட்டியலில் இடம்பெற்றுள்ளதால், பாதுகாப்பு மிகவும் பலமாக இருக்கிறது. யுத்த காலத்தில் இரண்டுமுறை கோயில் தாக்கப்பட்டுள்ளதால் இப்போதுவரை ராணுவப்பாதுகாப்பு போடப்பட்டுள்ளது. ஒவ்வோர் ஆண்டும் ஆகஸ்ட் மாதத்தில் உலகின் மிகப்பெரிய புத்த கொண்டாட்டம் பத்து நாள்கள் இங்கு நடைபெறுகிறது. திருவிழாவின் பத்தாவது நாள் புத்தரின் பல் யானையின் மீது வைத்து ஊர்வலமாக எடுத்துச் செல்லப்படுகிறது. புத்தரின் பல் ஊர்வலத்தில் உலகெங்கிலுமிருந்து வந்த பௌத்தர்கள் பங்கு பெறுகின்றனர். பாரம்பரிய நடனம், ஊர்வலங்கள், இசைக் கலைஞர்கள், தீப்பந்தங்கள் ஏந்திய மனிதர்கள், 500 யானைகள், 2000 நடனக் கலைஞர்கள் எனப் பிரம்மாண்டமான ஊர்வலம் நடைபெறும். 500 யானைகளா என வாய்பிளந்தோம்.

இலங்கையிலுள்ள அனைத்து யானைகளும் அங்கு கொண்டுவரப்படுமாம். பல்லை ஊர்வலம் எடுத்துச் சென்றால் மழை பெய்யும் என்ற நம்பிக்கையும் உண்டு.

"தலதா மாளிகையில் வைக்கப்பட்டுள்ள பல் உண்மையில் ஆச்சரியமே. ஒரு சுட்டுவிரல் அளவு நீளமான ராட்சசப் பல்லை, புத்தரின் உடலுடன் இணைத்துப் பார்க்க முடியவில்லை. உண்மையில் அது ஒரு கற்கால மனிதன் அல்லது விலங்கின் பல்லாக இருந்திருக்கலாம். அந்தத் தந்தத்தை வைத்திருந்தால் அதிர்ஷ்டம் என்ற நம்பிக்கை பரப்பப்பட்டிருக்கலாம். அந்த நம்பிக்கைகளை மதம் என்ற பெயரில் தொடர்ந்து, சிங்கள மன்னர்களும் தமிழ் மன்னர்களும் அந்தப் பல்லை கைப்பற்றுவதற்காகப் போராடியிருக்கலாம்" என்றும் அனுமானிக்கப்படுகிறது. அதன் பின்னான வரலாற்றில், தமிழ் மன்னர்களை புத்தரின் புனிதப்பல்லை கொள்ளையிட்ட மத துவேஷிகளாக சிங்களர்கள் சித்தரிக்க, சிங்களர்களை அடக்கி புத்தரின் புனிதப்பல்லை கைப்பற்றிய வீரர்களாகத் தமிழ் மன்னர்களைச் சித்தரித்து பெருமைகொள்கின்றனர்.

அது உண்மையில் என்ன? புத்தரின் பல் என்றால், எப்படி இந்தியாவிலிருந்து இலங்கை வந்தது? அந்தப் பிக்குணி ஏன் புத்தரின் இடது பல்லை மட்டும் எடுக்க வேண்டும்? எரியும் உடலிலிருந்து எப்படிப் பல்லை மட்டும் எடுக்க முடிந்தது? அப்படி எடுத்திருந்தால், மீதமுள்ள பற்கள் என்னவாயின? புத்தரின் முடி இருப்பதாகச் சொல்லப்பட்டால் அது எப்படி வந்தது? இப்படி விடையில்லாத கேள்விகள் தொடர்கின்றன. உலகின் துலங்காத மர்மங்களுள் ஒன்றாக நிற்கிறது, உலகே நம்பிக்கை கொண்டுள்ள தலதா மாளிகை.

சமத்துவ மலை!

இலங்கையில் எதிரும் புதிருமாக இருக்கும் நான்கு சமயத்தவர்களையும் பக்தி என்ற கோட்டில் இணைத்து வைக்கிறது ஒரு மலை என்று தோழி மெரினா கூறியபோது ஆச்சரியமாக இருந்தது. சமவெளிகளில் அடித்துக்கொள்பவர்கள் மலையில் கூடிக்கொள்கிறார்களா!

இலங்கையின் இரண்டாவது பெரிய, அழகு மிகுந்த சோலைகள் சூழ்ந்த அந்த மலை ரத்தினபுரி மாவட்டத்திலிருந்து 40 கிலோ மீட்டர் தொலைவில் சபரகமுவா மற்றும் மத்திய மாகாணங்களுக்கு இடையில், நிர்வாக ரீதியாக நுவரெலியா மாவட்டத்துக்குச் சொந்தமானதாக இருக்கிறது. நான்கு மதங்களைச் சேர்ந்தவர்கள் ஒரே இடத்தை சர்ச்சையின்றி வணங்கிச் செல்லும் உலகின் ஒரே இடம் இதுவாகத்தான் இருக்க முடியும். பௌத்தர்கள், இந்துக்கள், முஸ்லிம்கள், கிறிஸ்தவர்கள் என அனைவரும் தத்தமது புனித மலையாகக் கருதி வருகின்றனர். அவரவர்

நம்பிக்கையின் பின்னால், அவரவர் மதம் சார்ந்த புனிதக் கதைகள் காலந்தோறும் புனையப்பட்டு வருகின்றன.

இந்துக்கள் அதை சிவனின் பாதமாகக் கருதி, 'சிவனொளிபாத மலை' என்று அழைக்க, பௌத்தர்கள் புத்தரின் காலடியாகக் கருதி, சிங்களத்தில் 'ஸ்ரீபாத' என்று அழைக்க, முஸ்லிம்கள் அதனை முதல் மனிதன் ஆதாமின் பாதம் என நம்புவதால் 'பாவா ஆதம் மலை' (ஆதாமின் மலை) என்கின்றனர். கிறிஸ்தவர்கள் புனித தோமஸின் மலை என அழைக்கின்றனர்.

கடுங்குளிரும் காற்றும் அதிகமுள்ள மாதங்களான மார்கழிப் பௌர்ணமியிலிருந்து வைகாசி வரை இம்மலை விழாக்கோலம் பூண்டுவிடுகிறது. மக்கள் வெள்ளம் அலைமோதுகிறது. அடிவாரத்திலிருந்து உச்சியை அடைய 6 முதல் 8 மணித்தியாலங்கள் பிடிக்கிறது. இரவில் படியேறத்துவங்கினால், அதிகாலை சூரிய உதயத்தின் போது மலைஉச்சியை அடைந்துவிடலாம். அதிகாலை சூரியோதத்தைக் காண்பதே அனைவரின் இலக்காக இருக்கிறது. இங்கிருந்து பார்க்கும்போது சூரிய உதயமும் சூரிய அஸ்தமனமும் கண்கொள்ளாக் காட்சியாக இருக்கும் என்கின்றனர். மலையேறத் துவங்கியவுடன், நல்ல தண்ணீர் பிரதேசம் என்ற இடத்தையடுத்து, நாகதீப விகாரை தெரிகிறது. இலங்கையின் நீண்ட நதிகளான மகாவலி கங்கை, களு கங்கை, களனி கங்கை உள்ளிட்ட நதிகள் தோன்றுமிடங்களைப் பார்க்க முடிகிறது. கற்பக விநாயகர் ஆலயத்தையொட்டி சிவபாதமலைக்குச் செல்லும் பட்டிக்கட்டுகள் தொடங்குகின்றன.செல்லும் வழியில் சிவன் கோயிலும் சில பௌத்த விகாரைகளும் காணப்படுகின்றன. அழகிய நீர்வீழ்ச்சியொன்று மனதை மயக்குகிறது. "சொட்டும் பனித்துளிகள் சில்லிட குளிர்காற்றில் உடல் புல்லரிக்க, மழைச்சாரல் தூவானமிடும் காலத்தில் மலை ஏறுவது இன்பத்திலும் இன்பம்" என்று ரசித்துச் சொல்கிறார் அடிக்கடி மலையேறும் தோழி ஒருவர்.

நிறைய சம்பிரதாயங்கள் கடைப்பிடிக்கப்படுகின்றன. முதல் முறை தரிசனத்திற்குச் செல்பவர்கள் கையில் வெள்ளைத் துணியில் நாணயம் ஒன்றை வைத்து காணிக்கை முடிந்து செல்ல வேண்டும் எனபது ஐதீகம். அருவி விழும் இடத்தில் கையில் கட்டியுள்ள காணிக்கையைச் கழற்றி வைத்துவிட்டு, அந்த அருவியில் முகம், கை, கால் கழுவி தரிசனத்திற்குச் செல்ல வேண்டும். மலை உச்சியை அடையும் முன், ஊசி மலை உள்ளது. அந்த இடத்தில் ஊசியில் நூல் கோத்துக்கொண்டு, அம்மலையின் ஆரம்ப இடத்தில் கட்டிவிட்டு, நூலைக் கையில் எடுத்துக்கொண்டு மலை ஏற வேண்டும். கையில் உள்ள நூல் அறுந்துவிடாமல் இறுதி அந்தம் வரும்வரை மலைவழியே கொண்டு சென்றுவிட்டால், மனத்தில் எண்ணிய காரியங்கள் நடக்கும் என்பது அவர்களின் அசைக்க முடியாத நம்பிக்கை. அதுமட்டுமல்ல, முதன் முறையாக வரும் யாத்திரிகர்கள் கைகளில் சுண்ணாம்பு பூசிக்கொள்ளுதல் போன்ற காரணம் தெரியாத கட்டாயச் சடங்குகளும் இருக்கின்றன. மலையுச்சியில் உள்ள

காண்டா மணியை அடிப்பதன் மூலம் யாத்திரிகர்களின் எண்ணிக்கை கணக்கிடப்படுகிறது. சிவ பாதத்தைத் தரிசிக்க நிசங்கமல்ல என்ற அரசன் தனது 'சத்துரங்கனி' என்ற படையுடன் சிவனொளி பாதத்தைத் தரிசிப்பதற்கு நிசங்கலென எனும் குகை வழியே வந்ததாக கூறப்படும் குகையொன்றும் காணப்படுகிறது. 1950ஆம் ஆண்டு அமைக்கப்பட்ட *THE DRAGON GATEWAY* என்று சொல்லக்கூடிய மகர தோரண வாயிலானது லக்ஷபான நீர்மின் உற்பத்தி நிலையத்தில் எந்தவித இயந்திரக் கோளாறுகளும் ஏற்படாது இருப்பதற்காகச் சமன் தெய்வத்திற்கு நேர்த்திக்கடன் செலுத்தும் வகையாக அமைக்கப்பட்டுள்ளது.

சிங்களவர்களால் சமனல கந்த என்று அழைக்கப்பட்ட இந்த மலையை, போர்த்துக்கீசியர்கள் முதன்முதலில் 'ஆதம்ஸ் பீக்' என்று அழைக்கத் துவங்க, 19ஆம் நூற்றாண்டில் ஆங்கிலேயர்கள் அதைத் தொடர, பல அரசுப் பதிவேடுகளிலும் அதே பெயரில் பதிவாகியுள்ளது. பல்வேறு மத நம்பிக்கைகளுக்கான புனைவுகள் சுவாரசியமூட்டுகின்றன.

திருமாலும் பிரம்மாவும் தங்களுக்கிடையில் யார் பெரியவர் எனப் போட்டியிட்டு, சிவனிடம் பூசை செய்த நேரத்தில் சிவன் ஒளியாக எழுந்தருளி பாதம் பதித்த இடம் சிவனொளி பாதமலை என்ற நம்பிக்கை இந்துக்களிடம் இருக்கிறது. தமிழ்க் கடவுளான முருகப்பெருமான், சூரபத்மனை அழித்தபோது சிவன், இம்மலை மேலே எழுந்தருளி சூரசம்ஹாரத்தைக் கண்டு ரசித்தாராம். அப்போதுதான் இந்தக் கால்தடம் உருவானதாம். எனவேதான் சிவனொளிபாத மலை என்றும் நம்புகின்றனர்.

மன்னர் மெனியக்கித்தவின் வேண்டுதலைத் தொடர்ந்து, அரசர்களுக்கிடையே நிகழ்ந்த மோதலுக்கு மத்தியஸ்தம் செய்ய புத்தர் இலங்கை வந்ததாகவும் அப்போது (கி.மு. 519 -520) இலங்கையில் பல பிரதேசங்களுக்கும் சென்றவர் சமனல கந்த என்று அழைக்கப்பட்ட இன்றைய ஸ்ரீபாத மலையில் தனது கால் தடத்தைப் பதித்துச் சென்றதாகவும் பௌத்தர்கள் நம்புகிறார்கள். சங்குச் சக்கரம் உள்ளிட்ட 108 மங்கலப் பொருள்கள் கொண்ட புத்தரின் கால்தடங்கள் சீனா, தாய்லாந்து, ஜப்பான், சிரியா, பராகுவே, ரஷ்யா, மலேசியா உள்ளிட்ட நாடுகளில் காணப்படுவதாகவும், அதே அடையாளங்கள் ஸ்ரீ பாத மலையிலும் காணப்படுவதால் இது புத்தரின் கால்தடங்களே என்பதில் பெரு நம்பிக்கையுடன் இருக்கின்றனர் பௌத்தர்கள். (ஆனால்,

அங்கெல்லாம் இவை புனிதப்படுத்தப்படுவதில்லை.)

கிறிஸ்தவர்களின் நம்பிக்கையின்படி ஆதாம் வாழ்ந்த ஏடன் தோட்டம் இன்றைய ஈராக்கில் உள்ளதால், இந்த மலை இந்தியா வந்த இயேசு கிறிஸ்துவின் நம்பிக்கைக்குரிய சீடரான புனித தோமஸ் காலடி பதித்த இடம் என நம்பி தோமஸ் மலை என அழைக்கின்றனர்.

“சொர்க்கத்தில் வாழ்ந்த ஆதாமும் ஏவாளும் கடவுளால் விலக்கப்பட்ட கனியைப் புசித்தனர். அதனால் கோபமுற்ற கடவுள், இருவரையும் பூமிக்குக் கடத்திவிட்டார். ஆதாம் வந்திறங்கிய இடம் செரண்டிப் (இலங்கை) எனும் நாடாகும்” எனத் திருக்குரானில் எழுதப்பட்டுள்ளது *(Holy Qur'An, Surah Al-Baqarah)* என்கின்றனர் இஸ்லாமியர்கள். (கி.பி. 861ஆம் ஆண்டு இலங்கை வந்த மொரோக்கோ நாட்டு யாத்திரிகர் சுலைமான் தாஜுர் இந்த மலைக்குச் சென்றவர், இதை அல்லாவின் மலை *(Al Rohun)* என்று அழைத்திருக்கிறார்.) கடவுளால் படைக்கப்பட்ட ஆதாமின் கால்தடம்தான் இது என்று அறுதியிட்டுக் கூறுகின்றனர் இஸ்லாமியர்கள்.

இதுபோன்ற எந்தக் கதைகளுக்கும் தொல்பொருள் வரலாற்றுச் சான்றுகள் கிடையாது. இக்கால்தடத்தை ஆய்வு செய்வதற்கு, இவ்விடத்தைத் தனது கட்டுப்பாட்டிற்குள் வைத்திருக்கும் பௌத்தமத பீடங்களும் அனுமதிக்கவில்லை. என்றாலும் பல்வேறு மதங்களின் பல்வேறு நம்பிக்கைகள் அனைவரையும் அந்த இடத்தில் ஒன்று சேர்க்கின்றன.

மதங்களின் சங்கமிப்பை நிகழ்த்தும் இந்த அதிசயமலை பல மர்மங்களையும் தன்னுள் இழையோடவிட்டு நிமிர்ந்து நிற்கிறது. யாத்திரைக்கான பருவகாலம் ஆரம்பிக்கும்போது மலையகம் எங்கும் வண்ணத்துப்பூச்சிகள் அலைஅலையாகப் பறந்து திரிகின்றன. இவை அனைத்தும் சிவனொளி பாத மலைக்குச் சென்று இறைவனைத் தரிசிப்பதாகவும் நம்பப்படுகிறது. அந்தக் குறிப்பிட்ட மாதத்தில் மட்டும் பட்டாம்பூச்சிகள் வருவது ஏன்? அதன்பின் எங்கே செல்கின்றன? கையில் பூசும் சுண்ணாம்பிற்கும் நூல் கோப்பதற்கும் காரணம் என்ன? மலையுச்சியில் ஐந்தரை அடி நீளமும் இரண்டரை அடி அகலமுமாகக் காணப்படுவது யாருடைய காலடிச் சுவடாக இருக்க முடியும்? உலகின் பல பகுதிகளிலும் இதுபோன்ற பிரம்மாண்ட கால்தடங்கள் காணப்படுகின்றன. அவற்றுக்கெல்லாம் வரலாறும் அறிவியலும்கூட இதுவரை எந்த விளக்கத்தையும் கொடுக்க முடியவில்லை. சமகால அரசியல் சூழ்ச்சிகள் இந்த மலையையும் விட்டு வைக்கவில்லை. சிவனடி பாத மலை, ஆதம்ஸ் பீக், தோமஸ் மலை என்பதெல்லாம் படிப்படியாக மறைக்கப்பட்டும் மறக்கடிக்கப்பட்டும் ஸ்ரீ படா (ஸ்ரீ பாத மலை) என்ற பெயர் மட்டுமே திட்டமிட்டு நிலைநிறுத்தப்படுகிறது.

நிமிர்ந்து பார்க்கிறேன்... தீராத மர்மங்களோடு புன்முறுவல் பூக்கிறது அந்தச் சமத்துவமலை!

அடர்வனத்திற்குள் ஒரு சோகக் கதை

அந்த மே மாதத்திலும் பனி ஸ்வெட்டரைக் கிழித்து, உடலுக்குள் நுழைந்து எலும்பை உலுக்கியது. இலங்கையின் மிக உயரமான இடத்தில் பயணப்பட்டுக் கொண்டிருந்தோம். ஆங்கிலேயர்களால் 'சின்ன இங்கிலாந்து' (Little England) என்று அழைக்கப்பட்ட மத்திய மாகாணமான நுவரேலியாவில் இயற்கை வளம் நிரம்பிக் கிடக்கிறது. அதனாலேயே ஆங்கிலேயர்களின் உல்லாசப் பிரயாணத்திற்கும், ஓய்வெடுப்பதற்கும், வர்த்தக மையத்திற்குமான இடமாக தேர்ந்தெடுக்கப்பட்டிருக்க வேண்டும். கடல் மட்டத்திலிருந்து 1500 முதல் 8000 அடி உயரம் வரை இருக்கிறது. அடர்ந்த வனமும் நிறைந்த தேயிலைத் தோட்டமும் கண்ணெட்டும் தூரம் வரை பசுமையைப் போர்த்தி கண்களுக்குக்

குளிர்ச்சியளிக்கின்றன. அந்த அடர்வனத்திற்குள் சோகம் ததும்பும் கதையொன்று புதைத்து கிடந்தது. அதை நோக்கியே எங்கள் பயணம் தொடங்கியிருந்தது. உயர்ந்த மலையும் கார்மேகமும் சிலீர்த் தூறலும் குளிர்காற்றும் அருவியும் நீரோடையும் என ஆனந்தமாக இருக்கிறது பயணம்.

'ராமாயணபூமி' என்று சொல்லுமளவிற்கு ராமாயணக் கதையின் பல்வேறு காட்சிகளுக்கான தடங்களை இலங்கையின் பல்வேறு இடங்களில் பார்க்க முடிகிறது. அப்படியான ஓர் இடம்தான் சீதையின் வாழ்வோடு இணைந்து முக்கியத்துவம் பெற்ற அசோகவனம், சீதை ராமனைப் பிரிந்து தவக்கோலத்தில் வாழ்ந்த இடம். அந்த இடம் நோக்கியே அடர்வனத்தைப் பிளந்து செதுக்கப்பட்டிருந்த நெடுஞ்சாலையில் சென்றுகொண்டிருந்தோம். பெயருக்கேற்றவாறு எங்கெங்கு காணினும் அசோகமரங்கள். இந்த அசோகவனத்தில்தான் ராவணனால் புஷ்பக விமானம் மூலம் தூக்கிவரப்பட்ட சீதாதேவி சிறைவைக்கப்பட்டார் என்கிறது ராமாயணம்.

ராவணனின் காவலில் சீதை இருந்த இடமே 'சீதாஎலிய' என்று அழைக்கப்படுகிறது. அவ்விடத்தில் சீதைக்காக கோயில் ஒன்று கட்டப்பட்டுள்ளது. மலையும் மரங்களும் சூழ இயற்கையின் அழகோடு காட்சி அளிக்கிறது. கோயில் ஒரு மலைச் சரிவில் உள்ளது. கோயிலுக்குச் செல்லும் வழியெங்கும் சிவப்புப் பூக்கள் மயக்குகின்றன. வெண்மையாக இருந்த மலர்கள் அனுமனின் கைப்பட்ட காரணத்தால் சிவப்பு நிறத்திற்கு மாறின என்பது உள்ளூர் வாசிகளின் குரல்.

ஹக்களை பொட்டானிக்கல் கார்டனிலிருந்து 1 கி.மீ தூரத்திலும், நுவரேலியாவிலிருந்து 5 கி.மீ தொலைவிலும் அமைந்துள்ளது சீதா எலிய என்ற ஊர். இந்த ஊரின் நெடுஞ்சாலையை ஒட்டியே அமைந்துள்ளது சீதா அம்மன் ஆலயம். நெடுஞ்சாலையிலிருந்து சில படிகள் இறங்கியே கோயிலுக்குள் செல்ல வேண்டியுள்ளது. வழக்கமாகக் கோயிலுக்கு மலையேறியே அனுபவப்பட்ட நமக்கு, கீழிறங்கி கோயிலைத் தரிசிக்கச் செல்வது விநோதமாக இருந்தது. மிக உயர்ந்த மரங்கள் நிறைந்த மலையின் பின்னணியில் கொள்ளை அழகைக் கொட்டி வைத்திருக்கிறாள் இயற்கை அன்னை.

கோயிலுக்குப் பின்புறம் ராவண அருவி மலையிலிருந்து விழுந்து காட்டாறாக ஓடிக்கொண்டிருக்கிறது. எப்போதும் வீழ்ந்துகொண்டிருக்கும்

அருவியின் ஓசையைக் கேட்டபடியே கோயில் மண்டபத்தில் தீட்டப்பட்டுள்ள ராமாயணக் காட்சிகளை ஆழ்ந்து ரசிக்கலாம். ராமன் சீதா கல்யாணம், காடேறல், பொன்மானைப் பிடித்துத் தரும்படி வேண்டுதல், பரதன் பாதரட்சை பெறுதல், புஷ்பக வாகனத்தில் ராவணன் சீதையைக் கவர்ந்து வருதல், அசோகவனத்தில் அனுமார் கணையாழியுடன் சீதையைக் காணுதல் என ராமாயணத்தின் முக்கிய நிகழ்வுகள் அழகு ஓவியங்களாக மிளிர்கின்றன. கண்டு ரசித்ததும் அருகில் அனுமனுக்கு ஒரு சந்நிதி. கோயிலுக்குள் இரண்டு கருவறைகள் உள்ளன. இரண்டிலுமே சீதை, ராமர், லட்சுமணர் காணப்படுகின்றனர். ஆனாலும் சீதாதேவிக்கே பிரதான வழிபாடு. உலகிலேயே சீதையை மூலவராகக் கொண்டுள்ள ஒரே கோயில் இதுதான். இங்குள்ள தல விருட்சத்தில் பக்தர்கள் தங்களின் வேண்டுதலை வியந்து ஒரு துணியில் காசுகளைக் கட்டி வைத்து வணங்கிச் செல்கின்றனர்.

இவற்றைப் பார்த்துவிட்டு கீழே ஆற்றை நோக்கிப் படிக்கட்டு வழியே சென்றால், நீரோடையை ஒட்டிப் பாறைகளும் பாறைகளை ஒட்டி அசோக மரங்கள் சூழ்ந்த மலைவனமும் பாறையில் சீதையை அனுமன் சந்தித்து கணையாழி காட்டி தன்னை அறிமுகப்படுத்தும் நிகழ்வுகள் சிற்பங்களாகவும் அருமை. சீதையைத் தேடி இலங்கை வந்த அனுமன் சீதையிடம் தன்னை அறிமுகப்படுத்திக்கொண்ட இடமாக நம்பப்படுவதால் அத்தகைய அழகிய சிற்பங்கள் உருப்பெற்றுள்ளன. இங்குள்ள அருவியில்தான் சீதை நீராடி, கரையிலுள்ள பாறையில்

கூந்தலை உலர்த்துவாராம். இந்த ஆற்று நீர் எந்தச் சுவையும் இல்லாமல் இருக்கிறது, காரணம், சிறைவைக்கப்பட்ட சீதையின் கண்ணீர் மற்றும் அவரது சாபமே என்றும் அதற்கும் ஒரு கதை வைத்திருக்கிறார்கள்.

சிலைக்குக் கீழே பாறைகளில் காணப்படும் காலடி போன்ற இரண்டு பெரும் பள்ளங்கள் அனுமனின் காலடிகள் எனச் சொல்லப்படுகின்றன. சீதாதேவியைக் காண அனுமன் வானத்திலிருந்து குதித்த வேளையில் பாறையில் உருவான பள்ளங்கள் என நம்புவதால், அந்தப் பாதங்களில் விளக்கேற்றி வணங்குகிறார்கள். பாறைகளைவிட அனுமன் வலிமையாக இருந்திருக்கிறான் என்பதையே இது உணர்த்துகிறது. ஆங்காங்கே மேலும் சில பள்ளங்கள். அந்தப் பள்ளங்கள் சீதாதேவியின் கண்ணீர் தேங்கியவையாம். இந்த இடத்தில் பழைமையான சிலை ஒன்று கிடைக்க, அதன் பின்பே தற்போது காணப்படும் இந்தக் கோயில் கட்டப்பட்டுள்ளது.

அந்தப் பாறைகளை ஒட்டி நீள்கின்றன தொடர் மலைகளும் வனங்களும். மரங்கள் வித்தியாசமாக கருநிறத்தில் காணப்பட, விளக்கம் கேட்டால், சொல்லும் காரணம் திகைக்க வைக்கிறது. தீயிட்ட வாலுடன் அனுமன் திரும்பிச் சென்ற மலையாதலால், அங்குள்ள காடுகள் கறுத்த மரங்களைக் கொண்டதாகவே காணப்படுகின்றனவாம். ஆலயத்தை ஒட்டிய ஒரு பகுதியில் நிலமும் மண்ணும் கருமையாகவும் பிற பகுதிகளில் இயல்பான நிறத்திலும் காணப்படுகின்றன. பார்க்கும்போது, சமீபத்தில் எரிக்கப்பட்ட இடம் போலவே தோற்றமளிக்கிறது அந்த நிலங்கள். அனுமனின் வாலில் பட்ட தீ காடுகளை எரித்ததால், அந்த நிலமும் கறுத்துப்போய் விட்டது என்கிறார்கள்.

சீதை தனக்கு ஏற்பட்ட நிலை வேறு யாருக்கும் நடந்துவிடக் கூடாது என்று அருள்பாலிக்கும் ஆலயம் என்று கருதப்படுவதால், உள்ளூர் மக்களின் விருப்பத் தெய்வமாக இருக்கிறாள் சீதை. இந்தியாவிலிருந்து இலங்கை சுற்றுலா செல்பவர்களின் முக்கிய தேர்வாகவும் இருக்கிறது அழகும் ஆச்சர்யமும் நிறைந்த சீதா எலிய. கோயிலுக்குத் தேவையான அர்ச்சகர்கள் தமிழகத்திலிருந்தே செல்கிறார்கள்.

ராமாயணத்தை முதன்முதலில் வால்மீகி எழுதியதும் ‘சீதாயாணம்’ என்றே பெயரிட விரும்பினாராம். ஆனால், சீதையே ராமாயணம் என்று பெயரிடுமாறு வேண்டினாராம். (ஒற்றைக் கோயிலுக்குள் தான் எத்தனை செய்திகள்!) இந்தியாவில் அயோத்தி நகரத்தில் அமைக்கப்படவுள்ள ஸ்ரீ ராமர் கோயிலின் கட்டுமானப் பணிகளுக்காக, இங்குள்ள கர்ப்பகிரகத்தில் பூஜிக்கப்பட்ட புனித நினைவுச் சின்னம் கடந்த ஆண்டு இலங்கை அரசின் சார்பாக இந்திய அரசிடம் கொடுக்கப்பட்டுள்ளது என்பது கொசுறுச் செய்தி.

ராமாயணம் புனைவா அபுனைவா என்பதில் பல வாதங்கள் வைக்கப்பட்டாலும் இலங்கையில் ராமாயணம் கதை நடந்ததாகப் பல தடங்களைக் காட்டுகிறார்கள். ராவணன் அருவி, ராவணன் வெட்டு, தென்கிழக்கு கடற்கரைக் கோயிலாக இருக்கும் ராவணன் கோட்டை, சீதா எலிய, மலிகடென்னா, ராமராசாலா, சீத்தாவாகா, கெலனியா ராவணன் குகை என்று நீளும் இவ்விடங்கள் அனைத்தும் இந்தத் தீவெங்கும் விரவிக்கிடக்கின்றன. புராணங்களும் காப்பியங்களும் தோன்றியபின் மனிதன் இடங்களையும் நிகழ்வுகளையும் காப்பியங்களோடு தொடர்புபடுத்தி தங்களது நம்பிக்கைக்கு வலு சேர்த்திருக்கலாம்.

300 வகையான ராமாயணங்களில் வெவ்வேறு கதைகள் உண்டு என்று கூறப்படுவது ஒருபுறமிருக்க, தமிழ் மன்னன் ராவணன் வரலாற்றுத் திரிபுகளால் கொடுங்கோலனாகச் சித்தரிக்கப்பட்டு, அரக்கனாக்கப்பட்டு விட்டான் என்ற பெருங்குறையொன்றுடன் இருக்கிறார்கள் இலங்கைத் தமிழர்கள். இந்த ஆலயத்தின் வடக்கே மிகப்பெரிய மலை ஒன்று உள்ளது. அதன் உச்சியில்தான் ராவணன் கோட்டையும் அரண்மனையும் இருந்ததாகக் கூறப்படுகிறது. அருகிலிருந்த ஒருவர், "மலையின் முன் பகுதியைப் பாருங்கள் அனுமனின் முகம் போலவே இருக்கும்" எனக் கூற, உற்று நோக்கினேன். எந்நேரமும் சலசலத்துக்கொண்டிருக்கும் அருவியை நோக்கியவாறு காலங்களையும் நிகழ்வுகளையும் மர்மங்களையும் தனக்குள் புதைத்துக்கொண்டு சலனமற்று இருந்தது அந்த மாமலை.

ருசிக்கும் தேயிலையின் கசக்கும் உண்மைகள்

"ஸ்ரீ லங்காவின் மிகச் சிறந்த தேநீரை எங்கள் சிறப்பு விருந்தினரான உங்களுக்கு வழங்க விரும்புகிறோம், தேர்வு செய்யுங்கள்" என்று குறும்புடன் நண்பர் அன்ரனி மடுதீனும் தோழி மெரினாவும் ஒரு நீண்ட பட்டியலை நீட்டியபோது குளிரால் வெடவெடத்துக் கொண்டிருந்தோம். நுவரேலியாவின் ஒரு மிகப் பெரிய தேயிலைத் தோட்டத்திற்குள் அமைந்திருந்த ஆடம்பரமான தேயிலை ஷோ ரூமில், மாதிரி சுவை பார்ப்பதற்கான அறை அது. சுற்றிலும் ஆங்கில முகங்கள். நூற்றுக்கணக்கான நறுமணங்களில், சுவைகளில் தேநீர் இலைகளும் தூள்களும் நூதனமான வடிவங்களைக் கொண்ட பாக்கெட்களில் பேக் செய்யப்பட்டு, அலங்காரமாக அணிவகுத்திருந்தன. தேவைப்படும் தேநீர் வகையைச் சுவை பார்த்து வாங்கிக்கொள்ளலாம். எதைத் தேர்வு செய்வது எனக் குழப்பமாக இருந்தது. ஒரு கப் தேநீரின் விலையைப் பார்த்தவுடன், அந்தக் குளிரிலும் வியர்த்தது. "கம்பெனிக்குக் கட்டுபடியாகாது, வாங்க போகலாம்" எனக் சைகை காட்டினேன். ஆனாலும் அவர்கள் விடவில்லை. இறுதியில் ஏதோ ஒரு பெயரை டிக் செய்துவிட்டு, தேநீர் வரும்வரை சுற்றிப் பார்க்கலாம்

ரமாதேவி இரத்தினசாமி

எனப் பின்புறமிருந்த தோட்டத்திற்குள் நுழைந்தோம். தேயிலைத் தோட்ட தொழிலாளர்கள் ஆங்காங்கே பரவலாகத் தெரிந்தார்கள். அனைவரும் மலையகத் தமிழர்கள். நம்ம ஊர் அக்காக்கள் தேயிலைக் கொழுந்துகளைக் கூடையில் சேகரித்துக்கொண்டிருந்தார்கள். கைகள் பரபரவென துளிரைப் பறித்துப் பின்பக்கம் வீசிக்கொண்டிருந்ததைப் பார்க்கவே அழகாக இருந்தது. எங்களைப் பார்த்ததும் இந்திய முகத்தை அடையாளம் கண்டு, சிநேகிதமாகச் சிரிக்க, கதைக்கத் துவங்கினோம். ஆசை, ஆசையாகப் பேசினார்கள். முத்துலட்சுமி, சாரதா என அறிமுகப்படுத்திக்கொண்டார்கள். திண்டுக்கல் அருகில்தான் பூர்வீகம், இன்னும் உறவினர்கள் அங்கேதான் இருக்கிறார்கள் எனக் கண்கள் மின்ன சொன்னார்கள். அவர்களது வாழ்க்கை, ஊதியம், வசிப்பிடம், குழந்தைகள் எனப் பேச்சுத் தொடர இறுதியில் மனம் கனக்க, விடைபெற்றோம்.

நாங்கள் கேட்ட சுவையில் தேநீர் பாக்கெட்டுகளும் வெந்நீரும் சர்க்கரையும் குளிர்ந்த பாலும் வந்திருக்க, பாலையும் சர்க்கரையையும் ஒதுக்கிவைத்த மடுதீன், "சுவையான தேநீர் செய்வது எப்படி?" என்று வகுப்பெடுக்கத் துவங்கினார். "டீ பேகை வெந்நீரில் போட்ட பின்னர், கோப்பையை ஒரு சாஸரால் மூடி மூன்று நிமிடங்கள் வரை வைத்திருக்க வேண்டும். அப்போதுதான் அதன் நறுமணம் வெளியேறாமல், சுவை மட்டும் வெந்நீரில் இறங்கி இருக்கும். நினைவில் வைத்திருங்கள், சிறந்த தேநீர் என்பது பாலோ சர்க்கரையோ கலக்காமல் தயாரிக்கப்படுவதுதான்" என்று முடிக்க, ஜெர்க்கானேன். "அப்போ, நெஞ்சுவரை இனிக்கும் சர்க்கரையுடன், கொழகொழவென பால் கலந்து, நாம் குடிப்பதெல்லாம் தேநீரே இல்லியா கோப்ப்ப்பால்?"

இலங்கையின் தேநீர் ஏறத்தாழ 100 நாடுகளின் உணவு மேசையை நிரப்புகிறது. 2009, ஜூன் மாதத்தில் புனே நகரில் ஒரு சர்வதேசக் கருத்தரங்கில் கலந்துகொள்ளச் சென்றபோதுதான் இலங்கையிலிருந்து வந்திருந்த தோழிகளின் அறையில், ஒரு நடு இரவில் மிகச் சமீபத்தில் நடந்து முடிந்திருந்த யுத்தத்தின் கண்ணீர்க் கதைகளை உயிர்நடுங்க கேட்டுக்கொண்டே, அவர்கள் கொண்டு வந்திருந்த இலங்கைத் தேநீரை முதன்முதலாகச் சுவைத்தேன். அதன் பிறகான இந்த 12 வருடங்களாக இலங்கைத் தேநீரின்றி என்

பொழுதுகள் முடிவதில்லை. மெதுவாகச் சிவக்கும் இலங்கைத் தேநீர் கொடுக்கும் சுவையை, அரை ஸ்பூன் போட்ட நிமிடத்தில் சிவந்த நிறமாக மாறும் இந்திய டஸ்ட் டீக்கள் ஏனோ கொடுப்பதில்லை. உலகின் எந்த மூலைக்குப் போனாலும் சிலோன் டீ பருக முடியும். என்னை சிலோன் (?) எனப் புரிந்துகொண்டு, மகிழ்விப்பதாக நினைத்து கேட்கும், "டு யூ வான்ட் சிலோன் டீ?" என்ற புன்னகையுடனான கேள்வியை நான் போகும் ஒவ்வொரு தேசத்திலும் எதிர்கொண்டிருக்கிறேன். இயந்திரகதியில் கொழுந்துகளைப் பறித்துப் போட்டுக்கொண்டிருந்த அக்காக்களின் முகம் நினைவில் அழுத்த, இலங்கை தேநீரின் வரலாறு குறித்து அறிய ஆர்வமானேன். என் ஆவல் புரிந்து காரை இயக்கிக்கொண்டே நண்பர் மடுதீன் விவரிக்க ஆரம்பித்தார்.

காலம் : கி.பி. 1796. உலகின் பல நாடுகளையும் ஆக்கிரமித்த ஆங்கிலேய அரசு இலங்கையிலும் கால் பதித்தது. வருடங்கள் போனாலும் வர்த்தகரீதியில் இலங்கையிலிருந்து எதிர்பார்த்த பணமோ லாபமோ ஈட்ட முடியவில்லை.

கி.பி. 1829 : இலங்கைக்கான பொருளாதாரக் கொள்கைகளை வகுக்கும் பொருட்டு கோல்புறூக் - சார்லஸ் கமரன் என்ற இருவரை இலங்கைக்கு அனுப்புகிறது இலங்கை அரசு.

கி.பி : 1830 'கோல்புறூக் - சார்லஸ் கமரன் பரிந்துரை'களின் விளைவாக இலங்கையின் பொருளாதாரம் வணிகமய ஏற்றுமதிப் பொருளாதாரமாக மாறுகிறது. இலங்கையின் நிலங்களைத் தனியாருக்குப் பிரித்துக்கொடுத்து தோட்டப்பயிர்ச் செய்கையை மேற்கொள்ள வேண்டும் என்பதே அவர்களின் பரிந்துரை.

கி.பி: 1840 - ஒரே ஆண்டில் 13,275 ஏக்கர் காணிகள் ஆங்கிலேய அரசின் உயர் அதிகாரிகளுக்கு ஓர் ஏக்கர் ஐந்து ஷில்லிங்குகள் என்ற விலையில் கொடுக்கப்படுகிறது. பின் வந்த ஆண்டுகளில் பல லட்சம் ஏக்கர் நிலங்கள் பிரிட்டனைச் சேர்ந்த தனியாருக்கு வழங்கப்படுகிறது. இலங்கையின் மத்திய மலைப்பகுதிகளில் தேயிலை, காப்பித் தோட்டங்கள் நிறுவுவதற்கான வேலைகள் தொடங்கப்படுகின்றன.

அதற்கு முன்பாகப் பரிசோதனை முயற்சியாக, 1839 இல் இந்தியாவின் கொல்கத்தா தாவரவியல் பூங்காவிலிருந்து கொண்டுவரப்பட்ட முதல் அங்கீகரிக்கப்பட்ட தேயிலை விதைகள் பேராதனியில் உள்ள ராயல்பொட்டானிக் கார்டனில் நடப்பட்டதாக டெனிஸ் பாரஸட் எழுதிய 'ஒரு நூறு ஆண்டுகள் இலங்கைத் தேநீர்' என்ற புத்தகத்தின் குறிப்பு சொல்கிறது.

லுதினன் கேர்னல் ஹென்றி சீ பேர்ட் என்பவர் 1844இல் 14 பேரை இந்தியாவிலிருந்து அழைத்துக்கொண்டு இலங்கை வருகிறார். இவர்களே இலங்கை வரலாற்றில் பதியப்பட்ட முதல் புலம்பெயர் தொழிலாளர்கள். அந்தச் சமயத்தில் வறுமையும் சாதிக்கொடுமையும்

உச்சத்தில் இருந்த காரணத்தினால், தமிழகத்தின் கிராமப் புறங்களில் இருந்து லட்சக்கணக்கான மக்கள் பிழைப்பிற்காக இலங்கை, பர்மா, வியட்நாம், பிஜூ தீவுகள், மலேசியா எனப் பிற நாடுகளை நோக்கி நகரத் தயாராகிறார்கள். இந்தச் சந்தர்ப்பத்தைப் பயன்படுத்தி, இலங்கை தேயிலைத் தோட்டத்திற்குக் கூலியாட்கள் தேர்வு செய்வதற்கான ஏஜென்ஸிகள் திருச்சி, சேலம், மதுரை, திருநெல்வேலி, புதுக்கோட்டை, விழுப்புரம், அரக்கோணம், நாமக்கல் எனத் தமிழகத்தின் பல பாகங்களிலும் திறக்கப்பட்டன. அதன் மூலம் ஏழை, எளிய மக்களைக் கவர்ந்து, கூலிகளாக இலங்கை அழைத்துச் செல்ல தேர்வு செய்கின்றனர். அப்படித் தேர்வு செய்யப்பட்ட மக்கள் ராமநாதபுரம் மாவட்டம் கீழக்கரைக்குப் பல நூறு கிலோமீட்டர்கள் நடந்தே வந்து சேர்ந்தனர். நூறு பேர் செல்லக்கூடிய படகுகளில் 200 பேர் ஏற்றிச் செல்லப்பட்டனர். “தமிழகத்திலிருந்து மக்கள் டின்னில் அடைக்கப்பட்ட புழுக்களைப் போல கொண்டு வரப்பட்டனர்” என்று தனது குறிப்பில் எழுதுகிறார் கர்னல் ஹென்றி ஸ்டீல் ஓல்கொட் (Henry Steel Olcot). தலைமன்னார் கரையில் இறங்கி, 131 மைல்கள் கால்நடையாகவே மாத்தளை வரை அடர்ந்த காட்டிற்குள் கொடூர விலங்குகளையும் கடுமையான முட்பாதைகளையும் கடந்து சென்றனர். போதிய உணவோ நீரோ தேவையான மருந்துப் பொருள்களோ இன்றி வழியில் மடிந்தவர் ஏராளம். நோயுற்றோரை வேறுவழியின்றி வழியிலேயே கைவிட்டுச் செல்ல விலங்குகளுக்கும் பனிக்கும் உயிருடன் பலியானோர் எண்ணிக்கை கணக்கிலடங்கா.

மலைப்பகுதியை அடைந்தும் துயரம் தீரவில்லை. அட்டைக்கடி, கொசுக்கடி, தேள்கடி எனத் தொடர்ந்தது. காட்டு விலங்குகள் உயிரைப் பறித்தன. காலராவும் மலேரியாவும் அம்மையும் தாக்கின. வந்த தொழிலாளர்களில் பாதிப்பேர் மடிய, மீதிப் பேரே தேறினர். அதனால் மீண்டும் மீண்டும் தேவைக்கு அதிகமாகவே ஆட்களைச் சேகரித்தனர். பிழைப்பிற்காகக் கடல்கடந்து வந்த தமிழர்கள் பாறைகள் சூழ்ந்த அந்தக் கடினமான பகுதியைக் கனமான கருவிகள் கொண்டு உடைத்தனர். உயிரைப் பறிக்கும் அசுர உழைப்பினால் அந்த மலைப்பகுதியை விளைச்சலுக்கு ஏற்றதாக மாற்றினர். தங்களை அழைத்துவந்த ஆங்கில முதலாளிகளுக்கு விசுவாசமாக 150 ஆண்டுகள் கடுமையாக உழைத்தனர். லயன் என்று அழைக்கப்பட்ட ஒற்றை அறையிலேயே மொத்தக் குடும்பத்தின் வாழ்க்கையும். மாடாய் உழைக்கும் காசை கங்காணிகள் பொய்க்கணக்கு எழுதிப் பறித்துக்கொண்டனர். பாலியல் கொடுமைகளுக்கும் குறைவில்லை. “பயணத்திலும் தோட்டங்களிலும் ஏழு ஆண்டுகளில் சுமார் இரண்டு லட்சத்து நாற்பதாயிரம் பேர் மடிந்து தங்கள் உயிரையும் உடலையும் இலங்கையின் தோட்ட மண்ணுக்கு இரையாக்கினர்” என்று டொனோவன் மொல்ட் ரிச் எழுதிய பிட்டர் பெர்ரி பான்டேஜ் என்ற நூலில் குறிப்பிடுகிறார். தங்கள் உயிரையும் உழைப்பையும் கொடுத்து, இலங்கையின் முக்கிய ஏற்றுமதிப் பொருட்களாகத் தேயிலையையும் ரப்பரையும் உருவாக்கிக் கொடுத்தனர்.

இலங்கையின் தேயிலை விவசாயம் சர்வதேச அரங்கில் உயர்ந்து நின்றது. 1867இல் ஸ்காட்லாந்து நாட்டவரான ஜேம்ஸ் டெய்லரின் லூஸ்கந்து எஸ்டேட் தான் இலங்கையின் முதல் தேயிலைத் தோட்டமாக மலர்ந்தது. இலங்கை தேயிலைத் துறையின் விரைவான வளர்ச்சி பெரிய தேயிலை நிறுவனங்களைக் கையகப்படுத்த அனுமதித்தது. 1893இல் சிகாகோ உலகக் கண்காட்சியில் லண்டனில் முதன் முதலாக சிலோனின் தேநீர் பாக்கெட்டுகள் விற்கப்பட்டன. உலகின் மிகச் சிறந்த தேயிலை இலங்கைத் தேயிலை என்ற பெயரைப் பெற்றதால், உலகின் தேயிலை உற்பத்தியிலும் ஏற்றுமதியிலும் நான்காவது இடத்தில் உள்ளது. இன்று இலங்கையின் 187,309 ஹெக்டேர் நிலத்தில் தேயிலைப் பயிரிடப்படுகிறது.

1948இல் இலங்கை சுதந்திரம் பெற்றது. புதிய குடியுரிமைச் சட்டமானது, இலங்கைக் குடியுரிமைக்கான தகுதிகளாக,"1948 ஆம் ஆண்டு, நவம்பர் 15 ஆம் திகதிக்கு முன் இலங்கையில் பிறந்திருக்க வேண்டும், ஒருவருடைய மூத்த இரண்டு தலைமுறையினர் இலங்கையில் பிறந்திருக்க வேண்டும்" என அறிவித்தது. அதன் விளைவாக, இரண்டு நூற்றாண்டு காலம் லட்சக்கணக்கான உயிர்களைப் பலிகொடுத்து, அடிமைகளாக உழைத்து இலங்கையைச் செல்வங்கொழிக்கும் தேசமாக்கியவர்கள் ஒரே நாளில் நாடற்றவர்களாகிப் போனார்கள். ஏனெனில், இலங்கையில் பிறந்ததற்கான ஆவணங்கள் அவர்களிடம் இருந்திருக்கவில்லை. இந்திய அரசுகளுடன் பேச்சு வார்த்தை நடத்தி, ஒப்பந்தங்களின் மூலம் பெருமளவு மலையகத் தமிழரை இந்தியாவுக்கு அனுப்ப இலங்கை முயன்றது. 1964 ஆம் ஆண்டு சிறீமா - சாஸ்திரி ஒப்பந்தமும், 1974 சிறீமாவோ - இந்திரா ஒப்பந்தமும் மலையக மக்களை குரங்குகள் பூமாலைகளைப் பிய்த்தெறிந்தது போல இரு நாடுகளும் பகிர்ந்துகொள்வது என்று முடிவானது. 9,75,000 இந்திய வம்சாவளித் தமிழர்களில் 5,25000 பேரை இந்தியா ஏற்றுக்கொள்வதெனவும், 3,00,000 பேருக்கு இலங்கைக் குடியுரிமை வழங்குவதெனவும், முடிவுசெய்து இருநாட்டுத் தலைவர்களும் கைகுலுக்கி, கட்டியணைத்துக்கொண்டனர். மீதி 1,50,000 பேர் விடுபட்டு நாடற்றவராயினர். இலங்கை குடியுரிமை பெற்ற மூன்று லட்சத்திலும் 1,00,574 பேர் மட்டுமே வாக்குரிமை பெற்றனர். அரசியலில் மலையகத் தமிழர்களின் செல்வாக்கையும் பிரதிநிதிகளைக் குறைப்பதற்கான அரசியல் சூழ்ச்சியாகவே இந்த ஏற்பாடுகள் செய்யப்பட்டன. இலங்கையின் இனவாத ஆட்சியாளர்களுக்குச் சாதகமாகவே இந்தியாவும் நடந்துகொண்டது. இலங்கையில் சிங்களவர்களுக்கு

அடுத்தபடியாக இரண்டாவது பெரிய மக்கள் தொகையாக இருந்தது இந்திய வம்சாவளி மலையகத் தமிழர்களே. மலையும் காடுமாக இருந்த இலங்கையைத் தோட்டங்களாக, எஸ்டேட்டுகளாக, ரயில்பாதைகளாக, பாலங்களாக, அணைகளாக மாற்றி நாடாக்கியவர்கள், நாடற்றவர்களாக மாற்றப்பட்டுச் சொந்த நாட்டிற்கு ஏதிலிகளாகத் திரும்பினர்.

உலகிற்கே தேநீர் அளிக்கும் இந்த உழைப்பாளிகளுக்கு இன்றும் ஒரு கோப்பை பால் தேநீர்கூட ஆடம்பரம்தான். அரசாங்கங்களால் தொடர்ந்து புறக்கணிக்கப்பட்டவர்களாகவே இருக்கின்றனர். பெருந்தொற்றுக் காலம் முன்புவரை இப்பெருந்தோட்ட மக்கள் தங்கள் உழைப்பின் ஊடாக ஆண்டொன்றுக்குச் சுமார் 1.3 பில்லியன் டாலருக்கும் அதிகமான வருமானத்தை ஈட்டித் தந்தனர். ஆனாலும் அவர்கள் வாழ்க்கையில் வசந்தத்தை ஏற்படுத்த இதுவரை எந்தத் தேவதூதனும் வந்துவிட வில்லை. இலங்கையில் மலையகத் தமிழர்களின் வாழ்க்கை நிலை இழிவாக இருப்பதாக ஐ.நா. சபையின் சிறப்பு அறிக்கையாளர் ரோமோயா ஒபோகாடா வேதனை தெரிவித்துள்ளார். மிகச் சொற்பமான சம்பளம், நிரந்தர வருமானமின்மை, வசிப்பிடமின்மை, போக்குவரத்து இன்மை, மருத்துவர்கள் இன்மை, அவசரத்துக்கு ஆம்புலன்ஸ்கள் இன்மை, போதுமான பாடசாலைகள் இன்மை, 2 சதவீத மாணவர்களுக்கே உயர்கல்வி வாய்ப்பு என்றே தலைமுறைகள் கடந்தும் வாழ்க்கை நகர்கிறது. மழை, வெயில், காற்று, அட்டை, புழுக்கள், பாம்புகள் மண்சரிவு என இயற்கையும் தன் பங்குக்கு வஞ்சித்தே வருகிறது. 180 ஆண்டுகளுக்கு முன்னர் ஆங்கிலேயர்களால் கட்டப்பட்ட 8 க்கு 8 அடி அளவுடைய பொத்தலான லயன் வீடுகளில்தாம் இன்னமும் வாழ்க்கை. கூடையில் நிரப்பும் கொழுந்துகள்தாம் அவர்கள் சம்பளத்தை நிர்ணயிக்கும் தெய்வங்கள். தேயிலையின் மூலமாக மட்டும் 60 சதவீத அந்நியச் செலாவணியை ஈட்டித் தரும் இந்த மக்களுக்காக பட்ஜெட்டில் 10 சதவீத பணம் ஒதுக்கக்கூட அதிகார மையங்களுக்கு மனமில்லை.

மலையகத் தமிழர், இந்திய வம்சாவளித் தமிழர், இந்தியத் தமிழர் என்றெல்லாம் அழைக்கப்படும் இவர்கள், இலங்கைக் குடிசனக் கணக்கின்படி மொத்த மக்கள்தொகையில் 5.5 சதவீதம் உள்ளனர். மலையகத் தமிழர்களிடையே இந்தியா குறித்த சிந்தனைகள் பெரிதாக இல்லை. இந்திய உறவுகளுடனான உறவு துண்டிக்கப்பட்டு விட்டது. இந்தியாவிலிருந்த நிலம், சொத்துகளையும் இழந்து விட்டனர். ஆனால், மனதின் ஓரத்தில் இந்தியாவிற்கான ஈரம் இன்னும் மிச்சமிருக்கிறது. "இந்தியா கிரிக்கெட்டில் ஜெயித்ததற்காகக் கொண்டாட்டங்களில் ஈடுபட்டு சிங்களவர்களிடம் அடிவாங்கிய சம்பவங்களும் உண்டு" என்கிறார் வர்க்க எழுத்தாளர் அரசியல் விமர்சகர் தோழர் பெ. முத்துலிங்கம்.

இலங்கை பேரினவாதத்தின் கண்களுக்குத் தமிழர்கள் எங்கு வாழ்ந்தாலும் தமிழர்கள்தாம். இலங்கையின் அத்தனை இனக் கலவரத்திலும் மலையகத் தமிழர்களே அதிகமாகப் பாதிக்கப்பட்டிருக்கிறார்கள்.

உரிமைக்காகப் போராடும் வடகிழக்கு தமிழர்கள், உணவுக்காகப் போராடும் மலையகத் தமிழர்கள் எனத் தமிழர்கள் வாழ்வு எப்போதும் போராட்டம்தான். ஆனால், வடகிழக்கு மக்களுக்காக வரிந்துகட்டி பேசும் தமிழ் அமைப்புகள்கூட மலையக மக்களுக்கான விடயங்களில் வாய்முடி மௌனித்திருப்பதால், விரக்தி நிலையில் உள்ளனர். மலைகளின் மீது வாழ்ந்தாலும் இவர்களது ஓலக்குரல் இன்னமும் உலகின் செவிகளுக்குப் போய்ச் சேரவே இல்லை.

மனதை மயக்கும் அந்த பச்சைத் தேயிலைத் தோட்டங்களின் வேர்களில் ஓடிக்கொண்டிருப்பது மலையகத் தமிழர்களின் ரத்தம் என்பதை அறிந்தபோது, சற்றுமுன் சுவைத்திருந்த தேநீரின் கசப்பு மனதிலும் படரத் தொடங்கியது.

கல்வியா... செல்வமா... உயிரா...?

காலம்: கி.மு. ஆறாம் நூற்றாண்டு

இடம் : பௌத்த விகாரைகள்

கையில் ஏடுகளுடன் அங்குமிங்கும் பௌத்த பிக்குகள் நடமாடிக்கொண்டிருந்தனர். எதிர்ப்படுவோர் மிகுந்த மரியாதையுடன் அந்தப் பிக்குகளை வணங்கிச் சென்றனர். ஏராளமான இளைஞர்களின் நடமாட்டம் தெரிந்தது. ஒருபுறம் நெசவு செய்யும் ஒலிகள் சன்னமாகக் கேட்டன. ஓவியக்கூடங்களும் சிற்பக்கூடங்களும் ஆங்காங்கே தென்பட்டன. மொழிப்பாடங்கள், மருத்துவம், வானவியலுக்கென தனித்தனி பகுதிகள் காணப்பட்டன. கண்ணில் படும் அத்தனை பேரிலும் சாதாரண குடிமக்களைக் காண இயலவில்லை. அனைவரும் உயர்சமூக மக்களென பார்த்த மாத்திரத்தில் அறிய முடிந்தது. ஆம், மதம் பரப்பும் அந்தப் பௌத்த விகாரைகளே கல்விக்கூடங்களாகவும் இயங்கிக்கொண்டிருந்தன. சமூகத்தின் உயர் அந்தஸ்தில் இருந்த துறவிகளுக்கும் பிக்குகளுக்கும் மட்டுமே கல்வி போதிக்கப்பட்டது. அவர்களை விடுத்து மேலதிகமாக அரசர் குலத்தவர்களும் வசதிபடைத்த செல்வாக்குள்ளவர்களின் பிள்ளைகளும் மட்டுமே உள்ளே நுழையமுடியும். மதம் சார்ந்த கல்வியோடு, உலோக வேலை, நெசவு, மரவேலை, ஓவியம், சிற்பக்கலை போன்றவை கற்றுக்கொடுக்கப்பட்டன. பிற சமூகத்தினருக்குக் கல்வி என்பது பௌத்த விகாரைகளை ஏக்கத்தோடு பார்த்து பெருமூச்சு விடும் விஷயமாகவே இருந்தது.

ஆசியாவின் மிக உயர்ந்த எழுத்தறிவு வீதம் கொண்ட இலங்கை 2500 ஆண்டுகள் மிக நீண்ட கல்விப் பாரம்பரியம் கொண்ட தேசமாக

விளங்குகிறது. வங்கதேசத்திலிருந்து தந்தையால் நாடுகடத்தப்பட்ட விசயனின் இலங்கை வருகைக்குப் பின் இந்தியாவின் கல்விசார்ந்த முறைமைகள் இலங்கையிலும் பரவின. இந்தியாவிலிருந்து பிராமணர்கள் வரவழைக்கப்பட்டு குருகுலக்கல்வி முறைகள் ஏற்படுத்தப்பட்டன. அசோகப் பேரரசரின் மகன் மகிந்தனின் வருகையுடன் பௌத்த சமயப் போதனைகள் ஆரம்பமாகின. இலங்கை மன்னன் தேவநம்பிய தீசனை மகிந்தர் பௌத்தத்திற்கு மதம் மாற்ற, அதன் பலனாக, மகிந்த தேரருக்கு மகாமேக நந்தவனத்தை மன்னர் நன்கொடையாக வழங்க, இலங்கையின் முதல் பௌத்தக் கல்வி நிலையம் தோன்றியது. பிக்குமார்களே கல்வி கற்பிக்கத் துவங்கினர். அந்த விகாரைகள் பிக்குமார்களின் வதிவிடங்களாகவும் கல்வி பயிலும் இடங்களாகவும் படிப்படியாக வளர்ந்து பௌத்தக் கல்வி நிலையங்களாக மாற்றம் பெற்றன.

பௌத்த சமயத்தை வளர்ச்சியுறச் செய்வதன் மூலம், இலங்கைச் சமுதாயத்தை பௌத்த கலாச்சாரமிக்க நாடாக மாற்ற வேண்டும் என்ற நோக்கத்தை நிறைவேற்றிக்கொள்ள தேரவாத, மகாயான சிந்தனைகளின் மூலம் கல்வி புகட்டப்பட்டது. கிராமம் தோறும் ‘பன்சல’வில் ஆரம்பக்கல்வியும், ‘பிரிவேனா’வில் இடைநிலைக்கல்வியும், மகாவிகாரைகளில் உயர்கல்வியும் வழங்கப்பட்டன. சோதிடம், மருத்துவம் போன்ற உயர்பாடங்களும் பாளி, சமஸ்கிருதம் போன்ற மொழித் துறைப்பாடங்களும் உயர் சிறப்பு தொழிற்பாடங்களாகச் சட்டம், வானவியல், கட்டிடக்கலை, ஓவியம் போன்றவையும் முக்கியத்துவம் பெற்றன.

1505இல் இலங்கையை போர்த்துகீசியர்கள் ஆக்ரமித்த பின்னர், மதத்தையும் மொழியையும் பரப்ப கைக்கொண்ட சாதனமாகக் கல்வி மாறியது. கல்விப் பொறுப்பு கத்தோலிக்க மதகுருக்களிடம் ஒப்படைக்கப்பட்டது. பாரிஸ் பாடசாலை, ஆரம்ப பாடசாலை, கல்லூரி, ஆதரவற்றோருக்கான பாடசாலை என பல்வேறு கல்வி நிலையங்களைத் துவங்கினர். இக்காலத்தில் கல்வியின் நோக்கம், கத்தோலிக்க மதத்தைப் பரப்புதலும், அதன்மூலம் தமது வியாபாரத்திற்கான ஒத்துழைப்பை அதிகரித்துக்கொள்வதுமாகவே இருந்தது. அதனால் அவர்களது கலைத் திட்டம் சமயம் சார்பான பாடங்களுக்கே முக்கியத்துவம் அளித்தது. முதன்முதலில் மேற்கத்தியக் கல்வியை இலங்கையில் அறிமுகம் செய்தவர்கள் போர்த்துகீசியர்கள்தாம்.

1658இல் ஒல்லாந்தர்கள் காலத்தில் கல்விக்கான முழுப் பொறுப்பையும் அரசே செயல்படுத்தியது தமது புரட்டஸ்தாந்து மதத்தைப் பரப்ப கட்டாயக் கல்வியை அறிமுகம் செய்தனர். 15 வயதுவரை இலவச கட்டாயக்கல்வியை தந்ததுடன், பாடசாலை செல்வதற்கு முன்நிபந்தனையாக கிறிஸ்தவ சமயத்தைத் தழுவ வேண்டும் எனவும், தேவாலயங்களுக்கு ஒழுங்காகச் செல்ல வேண்டுமெனவும் வலியுறுத்தப்பட்டன. புரட்டஸ்தாந்து சபையைச் சார்ந்தவர்களே ஆசிரியர்களாகவும் நியமிக்கப்பட்டனர்.

1798இல் இலங்கைக்குள் காலடி எடுத்து வைத்த ஆங்கிலேயர்கள் கல்வியில் மாறாத தடங்களைப் பதித்தனர். பல்வேறு சீர்திருத்தங்கள் சடசடவென நடந்தன. ஆங்கிலம் சகல மாணவர்களுக்கும் கற்பிக்கப்பட்டது. ஆங்கிலம் என்றாலே தெறித்து ஓடுகின்ற கலாச்சாரம் அன்றும் இருந்ததாலோ என்னவோ இப்பாடசாலைகளுக்குச் செல்லும் மாணவர்களின் எண்ணிக்கை ஆரம்பத்தில் சொற்பமாகவே இருந்தது. 1805 முதல் 1818 வரை மிஷனரிகள் யுகம் என்று சொல்லும் அளவிற்கு மிஷனரிகள் இலங்கைக்கு வருகை தந்தன. இலங்கையின் கல்வி வரலாற்றில் புதிய திருப்பம் ஏற்பட்டது. அதிக அளவில் பாடசாலைகள் உருவாக்கப்பட்டன. இருமொழி கற்றவர்கள் அதிக அளவில் உருவாக்கப்பட்டனர். இருந்தாலும், கல்வியைப் பெறுவது ஆண்களுக்கு லகுவாக இருந்த அளவு பெண்களுக்குச் சாத்தியப்படவில்லை. பல்வேறு நாடுகளிலிருந்து வந்த மிஷனரிகளில் சிறந்ததாகவும், பொருளாதார வளம் மிக்கதாகவும் அமெரிக்க மிஷனரியே இருந்தது. கத்தோலிக்கத் திருச்சபை நகரமையங்களில், நிர்வாக மையங்களில் மட்டுமே பள்ளிகளைக் கட்டி வந்த சூழலில், அமெரிக்கத் திருச்சபை யாழ்ப்பாணத்தின் குக்கிராமங்களில்கூடப் பள்ளிகளையும் மருத்துவமனைகளையும் நிறுவின. கல்வியூட்டி, மதம் மாற்று என்பதே அமெரிக்கர்களின் கோட்பாடாக இருந்தது. அளித்த கல்விக்கு நன்றிக்கடனாக மதம் மாறச் செய்தனர். இவர்கள் பொது அறிவையும் கல்வித் திட்டத்தில் இணைத்தனர்.

சைவ வித்தியாபிவிருத்திச் சங்கத்தின் வளர்ச்சியில் முக்கியப் பங்காற்றிய 'இந்துபோர்ட்' இராசரத்தினம், அமெரிக்க மிஷினரிகளுக்குப் போட்டியாக, இந்து மதத்தைச் சேர்ந்த பள்ளிக்கூடங்களைக் கட்டத் துவங்கினார். தெருவின் ஒரு தொங்கலில் மிஷினரி பள்ளிக்கூடங்கள் இருந்தால், சைவ ப்ரகாசா, மங்கையர்க்கரசி, சன்மார்க்கா, இந்துக்கல்லூரி, செங்குந்தார் போன்ற சைவப் பள்ளிக்கூடங்களை மற்றொரு தொங்கலில் கட்டத் துவங்கினர். யாழ்ப்பாணக்குடா நாடு, முல்லைத்தீவு, பதுளை, புத்தளம், நாவலப்பிட்டி, மன்னார், கிளிநொச்சி, வவுனியா, ஊர்காவற்றுறை, நெடுந்தீவு முதலான இடங்களில் 174 சைவப் பாடசாலைகள் உட்பட, முன்னூறுக்கும் மேற்பட்ட பாடசாலைகளை உருவாக்கி இயங்கச் செய்தார். இது குறித்து ஆய்வு செய்ய, ஓய்வு பெற்ற பிஷப், அன்டர்சன் இங்கிலாந்திலிருந்து அனுப்பப்பட்டார். ஆய்வின் முடிவில் இலங்கைத் தீவின் மொத்தப் பள்ளிக்கூடங்களில் 49 சதவீதமான பள்ளிக்கூடங்கள் யாழ்ப்பாணத்தில் மட்டுமே இருப்பதான புள்ளி விபரத்தை அன்டர்சனின் அறிக்கை கூறுகிறது. இந்தத் திருச்சபைகளுக்கும் இந்துபோர்டுக்குமான போட்டிகளின் விளைவாகத்தான் நவீன யாழ்ப்பாணம் தோன்றியது. 1870இல் இலங்கை மருத்துவக் கல்லூரியும் இலங்கை சட்டக் கல்லூரியும் உண்டாக்கப்பட்டன.

தாய்மொழிக்கல்வி இயக்கத்தின் தந்தை எனப் போற்றப்படும் சர். பொன். அருணாச்சலம் ஆங்கிலக் கல்வித் திட்டத்தில் அதிருப்தி கொண்டு, 1900, ஜூலையில் தாய்மொழிக்கல்வியை வலியுறுத்தி புதிய

கல்வித் திட்டம் தொடர்பான அறிக்கை ஒன்றைச் சமர்ப்பித்தார். “இங்கிலாந்தில் உள்ள ஆரம்பப் பாடசாலைகளில் ஆங்கிலத்தைத் தள்ளிவிட்டு ஜெர்மானிய மொழியைப் போதனா மொழியாக்கினால் எவ்வாறு இருக்கும் என யோசித்துப் பாருங்கள்?” என்று கேள்வி எழுப்பினார்.

1931ஆம் ஆண்டின் டொ நமூர் சீர்திருத்தத்தின்படி 21 வயதில் அனைவருக்கும் வாக்குரிமை வழங்கப்பட்டு, சட்டசபை உருவாக்கப்பட்டது. இன்றைக்கு 98% படித்தவர்கள் வாழுகின்ற நாடு என்று இலங்கையர்கள் பரவசப்பட்டுக்கொள்வதற்கு அடித்தளமிட்டது, அன்று கல்வி அமைச்சராகப் பொறுப்பேற்ற cww கன்னங்கராய் ஏற்படுத்திய இலவசக்கல்விமுறைதான். பணம் படைத்தோருக்கும் வெள்ளையர்களின் ஆதரவாளர்களுக்கும் மட்டுமே கல்வி என்றிருந்த நிலையைத் தூக்கியெறிந்து ஏழைக்கும் கல்வி வரமாகக் கிடைத்தது. 1931 முதல் 1948 வரையிலான வருடங்களில் கல்வியில் பாரிய மாற்றத்தை ஏற்பட்டுத்தியமையால் இது கன்னங்கராய் யுகம் எனப்படுகிறது.

இந்தியாவைப் போலவே இலங்கையும் நீண்ட காலமாக ஐரோப்பியர்களின் கல்வி முறையையே அடிப்படையாகக் கொண்டுள்ளது. ஆசிய அபிவிருத்தி வங்கியும் உலக வங்கியும் இலங்கையின் கல்விக்கொள்கையில் நேரடியான முழுமையான பங்களிப்பினைச் செய்கின்றன. அனைவருக்கும் கல்வி என்பதுதான் இலங்கையின் கல்விக்கொள்கை, ஆனால் தரமான கல்வி என்பது இந்தியாவைப் போல இலங்கையிலும் சவாலாகவே உள்ளது.

நாடு முழுவதும் 43 லட்சம் மாணவர்கள், 2,47,000 ஆசிரியர்கள் 10,154 பாடசாலைகள் கொண்டதாக இலங்கைக் கல்வித்துறை விளங்குகிறது. ஆனால், பட்ஜெட்டில் 2% GDP மட்டுமே கல்விக்காக ஒதுக்கப்படுகிறது. ஆரம்பக் கல்வி துவங்கி, பல்கலைக்கழகம் வரை ஏழை, பணக்காரன், சாதி, மதம், இனம் மொழி போன்ற எந்தவிதப் பாகுபாடுமின்றி அனைவருக்கும் பொதுவானதாக இலங்கைக் கல்வித் திட்டங்கள் காணப்படுகிறது. அரசுப்பள்ளிகளிலுள்ள 12 லட்சம் மாணவர்களுக்குப் பகல் உணவு வழங்கும் திட்டம் இருக்கிறது. காலை 7.30க்குப் பள்ளி துவங்கும் பாடசாலைகள் மாலை 1.30 மணியுடன் முடிவடைகிறது. சிங்களம், தமிழ், ஆங்கிலம் என்ற மும்மொழி காணப்பட்டாலும், அனைத்துப் பாடசாலைகளிலும் மும்மொழிகள் கற்றுத் தரப்படுவதில்லை. செய்முறை அனுபவங்களைவிட மனப்பாடக் கல்வியே இங்கும் இருந்தாலும், எனது பார்வையில் கல்வித்தரம் சிறப்பாக இருப்பதாகவே தெரிகிறது. மொழிப்பாடமோ கணிதமோ ஆழ்ந்து படிக்கின்றனர். இலவசக்கல்வியுடன் பாடநூலும் சீருடையும் இலவசமாகவே வழங்கப்படுகின்றன. 10 வயதில் நடக்கும் பொதுப் பரீட்சையில் சித்தியடையும், குடும்ப வருமானம் குறைந்த மாணவர்களுக்கு அவர்களின் படிப்புக்காகக் குறிப்பிட்ட உதவித்தொகை பாடசாலைக்கல்வி முடியும்வரை ஒவ்வொரு மாதமும் வழங்கப்படுகிறது. அதற்காக, ஐந்தாம் வகுப்பு பயிலும் மாணவர்களைப்

பெற்றோர் கசக்கிப்பிழியும் சூழலையும் பார்க்க முடிகிறது.

பாடசாலைக்கல்விக்குப் பின் தேசியக் கல்வியியல் கல்லூரிகளில் இணைந்து அரசு உதவிகளைப் பெற்று கல்வி பயின்று பட்டம் பெற்றுக்கொள்ள முடியும். இலங்கை யூ.ஜி.சி யால் அங்கீகரிக்கப்பட்ட பல்கலைக் கழகத்தில் பட்டப்படிப்பு முடித்த ஒவ்வொருவருக்கும் எப்படியும் ஓர் அரசாங்க வேலை காத்துக்கொண்டிருக்கிறது. ஆனால், மேல்நிலை வகுப்பு உயர்தர பரீட்சை முடிக்கும் அனைவரும் பல்கலைக்கழகம் செல்ல முடியாது என்பதுதான் இங்குள்ள பிரச்சினை. ஏனெனில், இலங்கையில் தற்போதுள்ள 15 பல்கலைக்கழகங்களால், அனைவருக்கும் உயர்கல்வி கொடுக்கும் கட்டமைப்புகள் இல்லை. 25000 மாணவர்களை மட்டுமே பல்கலைக்கழகத்திற்குள் நுழைய, மீதியுள்ள 30000 மாணவர்கள் தகமை பெற்றும், அரசு பல்கலைக்கழகங்களில் படிக்கும் வாய்ப்பு கிடைக்காமல் போகிறது. குறிப்பிட்டளவு வாய்ப்புகளை பாரியளவு மக்களுக்கு வழங்குவதில் இலங்கை எதிர்நோக்கும் சவால்களின் விளைவாக மாணவர்கள் போட்டி போட்டு தங்களது வாய்ப்புகளைத் தக்க வைத்துக்கொள்ளப் போராடுகிறார்கள். வறிய நிலையிலிருக்கும் ஒருவரது பிள்ளைகூடத் தனது திறமையை வெளிப்படுத்தி கல்வியில் உயர் மட்டங்களை அடையலாம் என்ற நிலையில் இன்றைய கல்வி நிலை இருப்பது பாராட்டத்தக்கது. 1980இல் சர்வதேசப் பாடசாலைகள் வரத் துவங்கின. பெரும்பானமையான அரசுப் பாடசாலைகள் இருந்தாலும் ஆங்காங்கே தனியார் பாடசாலைகளையும் காண முடிகிறது.

யுத்தகாலத்தில் போர்ப்பயிற்சி பெற்ற சான்றிதழ் இருந்தால் மட்டுமே உயர்கல்வி படிக்கமுடியும் என்ற நிலையும் இருந்திருக்கிறது. “ஓ.எல். (பன்னிரண்டாம் வகுப்பு) தேர்வு மரத்தடியில் எழுதிக்கொண்டிருக்கும்போது வானில் வட்டமிட ஆரம்பித்தன செல் அடிக்கும் போர் விமானங்கள். எழுதியதை அப்படியே போட்டுவிட்டு, அருகிலிருந்த பதுங்குகுழிக்குள் ஒளிந்திருந்துவிட்டு, விமானம் ஷெல் அடித்து நாசம் செய்து போனபின், வெளியே வந்து தேர்வைத் தொடர்ந்தோம்” என லதா கந்தையா சொல்லும்போதே உடல் நடுங்கியது. “அன்றைய காலகட்டத்தில் காடுகளிலும் பதுங்கு குழிகளிலும் ஓடிஒளிந்த தேவாலயங்களிலும் அகதிகள் முகாம்களிலும் தான் எங்களுக்கு கல்வி வாய்த்தது. ஆனால், நாளை இருப்போமா, மரணிப்போமா என்ற நிலையிலும்கூட கல்வியை நாங்கள் கைவிடவில்லை, கல்வியா, செல்வமா, உயிரா எது வேண்டும் என்றால், கல்வியைத்தான் நாங்கள் கைக்கொள்வோம்” எனக்கூறி சிரிக்கிறார் லதா.

இலவசக்கல்வி மூலம் மட்டுமே மருத்துவர்கள் உருவாகிறார்கள். தனியார் மருத்துவப் பல்கலைக்கழகங்கள் என்ற ஒன்றை அறியாதவர்களாகவே இருக்கின்றனர். இங்கு இலவசமாகப் பல்கலைக்கழகக் கல்வி முடித்துவிட்டு, வெளிநாடுகளுக்குச் சென்று பணிபுரியும் போக்கும் அதிக அளவில் காணப்படுகிறது. அரசுத் துறையில் இருப்போரைவிடத் தனியார் துறையில் பணிபுரிவோருக்கே அதிக ஊதியம் என்பது நடைமுறையில்

உள்ளது. மருத்துவர்கள் அதிக அளவிலான ஊதியத்தையும் அதற்கு அடுத்த நிலையில் வங்கிகளில் பணிபுரிவோரும் பெறுகின்றனர். இந்தியாவோடு ஒப்பிடுகையில் ஆசிரியர்களுக்கான ஊதியம் என்பது மிகக் குறைவாகவே இருக்கிறது. அதி உயர்ந்த கல்வியாக மருத்துவம் பார்க்கப்பட்டாலும், வழக்குரைஞர் பணிக்கு அதிக மரியாதை இருக்கிறது. அரசுத் துறையின் உயர் அதிகாரிகளும் மாவட்ட ஆட்சியாளர்களும்கூட சட்டம் பயில முன்வருவது கண்டு ஆச்சர்யப்பட்டிருக்கிறேன்.

இலங்கையின் தேசிய மொழிகளான தமிழும் சிங்களமும் நிர்வாகம், கல்வி, நீதி போன்ற துறைகளிலும் ஆங்கிலம் வணிகத் துறையிலும் பயன்பாட்டில் உள்ளது. ஆங்கிலேயர்கள் ஆட்சிக்காலத்தில் உருவாக்கப்பட்ட கல்வித்திட்டங்கள் தற்போதுவரை பின்பற்றப்படுவதால், பிரிட்டிஷ் ஆங்கிலம் இலங்கைத் தமிழர்களால் பயன்படுத்தப்படுகிறது. ஈழத்தமிழர்களின் ஆங்கில உச்சரிப்பு மலையாளிகள் போலவே இருக்கிறது.

"ஆனால், எங்களுக்குக் கிடைத்த கல்வி இனப்பிரச்சினையைத் தீர்க்க தவறியது. இனப்படுகொலையை உருவாக்கியது, எங்கட இந்தக் கல்விமுறையில் வந்த கல்விமான்கள்தாம் இனப்பிரச்சினையை உற்பத்தி செய்தார்கள், இலவசக்கல்வியை மட்டும் நாங்கள் வைத்திருக்கவில்லை, இலங்கையின் மூன்று இனங்களுக்குள்ளும் மோதலையும் காயங்களையும் வைத்திருக்கிறோம். இலங்கையின் கல்வி முறைமை வெற்றி பெற்ற கல்வி முறைமையல்ல" என்கிறார், அரசியல் ஆய்வாளரான நிலாந்தன்.

இலங்கையில் சமீபக் காலமாகப் பாடசாலைக் கல்வி நடவடிக்கைகள் பெரிதும் பாதிக்கப்பட்டுள்ளன. 2019ஆம் ஆண்டு ஏப்ரல் 21ஆம் தேதி நடத்தப்பட்ட ஈஸ்டர் குண்டுத் தாக்குதலை அடுத்து, பாடசாலை விடுமுறைகளுக்குப் பின்னால் சற்று வழமைக்குத் திரும்பிய கல்வி நடவடிக்கை, 2020 முதல் கோவிட் பெருந்தொற்றால் பெரிதும் பாதிக்கப்பட்டது. கோவிட் நிலமைகள் முழுமையாகக் கட்டுப்பாட்டிற்குள் கொண்டுவரப்பட்டுள்ள போதிலும் பொருளாதார நெருக்கடி காரணமாக கல்வி நடவடிக்கைகள் 2022 இல் மீண்டும் பாதிக்கப்பட்டுள்ளன. யூனிசெப் நிறுவனத்தின் சமீபத்திய ஆய்வின்மூலம் மலையகத் தோட்டப் பகுதியைச் சேர்ந்த பிள்ளைகளே அதிக அளவில் ஆரம்பக் கல்வியைக் கைவிடுவதாகத் தெரியவந்துள்ளது.

இன்றைய பொருளாதாரச் சூழ்நிலையில் நாட்டிற்கு அந்நிய செலாவணியைக் கொண்டு வருவதற்கான வேலைத் திட்டங்களின் ஒரு பகுதியாக அரச ஊழியர்களை வெளிநாடுகளுக்கு அனுப்பும் திட்டம் தற்போது ஆரம்பிக்கப்பட்டுள்ளது. அரச ஊழியர்கள் மத்தியில் ஆசிரியர்களே அதிக அளவில் வெளிநாடுகளுக்குச் செல்வதற்கான முயற்சிகளை மேற்கொண்டு வருவதை அவதானிக்க முடிகிறது. வெளிநாட்டு புலம்பெயர்வு என்பது, ஆசிரியர்களின் தனிப்பட்ட விருப்பமாக இருந்தாலும், ஆசிரியர்கள் பெருமளவில் வெளியேறினால்

மாணவர்களின் கல்வி பெரிதும் பாதிக்கப்படும் என்பதில் சந்தேகமில்லை. ஆசிரியர்கள் எதிர்நோக்கியுள்ள பொருளாதார நெருக்கடியே அவர்களை வெளிநாடு செல்லத் தூண்டுகிறது. " 92.3 சதவீதம் கல்வியறிவு கொண்ட இலங்கையில் அதை 100 சதவீதமாக மாற்றுவதே தமது இலக்கு" என்று கூறும் கல்வி அமைச்சர் பந்துல குணவர்த்தனவின் இலக்கை அடைவதில் தற்போதைய பிரச்சினைகள் பெரும் சவால்களாக இருந்தாலும்கூட, அவற்றை வெற்றிகொண்டு இலங்கைக் கல்வித்துறை மீண்டுவந்துவிடும் என்பதே ஒவ்வோர் இலங்கையரின் ஆகப்பெரும் நம்பிக்கையாக இருக்கிறது.

தன்னைத்தானே தகவமைத்துக்கொள்ளும் சாதியம்

"தமிழ்நாடு போல இங்க சாதிப் பிரச்னையெல்லாம் இல்லியே?"

"நோ... நோ... யார்... என்ன சாதியெண்டே எங்கட சனங்களுக்குத் தெரியாது. சாதிப் பெயரைச் சொல்லி கதைச்சாலே ஜெயிலால போக வேண்டியதுதான்."

"வாவ், சூப்பர், அப்போ கல்யாணத்துக்குக்கூட சாதி பார்க்க மாட்டீங்க போல."

"அது... கல்யாணத்துக்கு மட்டும் சாதி பார்ப்பினம்."

"ஓ... தேர்தலில் வேட்பாளர்களைத் தேர்ந்தெடுக்கும்போது சாதி பார்க்கறதில்லதானே?"

"ம்... இல்ல, சமீபக் காலமா, வேட்பாளர்கள் தாங்களே சாதி அடையாளம், சாதி அபிமானங்கள் அடிப்படையில் மக்களை ஈர்த்தெடுக்கும் போக்கும் காணப்படுதுதான், அதை ஒண்டும் செய்ய ஏலாதுதானே?"

"அது சரி, சாதி இருந்தாலும், தமிழகக் கிராமங்கள் போல, தீண்டாமை, ஒடுக்கப்படுதல் எல்லாம் கிடையாதுதானே?"

ரமாதேவி இரத்தினசாமி 169

“அது கிராமப்புறத்தால இன்னும் இருக்குதான். ஆனா நகரத்தில, ஒரே ஓபிஸ்ல பணி செய்யற சனங்களுக்குள்ளகூட யார், என்ன சாதியெண்டு நாங்க அறிய ஏலாது.”

இலங்கைப் பயணத்தில் சந்தித்த தோழியின் தோழியுடன் கதைத்த உரையாடல்தான் இது. “இல்ல... ஆனா, இருக்கு” வடிவேலு கதையாகத்தான் இருக்கிறது இலங்கையில் சாதி குறித்த நடைமுறைகள்.

இலங்கைத் தமிழர்களுக்கிடையேயுள்ள சாதி அமைப்பு பெரும்பாலும் இந்தியாவிலிருந்தே இறக்குமதி செய்யப்பட்டதாக சமூக ஆய்வாளர்கள் கருதுகிறார்கள். விஜயனின் வருகைக்குப் பிறகே இலங்கையின் எழுதப்பட்ட வரலாற்றுச் சான்றுகள் உள்ளன. அதன்படி தேவா, நாகாஸ், யாக்காஸ், ரக்ஷா என்ற நான்கு இனக்குழுக்கள் ஆதி இலங்கைத்தீவில் இருந்ததாக அறியப்படுகிறது. ஆனால், காலப்போக்கில் வேதங்களின் வாயிலாக நான்கு வர்ண சாதி பெரும்பிரிவுகள் தோன்றி அவை நாலாயிரம் சாதிகளாகப் பிரிந்திருக்கலாம். வழக்கம்போல வேதங்களில் காணப்படும் சாதி நெறிகளைத் தவறாகப் புரிந்துகொண்ட காரணத்தால் சாதிகளில் பாகுபாடுகளும் ஏற்றத்தாழ்வுகளும் தோன்றியிருக்க வேண்டும்.

சோழப் பேரரசு இலங்கையில் மேற்கொண்ட அரசியல் சமூகப் பண்பாட்டு அம்சங்களின் வழியாக இந்துத்துவ சாதியப் பாகுபாடுகள் இலங்கை பூராவும் வியாபித்து செழித்து சடைத்து நின்றன. சமஸ்கிருத அறிமுகங்களும் அச்சமயத்தில்தான் நிகழ்ந்தது. போர்த்துகீசியர், ஒல்லாந்தர், ஆங்கிலேயர் வசம் முதலில் அகப்பட்டது அரசியல் ரீதியிலும், புவியியல் ரீதியிலும் பலவீனமான யாழ்ப்பாண ராச்சியமே. அக்காலத்தில் யாழ்ப்பாண சாதிக்கட்டமைப்பு சைவ வேளாள மேட்டுக்குடியினரால் போசித்து வளர்க்கப்பட்டிருந்தது. வணிகத்தின் பெயரால் நாட்டுக்குள் நுழைந்தவர்கள்,

தமிழர்களது சாதிய வேறுபாட்டைத் தங்களுக்குச் சாதகமாகப் பயன்படுத்தி கல்வியையும் கலாச்சாரத்தையும் கொடுத்து தமக்கான ஊதியம் செய்யப் பயன்படுத்திக்கொண்டனர். ஆங்கிலேயர் காலத்தில் நிர்வாகப் பொறுப்பேற்ற முதலியார்களும் வெள்ளாளர்களும் தம்மை ஸ்திரமாக ஸ்தாபனப்படுத்திக்கொண்டனர். கிட்டத்தட்ட 400 வருடங்கள் இலங்கையில் மாறி மாறி ஆட்சி செலுத்திய போர்த்துக்கீசியர்கள், ஒல்லாந்தர்கள், பிரிட்டானியர்கள், சாதிய அமைப்பைத் தகர்க்க விரும்பாமல் அதை அணைய விடாமல் பார்த்துக்கொண்டனர்.

தாமஸ் வன்றீ என்ற ஒல்லாந்த தளபதி 1697-ல் எழுதிய அறிக்கையிலும், 1927 இல் பிரித்தானியர் எடுத்த கணிப்பீட்டிலும் தமிழர்களிடையே வழக்கத்திலிருந்த 33 வகையான சாதியைக் குறிப்பிட்டுள்ளனர். இவற்றுள் ஆகக் கீழ்நிலையில் இருந்த ஐந்து சாதியினர் பஞ்சமர் என அழைக்கப்பட்டனர். அவர்கள், 20ஆம் நூற்றாண்டின் நடுப்பகுதிவரை, “ஆண், பெண் இருபாலரும் மேலங்கி அணியக் கூடாது, முழங்காலுக்குக் கீழே உடை உடுத்தக் கூடாது, தோளில் துண்டு போடக் கூடாது,

பெண்கள் தாவணி போடக் கூடாது, திருமணத்தில் தாலி கட்டக் கூடாது" என ஒடுக்கப்பட்டிருக்கின்றனர்.

சாதிய அமைப்பே இலங்கையின் சமூகக் கட்டமைப்பின் அதிகார படிநிலையின் அடித்தளமாக இன்று இருக்கிறது. பாடசாலைக் கல்வி, வேலைவாய்ப்பு, பாராளுமன்ற ஆசனம் போன்றவற்றுக்குச் சாதி சார்பான இட ஒதுக்கீடு கிடையாது. திருமணச் சட்டங்களிலும் சாதி இடம்பெறவில்லை. ஆனாலும், தமிழர், சிங்களவர் ஆகிய தேசிய இனங்கள் இரண்டுமே வலுவான சாதிப் படிநிலையைக் கொண்டுள்ளன. சிங்களவரின் சாதி அமைப்பில் மலைநாட்டு சிங்களவர், கீழ்நாட்டு சிங்களவர் என இரு பிரிவுகள் காணப்படுகின்றன. பேராசிரியர் நந்ததேவ விஜேசேகர எழுதிய 'இலங்கை மக்கள்' என்னும் நூல் சிங்களர்களில் 43 வகையான சாதிகளின் பட்டியலைத் தருகிறது. தற்போது சிங்களர்களிடையே 13 வகையான சாதிகள் காணப்படுகின்றன. பரவர், முக்குவர், கம்மாளர், சாணார், கண்ணர், கொல்லர், தட்டார், தச்சர், அம்பட்டர், காடையர், குசவர், மரையர், நட்டுவர் பள்ளர், பறையர் வண்ணார், ஐயர், மறவர், செட்டியார், சிவியர் எனத் தமிழகத்திற்கு சற்றும் குறையாமல் இலங்கைத் தமிழர்களிடத்தில் சாதியப்பிரிவுகள் காணப்படுகின்றன. மலைநாட்டு தமிழர்களும் இந்திய வம்சாவளித் தமிழர்களும் இலங்கைக்கு வணிகர்களாகக் குடியேறிய தமிழ் மக்கள் குழுவும் இந்திய சாதி அமைப்பு முறையை அடிபிசகாமல் பின்பற்றுகின்றனர்.

பௌத்தம் சாதியத்தை எதிர்க்கிறது. அதன் காரணமாக, சிங்களவர்களிடையே நிலவும் சாதியம், தமிழர்களிடையே நிலவும் சாதியம் போல் இறுக்கமாக இல்லை, சாதி அடிப்படையில் உயர்வு தாழ்வு இருந்தாலும், தீண்டாமை இல்லை. கண்டிய கிராமங்களை ஆய்வு செய்த நியூட்டன் குணசிங்க, இலங்கையில் பௌத்தமானது, அதன் முற்போக்கு தன்மையை இழந்து இந்துத்துவ சிந்தனை முறையான கர்மாவைத் தன்னகத்தே வரித்து முற்பிறப்பில் செய்த பலனே சாதியில் மேலோனாகவும், கீழோனாகவும் பிறப்பதற்குக் காரணமென்ற சித்தாந்தத்தைத் தூக்கிப் பிடிக்கிறது என்கிறார்.

இலங்கையில் சாதியத்திற்கு எதிரான போராட்டங்கள் 1960 களில் உச்சக்கட்டத்தை அடைந்து தீண்டாமையின் பல அம்சங்களை இல்லாமலாக்கியது. இந்தப் போராட்டங்கள் கம்யூனிஸ்டுகள், தேசியவாதிகள், காந்தியவாதிகள், சீர்திருத்தவாதிகள் எல்லோரையும் இணைத்துக்கொள்வதில் வெற்றிகண்டது. தமிழ்நாட்டினைப் போல சாதி மறுப்பு மணங்களை ஊக்குவிக்க, சமூக அமைப்புகள் இல்லை. ஆனால், போராட்ட இயக்கங்கள் இந்த நிலையினை மாற்றியது. 36 இயக்கங்களில் ஒன்றுகூட சாதிய மேலாதிக்கத்தினை ஏற்றுக்கொள்ளவில்லை. புலிகள் அமைப்பு அதிக அளவில் சாதி மறுப்புத் திருமணங்களை நடத்தியது. புலிகள் கட்டுப்பாட்டு பிரதேசத்தில் சாதியை அடையாளப்படுத்தி பேசினால் 10,000 ரூபாய் அபராதம் கட்ட வேண்டும் என்ற சட்டம்

இருந்தது. சாதிப்பெயரைச் சொல்லவே முடியாது. தீண்டாமை என்பது கிடையவே கிடையாது. போராளிகளின் அழிவுடன் இந்தச் சாதி ஒழிப்பு நடவடிக்கைகளும் முடிவுக்குவந்தன. காரணம், விடுதலைப்புலிகள் சார்பில் சாதியை ஒழிப்பதற்கான நடவடிக்கைகள் முன்னெடுக்கப்பட்டாலும், அவர்களின் பிரதான நோக்கம் தமிழீழத்தை நோக்கி இருந்ததால், அக்காலத்தில் சாதியென்பது இல்லாமல் செய்யப்பட்டது என்பதைவிட ஒடுக்கிவைக்கப்பட்டது என்பதே உண்மை.

இந்தச் சாதிய இறுக்கமே ஈழத்தமிழர்களை, முஸ்லிம்கள் - மலையகத் தமிழர் - ஈழத்தமிழர் எனப் பிரித்தது. பின்னர் யாழ் - வன்னி - மட்டக்களப்பு என்றும் பிரித்தது. தற்பொழுது இங்குள்ள எந்தக் கட்சிகளுக்கும் சாதி குறித்து எந்த விழிப்புணர்வும் இல்லை. சமூக அறத்திற்காகப் போராட எந்த அமைப்புகளும் இல்லை. இனக்கலவரங்களைத் தூண்டிவிட்ட சக்திகள், தமிழர்கள், சிங்களவர்களைவிடத் தாழ்ந்த சாதி என்ற கருத்தையே விதைத்தன.

இந்தியாவில் இருந்து குடிபெயர்ந்த பிராமணர்கள் தற்போது தங்களைப் பிராமணர்கள் என்று கூறுவதில்லை. அவர்கள் சிங்களவரின் சாதி வகுப்பில் இணைந்துவிட்டனர். தமிழர்கள் மத்தியில் வெள்ளாளர்களும் சிங்களர்கள் மத்தியில் கொவிகமவினரும் முக்கிய சாதிகளாக விளங்கி இலங்கையின் அரசியல் பொருளாதாரத்தைத் தீர்மானிக்கின்றனர். மலையகத் தமிழர்களில் உயர் சாதியினராகக் கருதப்படுபவர்கள் லைன் அறைகளின் முதல் வரிசையைப் பிடித்துள்ளனர். அந்தப் பிரிவில் வெள்ளாளர்கள், கள்ளர்கள், அகமுடையர்கள், முதலியார்கள் உள்ளனர். தமிழ் மக்கள் தொகையில் பாதிக்கும் மேற்பட்டவர்கள் வெள்ளாளர்களே.

"கள்ளர் மறவர் கனத்ததோர்

அகம்படி மெள்ள மெள்ள

வெள்ளாளர் ஆயினரே" என்ற சொல்வழக்கு காணப்படுகிறது.

தமிழ்நாட்டின் பார்ப்பனர்கள் போல, இங்கு வெள்ளாளர்கள் ஆதிக்க சாதியாக மாறுவதைத் தடுப்பதற்காகவே ஆறுமுக நாவலர் போன்றோர் இந்த இணைப்பினை ஊக்கப்படுத்தியதாகச் சொல்கிறார்கள். யாழ்ப்பாணச் சனத்தொகையில் சுமார் 50 சதவீதம், தாழ்த்தப்பட்ட சாதியினங்களைச் சேர்ந்த மக்களாக இருக்கலாம் எனக் கணிக்கப்படுகிறது. ஆனால், அந்த மக்களின் பிரதிநிதியாக ஒரு நாடாளுமன்ற உறுப்பினர்கூட இல்லை.

கிராமப்புறங்களில் தீண்டாமை வெவ்வேறு வடிவங்களில் காணப்படுகிறது. ஒடுக்கப்பட்ட சமூகத்தைச் சேர்ந்தவர்களை வன்முறையாளர்களாகவும் குற்றச்செயல்களில் ஈடுபடுபவர்களாகவும் ஒரு பிம்பம் சமூகத்தில் கட்டமைக்கப்பட்டுள்ளது. இதனால் அரச பாடசாலைகளில்கூட ஒடுக்கப்பட்ட சமூகத்தைச் சேர்ந்த மாணவர்கள்

சாதிய அடக்குமுறைக்கு அதிகம் ஆளாகின்றனர் என்கிறார் அரசுப் பள்ளியில் போதிக்கும் தோழி ஒருவர். வட்டுக்கோட்டைப் பிரதேசத்தில் அரசப் பாடசாலையில் பயிலும் மாணவர் ஒருவர் கூறுகையில், “எங்களால் பள்ளிக்கூடத்துக்கு சந்தோசமா போய் வர ஏலாது, எங்களைச் சாதிப்பெயர் சொல்லி அண்ணாமார் கூப்பிடிவினர், நாங்க முறைச்சுப் பார்த்தாகூட அடிக்க வருவினம், ரீச்சர், சேர் மார்கூட என்ன நடந்தாலும் எங்களைத்தான் பிழை சொல்லுவினம், எங்களுக்குப் படிக்கவே விருப்பம் இருக்காது. இப்பிடிச் செய்தா யாருக்குதான் படிக்க மனம் வரும்? எங்கட இடத்தில் ஓ.எல். வரைக்கும் படிக்குறதெ பெரிசு” என்கிறார்.

“பிள்ளைகள் எல்லோரையும் நாங்க சமமாகத்தான் பார்க்க வேணும். ஆனா, எல்லா வாத்திமாரும் அப்படி நடத்தினது இல்ல, உயர்சமூகப் பெண் பிள்ளைகளிடம் இவங்கள் கதைச்சா அதை யாரும் கண்டா பெரும் பிரச்சினை. சாதியச் சொல்லி அடிச்சுப் போடுவாங்கள். படிப்பிக்கிற ரீச்சர் மாரே இப்பிடிச் சாதியச் சொல்லி சொல்லி அவங்களை அவமானப்படுத்தினா அவங்களும் என்ன செய்வாங்கள்?” என்கிறார் ஆசிரியர் ஒருவர் கவலையோடு.

பல்கலைக்கழகத்தில் யார் எவர் எனத் தெரியாமல் காதலில் சிக்குபவர்கள்கூட இரண்டாம் ஆண்டில் சாதியறிந்து தம் காதலை முடிவுக்குக் கொண்டு ந்து விடுகிறார்கள். காதலுக்குக் கண் வேண்டுமானால் இல்லாமல் இருக்கலாம். ஆனால், காதலுக்குச் சாதி இருக்கிறது என்பதே சமூக யதார்த்தம். பேராசிரியர் கா.சிவத்தம்பி யாழ் பல்கலைக்கழகத்தின் துணைவேந்தராக்கப்படாதது, யாழ்ப்பாண நகர மேயராக இருந்த செல்லன் கந்தையனை கைநீட்டி அடிக்கலாம் என்று மாநகரசபை உறுப்பினர்களைவிட்டு அடிக்க வைத்தது அனைத்தும் சாதியத்தின் பூச்சுகள்தாம்.

சிங்களவரிடம் சம உரிமை கேட்டு போர்க்கொடி தூக்குபவர்கள் தங்கள் வீட்டு கோடிக்குள் தாங்கள் செய்கிற ஒடுக்குமுறை தெரிவதில்லை. தமிழ்தேசியம் பேசும் எவரும்கூடப் பாதிக்கப்பட்ட மக்கள் சார்பாக ஏதும் பேசுவதில்லை, வாக்குவங்கி சரிந்துவிடும் என்ற காரணத்தால். சாதிகள் ஒன்றும் இல்லை என்று முழுப்பூசணிக்காயைச் சோற்றில் மறைப்பவர்கள் ஒடுக்கப்பட்ட சாதியினர் அல்ல, ஒடுக்கும் சாதியினராகத்தான் இருக்கிறார்கள். இலங்கை அரசு எவ்வாறு இனங்களுக்கு இடையே எந்தவிதப் பிரச்சினையும் இல்லை, நாம் எல்லோரும் இலங்கையர் என்ற போர்வையில் சிங்கள பேரினவாதத்தைக் கட்டமைக்கின்றதோ அதே போர்வையில்தான் சாதியம் என்று ஒன்றில்லை, இது மக்களைப் பிளவுபடுத்தும் சதி வேலை என்று புலம்புகிறார்கள் சக்திமான்களாய் இருக்கும் சாதிமான்கள்.

“1853 இல் புகையிரத சேவை இந்தியாவில் அறிமுகப்படுத்தப்பட்டபோது சாதியத்தை உடைக்க போக்குவரத்து நவீனமயமாக்கல்

உந்துசக்தியாகுமென்று மார்க்ஸ் எழுதினார். ஆனால், உலகத்திலேயே இரண்டாவது மிகப்பெரிய புகையிரத சேவையைக் கொண்டுள்ள இந்தியாவில் சாதி அழியவில்லை, மாறாகச் சாதியானது நவீன வடிவங்களுக்கு ஏற்றவாறு தன்னை தகவமைத்து வருகிறது" என்பார் ஆனந்த் டெல்டும்டே என்ற அறிஞர். இது இந்தியாவுக்கு மட்டுமல்ல, இலங்கைக்கும் பொருந்துவதாக அமைகிறது. கொடுமையான போர்ச்சூழல்கள், மாறிவரும் உலகமயமாக்கல், நவீன மயமாதல், புலம்பெயர் வாழ்வு, பொருளாதாரச் சிக்கல்கள் என அனைத்தையும் கடந்து சாதியம் தன்னைத் தகவமைத்து இலங்கைச் சமூகத்தில் நிலை பெற்றிருக்கிறது என்பதே நிதர்சனம்."

இந்தியாவுடன் பிணைந்துள்ள இலங்கைக் கலாச்சாரம்

"யக்கா... யக்காவ்...." குரல் கேட்டுத் திரும்பினேன். தோளில் ஒரு கனத்த பையும் இரு கைகளிலும் தூக்க மாட்டாமல் இரண்டு பெரிய பைகளுமாக நின்றிருந்தார் அந்தப் பெண். "செத்தோடம் இந்தப் பையை வைச்சிக்கீறிகளா, ப்ளைட் ஏறனோடனே வாங்கிக்கறேன்." மதுரை விமான நிலையத்தின் கெடுபிடியான சடங்குகளை முடித்து கொழும்பு செல்லும் விமானத்திற்காக கேட் எண் 2 ஐ நோக்கிச் சென்றுகொண்டிருந்த நான், பையை வாங்குவதற்கு யோசித்தேன். எதில் என்ன இருக்குமோ, யார் கண்டது? "ஒண்ணுமில்லக்கா, பயப்படாதீக பூரா சுடிதார்தான், யாவாரத்துக்குத்தான் போறேன், இதுக்கும் லக்கேஜ் போட்டா ஒண்ணும் மிச்சமிருக்காது, உங்ககிட்ட ஹேண்ட்லக்கேஜ் இல்லியே, அதான் கொடுத்தேன்" என்று சிரித்துக்கொண்டே நான் சம்மதிக்கும் முன்னரே என் கையில் திணித்துவிட்டு நகர்ந்தார்.

மதுரையிலிருந்து கொழும்பு கிளம்பும் ஒவ்வொரு விமானத்திலும் பெண்கள் பலரும் பெரிய பெரிய பைகளில், சேலைகள், கவரிங் நகைகள், கல்வெள்ளி கொலுசுகள், ஆயத்த ஆடைகள்,

சல்வார்கள் அடங்கிய வியாபாரப் பைகளுடன் வருவதைப் பார்க்க முடியும். மதுரையைச் சுற்றியுள்ள, பெரும்பாலும் அதிகம் படித்திராத கிராமத்துப் பெண்களின் தொழில் இது. மதுரை புது மண்டபத்திலும் அதைச் சுற்றியுள்ள ஜவுளிக்கடைகளிலும் கிடைப்பதையெல்லாம் வாங்கிக்கொண்டு, இருபது டாலர் கட்டி மல்ட்டி அரைவல் டூரிஸ்ட் விசா எடுத்துக்கொள்கின்றனர். பத்து, பன்னிரண்டு பேர் குழுவாகக் கிளம்பினால், அதிகபட்சம் ஒருவாரம்... கொழும்புத் தெருக்களில் சுற்றி வியாபாரத்தை முடித்துக்கொண்டு திரும்பிவிடுகிறார்கள். "ஒரு தரம் போயிட்டு வந்தா, செலவெல்லாம் போக இருபதாயிரம் நிக்கும்க்கா. (அடடா@ அவசரப்பட்டு அரசு வேலையில சேர்ந்திட்டமோ?) மாசத்துக்கு ரெண்டு, மூணு தடவை போயிட்டு வந்திருவோம். தீவாளி, பொங்கல், கிறிஸ்மஸூக்குப் போனா வர பதினைஞ்சி நாளாவும், ஆனா உருப்படியா கையில ஒரு தொகை சேரும்" என்று வியாபார ரகசியம் சொல்கிறார்கள். இப்படித்தான் விமான நிலையத்தில், என் கையில் பையைத் திணித்து அறிமுகமானார் மதுரை காளவாசல் பகுதியில் இருக்கும் ராஜாமணி அக்கா. பெரிதாகப் படிப்பில்லை, ஆங்கிலம் தெரியாது, இலங்கையில் யாரையும் தெரியாது, திடீரென கணவர் இறந்ததும், இரண்டு பிள்ளைகளை வளர்ப்பதற்கு வேறு வழி தெரியாமல் கையில் கிடைத்ததை வாரிக்கொண்டு விமானம் ஏறி இருக்கிறார். முதல் முறை திக்குதிசை தெரியாமல், ஒரு கட்டைப்பையில் சில சேலைகளை அடைத்துக்கொண்டு கொழும்பு வீதிகளில் ஒவ்வொரு கடையாக ஏறி இறங்கி விற்பனைக்கு அலைந்தவர், இன்று கொழும்பு முதல் யாழ்பாணம், மன்னார் வரை சர்வ சாதாரணமாகச் சென்று வாடிக்கையாளர்களைச் சந்தித்து வருகிறார். அவரது அனுபவங்களைக் கேட்டபோது வியப்பாக இருந்தது. என்னவொரு தைரியம், தன்னம்பிக்கை... இப்படித்தான் பெண்கள் பலருக்கும் விற்பனை சந்தையாகத் திகழ்கிறது இலங்கை. ராஜாமணி அக்கா போல நூற்றுக்கணக்கான பெண்களை விமானத்திலும், கொழும்பு கடைவீதிகளிலும் பார்க்கமுடியும். அங்கு பெரிதாக உற்பத்தி ஏதும் இல்லாததால், இங்கிருந்தே அனைத்து உடுப்புகளும் பெண்களுக்கான ஆபரணங்களும் இன்னும் அவர்கள் சொல்லியனுப்பும் அத்தனைப் பொருள்களும் இந்தப் பெண்களின் வழியாகச் செல்கிறது. இம்போர்ட், எக்ஸ்போர்ட், டியூட்டி, வரிகள், நிபந்தனைகள், அரசு அனுமதி, ஜி.எஸ்.டி என்று எந்த நடைமுறைகளுமின்றி, இந்தியப் பொருள்கள் இலங்கையை அடைந்துவிடுகின்றன ஐம்பது நிமிடங்களில்.

அழகிய கடலாலும் மயக்கும் வனத்தாலும் சூழப்பட்ட இலங்கை எப்போதும் அண்டை நாடுகளிலிருந்து தனித்து நிற்கிறது. வளர்ந்த நாடுகளை மிஞ்சும் அளவுக்கு அதன் மக்கள்தொகை வளர்ச்சி வீதம் குறைவாக உள்ளதால், மிக உயர்ந்த வாழ்க்கைச் சுட்டெண்ணைக் கொண்டுள்ளது. உடுத்தும் உடுப்பிலும் உண்ணும் உணவிலும் வாழ்க்கை முறையிலும் மேலை நாட்டின் தாக்கம் தெரிகிறது.

தமிழர்கள் எங்கிருந்தாலும் அவர்களின் வாழ்க்கைமுறை

கொண்டாட்டமாகவே இருக்கிறது. அதுபோலவே இலங்கையிலும். இந்துக் கோயில்கள், மசூதிகள், தேவாலயங்களில் வண்ணமயமான சடங்குகள் நடைபெறுகின்றன. மிகச் சாதாரண குடும்பத்தில்கூட வீட்டிலுள்ள அனைவரின் பிறந்தநாளும் எந்த வயதிலும் மிகச் சிறப்பாகக் கொண்டாடப்படுவது பார்த்து வியப்படைந்தேன். அதேபோலத்தான் திருமணநாளும். குழந்தை பிறப்பு முதல் ஒவ்வொரு பருவத்திலும் கொண்டாட்டங்கள்தாம். பெண் குழந்தைகள் பூப்படையும் விழாவை, 'சாமத்தியவீடு' எனப் பெரிதாகக் கொண்டாடுகிறார்கள். இந்தியாவைப்போலவே திருமணங்களும் ஆடம்பரமாகிவிட்டன. சமீபக் காலமாகக் காதல் திருமணங்கள் அதிகரித்துள்ளன என்கிறார்கள். மரணித்தவரைக்கூட மிக அழகாக அலங்கரித்து இரண்டு, மூன்று நாட்கள் பார்வைக்கு வைத்து ஆடம்பரமாக அனுப்பி வைக்கின்றனர்.

மதக் கலாச்சார மையங்களாக அனுராதபுரம், சிகிரியா, பொலன்னறுவை, கண்டி, கதிர்காமம் மற்றும் ஆடம்ஸ் பீக் போன்றவை வெளிநாட்டு சுற்றுலாப் பயணிகளை ஈர்க்கின்றன. கிட்டத்தட்ட இந்தியாவிலிருந்து மறைந்துவிட்ட பௌத்தம் இலங்கையில் உயிர்ப்புடன் செழித்து வளர்ந்திருக்கிறது. தமிழர்கள் வாழும் இடமெங்கும் கதிரேசன் (முருகப் பெருமான்) இருக்கிறான். சைவத்தின் இருப்பிடமாகிய தமிழ்நாட்டில்கூட இவ்வளவு பக்தியைப் பார்க்க முடியாது. சைவத் தமிழர்கள் அனைவரின் நெற்றியிலும் திருநீற்றைக் காணமுடிகிறது. பலரும் ருத்திராட்ச மாலை அணிகிறார்கள். முறையாக விரதம் பிடிக்கிறார்கள். விரதமிருந்து கேரளாவின் ஐயப்பன் கோயிலுக்கு வருகிறார்கள். ஏர்போர்ட்டில் ஐயப்பன் கோயில் சீசன்களில் இருமுடி கட்டிய சாமிகளின் நீண்ட வரிசையைப் பார்க்கமுடிகிறது. கத்தோலிக்க தேவாலயங்கள் மிகக் கட்டுக்கோப்பாக இயங்குகின்றன. வேளாங்கண்ணிக்கு வரும் கத்தோலிக்கர்களின் எண்ணிக்கையும் அதிகமாக இருக்கிறது.

இலங்கையின் தேசிய கீதமாக, சிறீலங்கா தாயே என்ற பொருள்படும் பாடல் உள்ளது. தேசியக் கொடியில் வாள் தாங்கிய சிங்கமும் நான்கு மூலைகளிலும் அரச இலைகளும் காணப்படுகிறது. தமிழ் மற்றும் முஸ்லிம்களைக் குறிக்கும் வண்ணம் ஆரஞ்சு மற்றும் பச்சை நிறமும் உள்ளது. தேசிய மலராக நீலோற்பவம் என்று அழைக்கக்கூடிய நீலத் தாமரையும் நாகமரம் தேசிய மரமாகவும் தேசியப் பறவையாகக் காட்டுக்கோழியும் உள்ளன. தேசியப் பிராணி அணில் என்றாலும்கூட, எங்கும் யானைகளின் உருவம் பொதிந்த ஆடைகளையும் பைகளையும் சித்திரங்களையும் காண முடிந்தது.

தமிழ், சிங்களம், ஆங்கிலத்தில் அச்சு மற்றும் ஒளிபரப்பு ஊடகங்கள் அனைத்துப் பகுதிகளுக்கும் செல்கின்றன. தொலைக்காட்சியின் தாக்கம் அதிக அளவில் காணப்படுகிறது. அச்சு ஊடகங்களில் தினசரி பத்திரிகைகளில் தூயத் தமிழ் வார்த்தைகள் பயன்படுத்தப்படுகின்றன. அரசு ஆணைகள், அலுவலக கடிதங்களை வாசித்தால் தலை சுற்றுகிறது.

இதுதான் தூயத் தமிழ் எனில், நாம் பயன்படுத்தும் தமிழ்?

பொது இடங்களில் புகைப்பிடிப்பதும் சிறுநீர் கழிப்பதும் தடை செய்யப்பட்டுள்ளது. அரசின் விதிகளையும் சட்டதிட்டங்களையும் மிகச் சரியாகப் பின்பற்றவும் செய்கின்றனர். சாலைவிதிகளும் அபராதங்களும் கடுமையாக இருக்கின்றன. கீழ்மட்டங்களில் லஞ்சம், ஊழல் என்ற பேச்சுக்கே இடமில்லை என்கிறார் நண்பர் மடுதீன். அரசு அலுவலகங்களில் எந்த வேலையை முடிக்கவும், எந்தக் கோப்பை எத்தனை மேசைகள் நகர்த்தவும் ஒரு பைசா லஞ்சம் கொடுக்கத் தேவையில்லை என அறிந்து பெருமூச்சு விட்டுக்கொண்டேன்.

'ஆசிரியர் பணி மாறுதலுக்குக்கூடவா?' என அவசரமாகக் கேட்க, "நீங்கள் ஆசிரியர் சங்கப் பொறுப்பிலிருக்கிறீர்கள்தானே?" என நக்கலாகக் கேட்டு, முறைத்தவரின் கண்களைச் சந்திக்கப் பயந்து திரும்பிக்கொண்டேன். எந்தச் சிறு பிரச்னைகளுக்கும் நீதிமன்றத்தை நாடும் வழக்கம் இருப்பதால், சட்டத்தரணிகளின் தேவை அதிகமாகவே இருக்கிறது.

பொதுப் பள்ளிகள், பொது மருத்துவமனைகள்தாம் எங்கெங்கும். அன்றாட கூலிக்காரர்களுக்கும் நாட்டை ஆளும் அமைச்சர்களுக்கும் அரசுப் பொது மருத்துவமனைதான். அவர்களின் பிள்ளைகளும் பொதுப் பள்ளியில்தான் படிக்கின்றனர். "கல்வியும் மருத்துவமும் இலவசமாகக் கொடுக்க ஏலலை எண்டால், பின்ன அரசு என்னத்துக்கு இருக்கு?" என்று கூர்மையாகக் கேட்கிறார்கள். அதனால், பிள்ளைகளின் கல்விக்காகப் பெற்றோர் வாழ்நாளெல்லாம் உழைத்து ஓடாய்த் தேய வேண்டியதில்லை. இது தவிர வேறு எந்த இலவசங்களையும் யாரும் எதிர்பார்ப்பதுமில்லை, அரசு கொடுப்பதுமில்லை.

அந்நியச் செலாவணியை நாட்டுக்குள் கொண்டுவருவதில் மூன்றாவது இடத்தில் சுற்றுலாத்துறை இருக்கிறது. சுற்றுலாப் பயணிகளில் கணிசமான தொகையினராக இருக்கும் புலம்பெயர் தமிழர்கள் தமது தாயகத்தைப் பார்ப்பதற்காக வருகின்றனர். ஆனால், 2019 ஈஸ்டர் தாக்குதலுக்குப் பிறகு முடங்கத் தொடங்கிய சுற்றுலாத்துறை, கொரோனா, பொருளாதாரச் சிக்கல் எனத் தொடர்கிறது. ஒரு பயணி இலங்கைக்கு வருகை தருவதன் மூலம் ஒரு நாளைக்குச் சராசரியாக 170 முதல் 180 அமெரிக்க டாலர்கள் வரை வருமானம் கிடைப்பதாகக் கூறுகிறார் நாடு முழுவதும் சுற்றுலாவை மேம்படுத்தும் பொறுப்பில் இருக்கும் கிர்மார்ஃபெர்னாண்டொ.

இரு சக்கர, நான்கு சக்கர வாகனங்களின் விலை கேட்டால் மூர்ச்சையடைந்து விடுவீர்கள். அதனால், சைக்கிளில் செல்வோர் எண்ணிக்கை அதிகமாக இருக்கிறது. வாகனங்களை இறக்குமதி செய்வதில் அர்த்தம் இருக்கிறதுதான். ஆனால், நான்கு பக்கமும் கடலால் சூழப்பட்ட மீன் வளம் நிரம்பிய ஒரு தீவுதேசம் கருவாட்டையும் மீனையும் இறக்குமதி செய்துகொண்டிருப்பதை உலக நாடுகள் வியப்போடு பார்க்கின்றன. மீன்தொழிலைப் பிரதானமாகக் கொண்ட அந்த ஊரில் இறக்குமதி

செய்யப்படும் டின் மீன்கள் எவரும் புரிந்துகொள்ள முடியாத ஆச்சரியமே. அதேபோல் ஒரு காலத்தில் பாலுக்குப் புகழ்பெற்ற இலங்கையில் இன்று பால்மாவு பாக்கெட்டுகள் வீடெங்கும், கடைத்தெருவெங்கும் இறைந்து கிடக்கின்றன. பசும்பால் மிக அரிதாகவே கிடைக்கிறது.

“எந்நீர் ஆய்னும், முன்நீர் சூழ் ஈழத்து இளநீர் போல வாராது” என்று ஒருகாலத்தில் யாழ்ப்பாணத்து தேங்காய் உலகெங்கும் பவனி வந்தது. இன்று, “உள்ளூர் தொழிற்சாலைகளின் தேவை மற்றும் மக்களின் பயன்பாடு அதிகரிப்பு காரணமாக, இலங்கையில் 700 மில்லியன் தேங்காய் பற்றாக்குறை நிலவுகிறது” என்று அமைச்சர் அருந்திகா பெர்னாண்டோ சிம்பாலிக்காக தென்னை மரத்தில் ஏறி உரையாற்றுகிறார்.

இந்தியாவிற்கும் இலங்கைக்குமான உறவு, பரிவர்த்தனை உறவில் இருந்து கேந்திர கூட்டாளி உறவாகப் பரிணமித்துள்ளது, “இலங்கை இப்போது நம்பியிருக்கக்கூடிய உண்மையான நண்பன் இந்தியா என்பதை இலங்கை மக்கள் அங்கீகரித்துள்ளனர்” என்கிறார் வெளிவிவகார அமைச்சர் ஜீ.எல்.பீரீஸ். “சீனாவையும் தனக்குச் சாதகமாக இலங்கை அழகாகக் கையாளும். தனக்கு எப்போது சீனா வேண்டுமோ அப்போது சீனாவை நோக்கி இலங்கை போகும், எப்போது தனக்கு இந்தியா வேண்டுமோ அப்போது இந்தியாவை நோக்கிப் போகும்” என்று பதிலுரைக்கிறார் கொழும்பு பல்கலைக்கழக் பொருளியல்துறை பேராசிரியர் கலாநிதி கோபாலபிள்ளை அமிர்தலிங்கம்.

சிங்களப் பெண்கள் சேலை உடுத்தும் முறை ஓசாரியா என்று அழைக்கப்படுகிறது. அதுவே அவர்களது பாரம்பரிய உடை. பார்ப்பதற்கு மிக அழகாக இருக்கிறது. தமிழ்ப் பெண்கள் தமிழகப் பெண்கள் போலவே சேலை உடுத்துகின்றனர். கிராமப் புறங்களில் வசிக்கும் வயதான பெண்கள் கைலி அணிவதைப் பார்க்க முடிகிறது. ஆண்கள் எந்த வேலை பார்ப்போரும், எப்போதும் முழுக்கை சட்டையுடன், டக்இன் செய்து டிப்டாப்பாக வலம் வருகின்றனர். இளம் பெண்கள் அணியும் உடையில் மேலை நாட்டு தாக்கம் தெரிகிறது. இளம் வயதினர் முதல் முதியவர் வரை ஸ்கர்ட் அணியும் வழக்கமும் இருக்கிறது.

பெண்களுக்கான உரிமைகளை வழங்க எந்த மதமும் விரும்புவதில்லை என்பதற்கு புத்த மதமும் விதிவிலக்கல்ல. புத்தரின் மகள்கள் எனப் பெருமைப்படுத்தப்படும் பௌத்த பிக்குணிகளுக்கு அடையாள அட்டைகள் வழக்க மறுக்கப்படுகிறது. “தேவையான அனைத்து ஆவணங்களும் என்னிடம் இருந்தன. ஆனால், பௌத்த மத விவகாரங்களுக்கான துறை எனக்கு அடையாள அட்டை வழங்க மறுத்துவிட்டது“ என்று கண்ணீர் விடுகிறார் அமுனுவட்டே சமந்தபத்ரிகா தேரி எனும் இளம் பௌத்த பெண் துறவி. இலங்கையின் அடையாள அட்டை என்பது வாக்களிப்பது முதல் வங்கிக்கணக்கு தொடங்குவது வரை அனைத்திற்குமான தேவை. சமந்த பத்ரிகா போல துறவிகள் அடையாள அட்டை பெற தகுதியற்றவர் என்று கூறி 2004ஆம் ஆண்டில்

உரிமை பறிக்கப்பட்டது. “புத்தரின் மகள்களாக நாங்கள் இந்த மண்ணில் பிறந்தோம், இது பாலின பாகுபாடு இல்லாமல் வேறு எதுவும் இல்லை” என்று பிபிசிக்கு அளித்த பேட்டியில் குமுறுகிறார். நாட்டின் மிக மூத்த பெண் துறவியான கோத்மலே ஸ்ரீ சுமேதா பிக்குணி. மசிங்களத்தில் பிக்குணி என்ற சொல்லே இல்லை என்பதையறிந்து அதிர்ச்சியாகிறது.

யாழ்ப்பாணம், வடக்கு, கிழக்கு மாகாணங்களில் உள்ள தமிழர் வாழும் இடங்களில் உள்ள பள்ளிகளுக்குள் போதைப்பொருள்கள் சர்வ சாதாரணமாகப் புழங்குகிறது. தமிழ் மக்களின் மிகப்பெரிய அடையாளம் கல்விதான். தமிழ் மக்களின் கல்வி கல்விக்கூடங்களிலேயே அழிக்கப்படுவதாக வருத்தப்படுகிறார்கள் ஆசிரியத் தோழிகள்.

இலங்கையில் பல இனத்தவரும் பல மதத்தவரும் வாழ்வதால் அவரவர் கலாச்சாரத்துக்கு அமைவாகத் திருமணச் சட்டங்கள் உள்ளன. கண்டிய சிங்கள மக்களுக்குக் கரையோர சிங்கள மக்களிலிருந்து வேறுபட்ட சட்டமும், முஸ்லிம்களுக்கு அவர்களின் மதம் சார்ந்த இஸ்லாமிய சட்டமும், வட மாகாணத்தைச் சேர்ந்தவர்களுக்கு தேச வழமை சட்டமும் இருப்பதுடன், எல்லோருக்கும் பொதுவான சட்டமாகப் பொது திருமண சட்டமும் உண்டு. ஆண்களின் திருமண வயது 14 ஆகவும், பெண்களின் திருமண வயது 12 ஆகவும்தான் 1995 ஆம் ஆண்டு வரை இருந்திருக்கிறது. 1995 ஆம் ஆண்டின் சட்டத்திருத்தத்தின்படி ஆண், பெண் இருவருக்குமான ஆகக்குறைந்த திருமண வயது 18 ஆக உள்ளது. முஸ்லிம் சட்டம் இஸ்லாமிய ஆண் ஒருவர் நான்கு திருமணம் செய்துகொள்ள அனுமதி வழங்குகிறது.

பாரம்பரிய இலங்கையின் இசை மயக்கமூட்டுகிறது. தமிழர்கள் பரதநாட்டியத்தையே கலாச்சார நடனமாக ஏற்றுக்கொள்ள, கண்டிய நடனமும், வடிக பட்டுன நடனமும் சிங்கள கலாச்சார நடனங்களாக இருக்கின்றன. குடும்ப விழாக்களில் மது அருந்துவது இயல்பானதாக இருக்கிறது.

இலங்கையின் மிகப்பெரிய கலாச்சார நிகழ்வாக சிங்கள தமிழ் புதுவருடம் (சிங்களத்தில் அழுத் அவுருது) கருதப்படுகிறது. சிங்களத் தமிழ் புத்தாண்டுக் கொண்டாட்டங்களில் காலையில் பால் காய்ச்சி இனிப்புகளைப் பரிமாறிக் கொள்கின்றனர். ஒவ்வொரு மாதமும் பௌர்ணமி அன்று (போயா தினம்) விடுமுறை விடப்படுகிறது. புத்தரின் வாழ்வில் நடந்த முக்கிய நிகழ்வுகள் குறித்த நாட்கள் அனைத்தும் விடுமுறைதான். கி.மு. மூன்றாம் நூறாண்டு முதல் இலங்கையில் கொண்டாடப்பட்டு வரும் வரலாற்று முக்கியத்துவம் வாய்ந்த இலங்கையின் கண்டி தலதா மாளிகை பெரஹரா திருவிழாவில் கண்டி நகரமே விழாக்கோலம் கொள்கிறது. நல்ல மழைக்கான வேண்டுதலுக்காகவும் புத்தரின் பல் இலங்கைக்கு கொண்டுவரப்பட்ட தினமாகவும் கருதி இத்திருவிழா கொண்டாடப்படுகிறது. மே மாதத்தில் வரும் முழு நிலவு பௌத்தர்களுக்கு மிக முக்கியமானது. புத்தரின் பிறந்த

தினத்தைக் குறிக்கும் அந்த நாள், புத்த பூர்ணிமா, புத்த ஜெயந்தி அல்லது வெசாக் என்று அழைக்கப்பட்டு மிகச் சிறப்பாகக் கொண்டாடப்படுகிறது.

இலங்கையில் தேசிய விளையாட்டு கைப்பந்தாக இருந்தாலும்கூட, அனைவருக்கும் பிடித்த விளையாட்டாக இருப்பது கிரிக்கெட். பிரதான கிரிக்கெட் போட்டிகள் நடைபெறும் அன்று பொருளாதாரத்தை ஈட்டித்தரும் வணிகத் துறைகள் அனைத்தும் மூடப்படுவது சாதாரணமாகிவிட்டது. 1996 இல் இலங்கை ஆஸ்திரேலியாவை வென்று உலகக்கோப்பையைக் கைப்பற்றியபோது, ஊரடங்கு உத்தரவு அமல்படுத்தப்படும் அளவிற்கு இருந்தது மக்களின் கொண்டாட்ட மனநிலை.

'தமிழ் மக்களின் உருவத் தோற்றம், இந்தியா - இலங்கை சமயத் தொடர்பு, கலாச்சாரத் தொடர்பு, பழக்கவழக்கங்கள் அத்தனையும் பார்த்தால், இந்தியாவின் கடல் கடந்த மற்றொரு மாநிலமாகவே இலங்கையை எண்ணத் தோன்றுகிறது. இலங்கையர்களின் வாழ்வியல் முறைகள் ஒவ்வொன்றிலும் தென் இந்தியர்களின் வருகை வெளிப்படையாக செல்வாக்கு செலுத்துகிறது. இந்தியத் துணைக்கண்டத்துடன் இலங்கையின் கலாச்சாரமானது பின்னிப்பிணைந்துள்ளது.

வந்தியத்தேவனின் வழித்தடத்தில் பூதத்தீவு

வரலாறும் புனைவும் சந்திக்கும் இலக்கியக் கடலான பொன்னியின் செல்வன், எத்தனை முறை வாசித்தாலும் திகட்டாத இலக்கியப் பொக்கிஷம். நாவலை எழுதுவதற்காக மூன்றுமுறை இலங்கைக்குச் சென்றுவந்த கல்கியின் இலங்கை குறித்த விவரணைகள்தாம், இன்றுவரை தமிழர்கள் விரும்பும் வெளிநாட்டுப் பயணப்பட்டியலில் இலங்கை முதலிடத்தில் இருப்பதற்கான காரணங்களில் ஒன்றாக இருக்கலாம். வரலாறைத்தாண்டிய கற்பனைக் கதாபாத்திரங்களாக நந்தினி, குடந்தை ஜோதிடர், மந்தாகினி, சேந்தன் அமுதன், வாணி, ஆழ்வார்க்கடியான், பூங்குழலி, முருகைய்யன், ராக்கம்மா, ஈசான சிவபட்டர், பாண்டிய வாரிசு சிறுவன், பினாகபாணி, கருத்திருமாறன் ஆகியோரைப் படைத்தாலும், மக்கள் அவர்களையும் வரலாற்றுப் பாத்திரங்களாகவே ஏற்றுக் கதையுடன் ஒன்றிப்போயினர்.

மூன்றரை ஆண்டுகாலம் தொடர்கதையாக வெளியான நாவல் எழுபதாண்டுகள் கழித்தும் தமிழர் வாழும் தேசமெங்கும் கொண்டாடப்படும் என்று கல்கியே எதிர்பார்த்திருக்க மாட்டார். வாசகர்களின் விருப்பத்திற்கேற்ப மீண்டும், மீண்டும் தொடராகவே வெளியாகியது. வெளியாகும் போதெல்லாம் பெரும் வரவேற்பைப் பெற்றது. புதுப்புது வாசகர்கள் பெருகினர். வாசித்து மகிழ்ந்த ரசிகர்கள் நாவலின் கதாபாத்திரங்களோடு கற்பனையில் உலாவினார்கள். பெண்கள் வந்தியத் தேவனை எண்ணிப் பித்துப்பிடித்தார்கள்; அருள்மொழி வர்மனின் வீரத்தை எண்ணி வியந்தார்கள்; ஆதித்த கரிகாலனின் முடிவு கண்டு கவலை கொண்டார்கள்; நந்தினியைத் திட்டித் தீர்த்தார்கள். ஆண்

பெண் பேதமின்றி பூங்குழலியை ரசித்தார்கள்; ஆழ்வார்க்கடியானை வெறுக்கவும் முடியாமல், விரும்பவும் முடியாமல் குழம்பினார்கள். தங்கள் வீட்டுப் பெண்கள் முகத்திலெல்லாம் குந்தவையைக் கண்டார்கள். சக வாசகர்களைச் சந்திக்கும்போதெல்லாம் ராஜராஜ சோழனின் பெருமை பேசினார்கள். தமிழ்த் திரையுலகமே அந்நூலைப் படமாக்கும் லட்சியம் கொண்டது. எம்ஜிஆரும் சிவாஜியும் கமலும் ரஜினியும் வந்தியத்தேவனாக வாழ்ந்து பார்க்க விரும்பினர். திரைத்துறையின் ஜாம்பவான்கள் எல்லாம் அந்த மந்திர எழுத்துகளை ஒலிஒளி ஓவியமாக்க முயற்சித்தனர். ஆனால், காலம் அவர்களை ஏமாற்றி மணிரத்தினத்தின் கையில் பொன்னியின் செல்வனைத் தூக்கிக் கொடுத்தது. அதன்பின் நடந்துகொண்டிருப்பது நாளைய வரலாறு. நூலுக்குச் சற்றும் குறையாமல் ரசிகர்களால் கொண்டாடப்பட்டுக்கொண்டிருக்கும் திரைப்படத்தைக் காணச் சென்று ஒவ்வொரு காட்சிக்கும் ஆரவாரித்த மக்கள் வெள்ளத்தின் உணர்வுகளைக் கண்டு வியந்துகொண்டிருந்த போதுதான், இலங்கையில் வந்தியத்தேவன் பயணம் செய்த இடங்களின் வழித்தடம் பற்றும் ஆவல் தோன்றியது. நான் பார்த்த இடங்களுடன், பிறவற்றைக் கேட்டும், அறிந்தும், தேடத் தொடங்கினேன். அந்த வழித்தடத்தின் தொல்லியல் எச்சங்கள் இன்னும் ஆங்காங்கே மிச்சமிருக்கத்தான் செய்கின்றன.

பொன்னியின் செல்வனின் இரண்டாம் பாகம் 'சுழற்காற்று' முழுக்க முழுக்க இலங்கையை மையமிட்டே இருக்கிறது. பழையாறையிலிருந்து இலங்கையை நோக்கிய வந்தியத்தேவனின் பயணம் கோடியக் கரையிலிருந்து துவங்குகிறது. தற்போதைய நாகப்பட்டினம் மாவட்டத்தில் உள்ளது அன்று கோடிக்கரை என்று அழைக்கப்பட்ட கோடியக்கரை. கோடிக்கரையிலிருந்து இலங்கை செல்ல வந்தியத்தேவனை அழைத்துச் செல்லும் பூங்குழலி முதலில் இறங்கும் இடமாகச்

சொல்லப்படுகிறது பூதத்தீவு. இந்த இடத்தில்தான் வந்தியத்தேவனை கரையிலேயே நிறுத்திவிட்டு, பூங்குழலி மட்டும் பூதத்தீவிற்குள் சென்று ஊமை ராணியைச் சந்தித்து அருள்மொழிவர்மன் இருப்பிடம் கேட்டறிந்து, அதன்பிறகு வந்தியத்தேவனை நாகத்தீவில் இறக்கிவிடுகிறாள். பூதத்தீவு இலங்கையில் புத்தர் முதல் முதலாகக் கால்பதித்த இடமாக நம்பப்படுகிறது. இலங்கையில் மன்னர்களுக்கிடையே ஏற்பட்ட சர்ச்சையைத் தீர்க்க வந்த புத்தர் இங்குள்ள அரச மரத்தடியில் போதனை செய்ததாகவும், அதனால் முதலில் போதர் தீவு என்று அழைக்கப்பட்டு பின்னர் பூதத்தீவாக மருவியிருக்கிறது என்கிறார்கள். ஆனால், இலங்கையைச் சுற்றியுள்ள 60க்கும் மேற்பட்ட தீவுகளில் பூதத்தீவு என்ற பெயரோடு தற்போது எந்தத் தீவும் அழைக்கப்படவில்லை என்றும் யாழ்ப்பாண தீபகற்பப் பகுதியில் அமைந்துள்ள புளியந்தீவு பகுதிதான் முற்காலத்தில் பூதத்தீவு என அழைக்கப்பட்டிருக்கலாம் என்றும் யூகத்தின் அடிப்படையில் ஒரு கதை சொல்லப்படுகிறது.

கதையின்படி சுருக்கமாகச் சொல்ல வேண்டுமென்றால், சுந்தரச் சோழர் ஒருமுறை இலங்கைக்குப் போகும்போது தனியாக ஒரு தீவில் ஒதுக்கப்பட்டார். அந்தத் தீவுதான் பூதத்தீவு. அங்கு அவர் ஓர் ஊமைப்பெண்ணைச் சந்திக்கிறார். அந்த ஊமை ராணி அவருக்கு அன்புகாட்டி பணிவிடை செய்கிறார். இறுதியில் சுந்தர சோழருக்கு ஆபத்து வரும்போது அவரைக் காத்து மடிகிறார். சோழ வம்சத்துக்கே குல தெய்வம் ஆகிறார்.

வட இலங்கையின் சப்த தீவுகளில் ஒன்றான ஆறு மைல் நீளமும் நாலு மைல் அகலமும் கொண்ட அழகிய தீவான புங்குடு தீவுதான் பூதத்தீவு என்கிறது மற்றொரு யூகக்கதை. வரலாற்றின்படி, புத்தபகவானின் உபதேசங்களைப் பயின்று கொண்டு தொள்ளாயிரம் புத்த குருமார் புங்குடு தீவில் வாழ்ந்தார்கள் என்று சிங்கள சரித்திரம் கூறுகிறது. இங்கு வாழ்ந்த மக்கள் ஆயிரம் ஆயிரம் ஆண்டுகளுக்கு முன்பே நாகரிகம் கண்டு, கப்பல் வாணிபம் செய்தவர்களாகவும், வைத்தியம், சோதிடம், சித்தாந்த தத்துவம் போன்றவற்றில் கை தேர்ந்தவர்களாகவும் இருந்தார்களாம். ஆனால், இவை எவையும் நிரூபிக்கப்படாமல் செவிவழிச் செய்திகளாகவே இருக்கின்றன.

வந்தியத்தேவனின் வழித்தடத்தில் ‘நாகத்தீவு’

பொன்னியின் செல்வன் கதையின்படி இலங்கையில் வந்தியத்தேவன், அருள்மொழி வர்மனைச் சந்திக்க பயணிக்கும் இடம்தான் நாகத்தீவு. இதன்மூலம் தனது பயண நோக்கத்தின் முக்கியக் கட்டத்தை அடைவான் வந்தியத்தேவன். நாகத்தீவின் முனையில் இறங்கிய வந்தியத்தேவன் மாதோட்டத்தை நோக்கிப் போய்க்கொண்டிருப்பதாக கல்கி முடித்துவிட்டாலும் அந்த நாகத்தீவைக் குறித்தும் அறியும் ஆவல் எழுந்தது.

இலங்கையின் புகழ்பெற்ற சப்த தீவுகளிலும் தனிப்பெரும் சரித்திரப் புகழ்பெற்ற நாகத்தீவு யாழ்ப்பாணத்திலிருந்து தென்மேற்கே ஏறக்குறைய 23 மைல் தூரத்தில் அமைந்துள்ளது. நாகர் இன மக்கள் அந்தத் தீவில் அதிக அளவில் வாழ்ந்ததாலும் நாக வழிபாட்டாலும் நாகங்கள் அதிகமாக வாழ்ந்ததாலும் நாகத்தீவு என அழைக்கப்பட்டதாகக் கூறப்படுகிறது. நாகர் எனப்படுபவர் சரித்திர காலத்திற்கு முற்பட்ட பெரும்பாலும் திராவிடர்கள் என்போராக, தென்னிந்தியாவிலும், இலங்கையிலும் பரந்து வாழ்ந்த இனத்தவரில் ஒரு கிளையினர் என வரலாற்றாளர் பொன். அருணாச்சலம் கூறியுள்ளார்.

இத்தீவிற்கு நாகத் தீவு, நயினார் தீவு, நாக நயினார் தீவு, மணி நாகத்தீவு, மணிபல்லவத்தீவு, மணித்தீவு, பிராமணத்தீவு, ஹார்லெம், ஸம்புத்தீவு, நரித்தீவு, நாகேஸ்வரம், நாகேச்சரம் என்றெல்லாம்கூடப் பல்வேறு பெயர்கள். ஆனாலும் இந்தப் பெயர்கள் அனைத்தும் செவிவழிக் கதைகளின் அடிப்படையில்தான் தொடர்பு படுத்தப்பட்டுள்ளனவேயன்றி எந்தவித

வரலாற்றுச் சான்றுகளும் கிடைத்ததாகத் தெரியவில்லை. அன்றைய நாகத்தீவுதான் காலவோட்டத்தில் இன்று நயினாதீவாகிவிட்டது. நயினாதீவு என்பதற்கான பெயர்க் காரணம் சுவாரசியமானது. மதுரையில் மாநாய்கன் என்றொரு வைசியர் இருந்ததாகவும் அவரே நயினாதீவின் வடகீழ் திசையில் நாகபூஷணிக்கு ஒரு சிறந்த கோயில் கட்டுவித்ததாகவும் மதுரை வைசியர்களிடமிருந்த ஏடுகள் கூறுகின்றன. அவரே நயினார் பட்டர் என்ற அந்தணரையும் கண்ணப்பன் என்ற வேளாளரையும் நயினாதீவுக்குக் கொண்டு வந்திருக்கிறார். அந்தச் சமயத்தில் நாகத்தீவு என்றே வழங்கப்பட்ட தீவை நயினார்பட்டர் வழிவந்தவர்கள்தாம், நாகநயினார்தீவு என மாற்றியதாகவும், காலப்போக்கில் 'நாக' கைவிடப்பட்டு நயினார்தீவாகி பின்னர் பேச்சு வழக்கில் நயினாதீவாக மாறிவிட்டது என்கின்றனர். இதுபோலவே ஒவ்வொரு பெயருக்கும் ஒவ்வொரு கதை இருக்கிறது.

இத்தீவிற்குத் தரைவழியாகப் பயணிக்க வழியில்லை. யாழ்ப்பாணத்திலிருந்து குறிகாட்டுவான் என்ற இடம் வரை பேருந்து செல்கிறது. அங்கிருந்து படகு வழியாகத்தான் செல்ல முடியும். 1976இல் 4750 பேராக இருந்த மக்கள்தொகை இன்று 2500 ஆக உள்ளது. இங்குள்ள நாகபூஷணி அம்மன் கோயில் நாகர் இன மக்களால் தோற்றுவிக்கப்பட்டதாகக் கருதப்பட்டுகிறது. சக்தி தேவியின் அவயங்கள் விழுந்த இடங்களில் எல்லாம் சக்தி பீடங்கள் உருவாகின என்கின்றன புராணங்கள். அத்தகைய 64 சக்தி பீடங்களில் ஒன்றாகப் புகழ்பெற்றிருக்கிறது இக்கோயில். ஆதியில் நாகர்களின் முக்கிய வழிபாட்டுத்தலமாக இருந்து பின்னர் நாகபூஷணி அம்மன் திருக்கோயிலாக மாற்றம் பெற்றிருக்கலாம். அங்குள்ள ஆலயத்தில் ஐந்துதலை நாகர் சிலை ஒன்று உள்ளது. அது 8 ஆயிரம் ஆண்டுகள் பழமையானது என்கின்றனர். கோயில் பழமையானதாக இருந்தாலும், சிறப்பாகப் புனரமைக்கப்பட்டுள்ளதால், தற்போது சுற்றுலாப்பயணிகள் வருகை அதிகமாகவே காணப்படுகிறது.

நயினாதீவில் சிறந்த துறைமுகங்களும் யாத்திரைத் தலங்களும் இருந்தமையால், வெளிநாட்டு வணிகர்களும் யாத்திரிகர்களும் காலந்தோறும் இத்தீவிற்கு வருகை தந்திருக்கின்றனர். மணிமேகலை, குண்டலகேசி போன்ற தமிழ் இலக்கியங்களில் இக்கோயில் பற்றிய குறிப்புகள் காணப்படுகின்றன. இலங்கையின் வரலாறு கூறும் மகாவம்சம், நயினாதீவு பற்றி குறிப்பிடுகிறது. புத்தர் காலத்தில் இலங்கையில் ஆட்சிபுரிந்த இரண்டு நாக அரசர்களுக்கிடையில் ஒரு மணியாசனத்தின் உரிமை தொடர்பாக ஏற்பட்ட பிணக்கைத் தீர்த்து வைப்பதற்காக புத்தர் நாகத்தீவிற்கு வந்ததாக அந்நூல் கூறுகிறது. இதே பிணக்கு அல்லது யுத்தம் மணிபல்லவத்தீவில் இடம்பெற்றதாக மணிமேகலைக் காப்பியமும் கூறுகிறது. பூதத்தீவிற்கும் இதே கதைதான் சொல்லப்படுகிறது,

ஈழத்தில் நாகர்களின் முக்கிய பிரதேசமாக நயினாதீவு இருந்திருக்க வேண்டும். சாவக நாட்டு மன்னன் புத்தரது பாத பீடிகையைத் தரிசிக்க

மரக்கலமேறி வந்தான் என மணிமேகலை கூறுகிறது. பர்மாவில் இருந்து தர்மசோக மகாராசா புத்திரசோகத்தால் வருந்தி நாகவழிபாடு செய்ய நாகதீவு வந்தான் என்ற செய்தியும் வரலாற்றில் அறியக்கிடக்கிறது. ஆபுத்திரன் இங்கு வந்து அட்சய பாத்திரமான அமுத சுரபியைக் கோமுகிப் பொய்கையில் இட்டுச் சென்றான் எனவும், பாண்டவர்களில் ஒருவரான அர்ச்சுனன் நாக வழிபாட்டிற்காக வந்த நாகக்கன்னிகையை மணம் செய்து பப்பிரவாகன் என்னும் புத்திரனைப் பெற்றான் எனவும் கூறப்படுகிறது. நெடுமுடிக்கிள்ளி என்னும் சோழ அரசன் யாத்திரை காரணமாக மணிபல்லவத்துக்கு வந்து பீலிவளை என்பாளை மணந்து, தொண்டைமான் இளந்திரயனைப் பெற்றான் என யாழ்ப்பாணச் சரித்திர நூல் கூறுகிறது. இப்படி நாகத்தீவு குறித்த செய்திகள் காலந்தோறும் பல்வேறு இலக்கியங்களில் குறிப்பிடப்படுவதைப் பார்க்க முடிகிறது. நயினாதீவில் கண்டுபிடிக்கப்பட்டுள்ள கிரேக்க, ரோம, இந்திய, சீனப் பழைய நாணயங்களும், சீனாவில் 12ஆம் நூற்றாண்டில் செய்யப்பட்ட சாடிகளும் நாகத்தீவின் வணிகப் பெருமைக்கு வலு சேர்க்கின்றன.

மிகப் பழங்காலத்தில் கட்டமைக்கப்பட்டதாக நம்பப்படும் நாக பூஷணியம்மன் ஆலயம், போர்த்துகீசியர் காலத்தில் 1620இல் முற்றாக அழிக்கப்பட்டது. பொருள்கள் சூறையாடப்பட்டன. ஒல்லாந்தர் காலத்தில் நயினா தீவு கடலில் சங்கு குளிக்கும் தொழில் நடைபெற்றுள்ளது. போர்த்துகீசியர் அழித்த கோயிலை மீண்டும் சிறிதாகக் கட்டிமுடிக்க, அதையும் பின்வந்த ஒல்லாந்தர் அழிக்க முற்பட்டனர். இவர்கள் காலத்தில் தூத்துக்குடி முஸ்லிம்கள் செல்வாக்குப் பெற்றிருந்தனர். தென்னந்தோட்டங்கள் அமைத்தனர். பள்ளிவாசல் ஒன்றையும் அமைத்தனர். இலங்கைச் சுதந்திரமடைந்தபின் ஸ்ரீநாகபூஷணி அம்மன் தேவாலயமும், ஸ்ரீநாக விகாரையும் மிகவும் சிறப்பான முறையில் அமைக்கப்பட்டன. ஆனி மாதம் 16 நாட்கள் மஹோஸ்தவம் கொண்டாடப்படுகிறது. இன்று இக்கோயிலில் பத்தாயிரம் சிற்பங்கள் இருப்பதாக மதிப்பிடப்படுகிறது.

பல்வேறு யூகங்களும் கற்பனைகளும் கதைகளுமாக வெளியில் உலாவர, கடந்தகால சரித்திரத்தைத் தனக்குள் புதைத்துக்கொண்டு, இலங்கை வரலாற்று நிகழ்வுகளின் எழுச்சி, வீழ்ச்சிகளையெல்லாம் காலம்தோறும் தன்னுடலில் தாங்கிக்கொண்டு மௌனப் புன்னகையுடன் பாம்புகளை நகைகளாக அணிந்துகொண்டு பாக்ஜலசந்தியின் நடுவில் நிற்கிறாள் நாகபூஷணி அம்மன்.

வந்தியத்தேவனின் வழித்தடத்தில் மாதோட்டம்!

நாகத்தீவு நோக்கிப் படகில் செல்லும்போது பூங்குழலி, வந்தியத்தேவனுக்கு மாதோட்டம் செல்லும் பாதையை இப்படிக் கூறுகிறாள்: "மாதோட்டம் (நாகத்தீவிலிருந்து) இங்கிருந்து ஐந்து ஆறு காத தூரம் இருக்கும். வழியெல்லாம் ஒரே காடு, கோடிக்கரைக் காடு மாதிரி இருக்கும் என்று நினைக்காதே. வானை எட்டும் மரங்கள் அடர்ந்த காடு, பட்டப்பகலில்கூட சில இடங்களில் இருட்டாக இருக்கும். யானைக் கூட்டங்களும் வேறு பல துஷ்ட மிருகங்களும்கூட உண்டு. நீ ஜாக்கிரதையாகப் போய்ச் சேர வேண்டும்." வாசிக்கும்போதே கடற்புறத்தை ஒட்டிய அந்த அடர்ந்த காடுகள் மனதில் நிழலாடி அச்சமூட்டுகின்றன.

நாகத்தீவிலிருந்து அடர்ந்த காடுகளைக் கடந்து வரும் வந்தியத்தேவன், ஈழத்துக் கடற்கரையோடு நடந்து சென்று, மன்னார் வளைகுடா பகுதியில் அமைந்துள்ள பாலாவி நதிக்கரையில் இருந்த மாதோட்ட மாநகரை அடைகிறான். அங்கு ஆழ்வார்க்கடியானை மீண்டும் சந்திக்கிறான். இந்த மாதோட்ட எழிலையும் இயற்கை சூழலையும் ரசித்து ரசித்து வர்ணித்திருப்பார் கல்கி.

“அம்மாநகரம், திருஞான சம்பந்தர் காலத்திலும், சுந்தரமூர்த்தியின் காலத்திலும் இருந்ததுபோலவே இப்போதும் பசுமையான மரங்கள் அடர்ந்த சோலைகளினால் சூழப்பட்டுக் கண்ணுக்கு இனிய காட்சி அளிக்கிறது. மாவும் பலாவும் தென்னையும் கமுகும் கதலியும் கரும்பும் அந்தக் கரையைச் சுற்றிலும் செழித்து வளர்ந்திருந்தன. அந்த மரங்களில் வானரங்கள் ஊஞ்சலாடின, வரி வண்டுகள் பண்ணிசைத்தன, பைங்கிளிகள் மழலை பேசின. அந்நகரின் கோட்டை மதில்களின் மேல் கடல் அலைகள் மோதிச் சலசலவென்று சப்தம் உண்டாக்கின. மாதோட்ட நகரின் துறைமுகத்தின் பெரிய மரக்கலங்கள் முதல் சிறிய படகுகள் வரை நெருங்கி நின்றன. அவற்றிலிருந்து இறக்கப்பட்ட பண்டங்கள் மலை மலையாகக் குவிந்துகிடந்தன. இவையெல்லாம் சம்பந்தர், சுந்தரர் காலத்தில் இருந்தது போலவே இருந்தாலும் வேறு சில மாறுதல்கள் காணப்பட்டன. மாதோட்ட நகரின் வீதிகளில் இப்போது கேதேஸ்வர ஆலயத்துக்குச் செல்லும் அடியார்களின் கூட்டத்தை அதிகம் காணவில்லை. பக்தர்கள் இறைவனைப் பாடிப் பரவசமடைந்த இடங்களிலெல்லாம் இப்போது போர் வீரர்கள் காணப்பட்டனர். கத்தியும் கேடயமும் வாளும் வேலும் கையில் கொண்ட வீரர்கள் அங்குமிங்கும் திரிந்தார்கள். சென்ற நூறு ஆண்டுகளுக்கு அதிகமாக அந்த நகரம் ஒரு யுத்த கேந்திரஸ்தலமாக விளங்கிவந்தது. தமிழ்நாட்டிலிருந்து ஈழத்துப் போருக்கு வந்த படைகள் பெரும்பாலும் அங்கேதான் இறங்கின. திரும்பிச் சென்ற படைகளும் அங்கேதான் கப்பல் ஏறின. நகரம் பலதடவை கைமாறிவிட்டது. சில சமயம் இலங்கை மன்னர்களிடமும் சில சமயம் பாண்டிய அரசர்களிடமும் அது இருந்தது. பராந்தக சக்கரவர்த்தியின் காலத்திலிருந்து சோழர்களின் ஆதிக்கத்தில் இருந்துவந்தது. அத்தகைய யுத்த கேந்திர நகரத்தின் கோட்டை மதில் வாசலில் ஒருநாள் வந்தியத்தேவன் வந்து நின்றான்.” பொன்னியின் செல்வன் நாவல் வாசித்த பதின்பருவத்திலேயே இலங்கை மீது கொண்ட காதல், நாற்பது வயதில் நேரில் பார்க்கும் போது சிலிர்ப்பூட்டியது.

கல்கியின் கற்பனைக்கு அப்பாற்பட்டு பார்த்தாலும், சோழ, சேர, பாண்டிய, பல்லவ சக்கரவர்த்திகளும் அவர்களுக்கு முன்னதாக, சுந்தரரும் திருஞான சம்பந்தரும் அதற்கும் முன்னதாக புத்தபிரானும் நடமாடிய வரலாற்றுப் பூமியாகத்தான் இருக்கிறது மாதோட்டம். இலங்கைக் கரையெங்கும் காணக்கிடைக்கிறது அந்த அதிசய தேசத்தின் வரலாற்று எச்சங்கள். இன்று மன்னார் மாவட்டமாக உருவெடுத்திருக்கும் பகுதியில்தான் எத்தனையெத்தனை வரலாறுகள் பொதிந்து கிடக்கின்றன? மன்னார் மாவட்டத்தின் பழம் பெருமைக்குச் சான்றாக இருக்கிறது மாதோட்டத் துறைமுகம். பாளி மொழியில் எழுதப்பட்ட பழைய வரலாற்று நூல்கள் இதனை மாதொட்ட அல்லது மகாதித்த என்று குறிப்பிட, தமிழ் நூல்கள் மாந்தை அல்லது மாதோட்டம் என அழைக்கின்றன.

வரலாற்றுக்காலத்திற்கு முந்திய காலத்திலேயே இந்தியா உட்பட பிறநாட்டு வணிகர்கள் வந்துசென்ற துறைமுகப்பட்டினமாக விளங்கியிருக்கிறது மாதோட்டம் என்னும் நகரம். இலங்கைத்தீவின் வடமேற்குக் கரையில் இன்றைய வட மாகாணத்தின் மன்னார் மாவட்டத்தில், மல்வத்து ஓயா என அழைக்கப்படும் ஆற்றின் கழிமுகத்தை ஒட்டி அமைந்திருந்தது. அன்றையத் தலைநகரமான அனுராதபுரத்துடன் சிறப்பான போக்குவரத்து வசதிகளைக்கொண்டிருந்தது. மன்னார் மாவட்டத்தின் ஒரு பகுதி இன்றும் மாந்தைப் பற்று என்று அழைக்கப்படுகிறது. தமிழகத்திலிருந்து சில மைல்கள் தொலைவில் கூப்பிடு தூரத்திலேயே இருந்ததால் தென்னிந்தியாவுடனான வணிகத் தொடர்பு இயல்பாக மலர்ந்தது. இங்கு தென்னிந்தியர்கள் அதிக அளவில் வாழ்ந்து வந்ததாகவும் தெரிகிறது. அருகில்தான் திருக்கேதீஸ்வரம் என்னும் புகழ்பெற்ற சிவன்கோவில் உள்ளது. ராமர், அகத்தியர், அருச்சுனன் ஆகியோர் மாந்தோட்டத் துறைமுகத்தின்மூலம் கடலைக் கடந்து இலங்கைக்கு வந்தார்கள் என்கிறது புராணங்கள். சுந்தரரும் திருஞான சம்பந்தரும் நடமாடிய பூமி என்கின்றன இலக்கியங்கள். சோழர் காலத்தில் முக்கிய நிகழ்வுகள் நடைபெற்ற இடம் என்ற செய்தியை புனைவு கலந்து ரசிக்கத்தருகிறது பொன்னியின் செல்வன்.

இந்நகரம் கம்மாளர் சமூகத்தைச் சேர்ந்தவர்களால் கட்டப்பட்டதாகவும், பலம் பொருந்திய அவர்கள் பன்னெடுங்காலமாக இப்பகுதியை ஆட்சி செய்தார்கள் எனவும் ஒல்லாந்து தேசத்தைச் சேர்ந்த பற்றலொக்கு என்பவர் எழுதிய ‘இலங்கை’ என்னும் நூலின் வாயிலாக அறிய முடிகிறது.

கொள்ளா நரம்பினிமிரும் பூசல் இரைதேர் நாரை யெய்திய விடுக்கும் துறைஎகழு மாந்தை யன்ன” - நற்றிணை

நன்னகர் மாந்தை முற்றத் தொன்னார் பணிதிரை கொணர்ந்த பாடு சேர் நன்கலம் - அக நானூறு

வண்டு பண்செய்யும் மாமலர் பொழில் மஞ்சை நடமிடும் மாதோட்டம் - திருஞான சம்பந்தர்

வாழையாம் பொழில் மந்திகள் களிப்புற மருவிய மாதோட்டம் பொன்னிலங்கிய முத்து மாமணிகளும் பொருந்திய மாதோட்டம் மானமும் பூகமும் கதலியும் நெருங்கிய மாதோட்டம் நன்னகர் - தேவாரம்

இப்படி அத்தனை இலக்கியங்களும் மாய்ந்து மாய்ந்து மாதோட்டத்தை வர்ணிக்கின்றன.

தமிழ் இலக்கியங்கள் மட்டுமல்ல, பாளி மொழியின் மகாவம்சமும் மாதிட்டை என்று அழைக்கப்படும் மாதோட்டத்தை எண்ணிலடங்காத மரக்கலங்களின் புகலிடம் என்றும், அங்கு மாட மாளிகைகள் நிறைந்திருந்ததாகவும், பூம்பொழில்கள், பழத் தோட்டங்கள் வயல்கள் சூழ்ந்திருந்ததென்றும் கூறுகிறது. மாதோட்டம் மூலம் வந்த முத்துகளையும் பட்டாடைகளையும் அணிந்து வாசனைப்பொருள்களைப் பாவித்து, ரோமர்கள் ஆடம்பரமாக வாழ்ந்தனர் என்று பெரிபுளுஸ் என்ற அயலக நூல் சற்றே வயிற்றெரிச்சலுடன் வியக்கிறது.

மாந்தோட்ட துறைமுகம் பாலாவி ஆற்றுமுகத்தில் இருந்தது. மலையளவு அலைகள் எழுந்தும் விழுந்தும் ஆர்ப்பரித்தன. ஆற்றின் தெற்குக்கரையில் அலைவாய்க்குரடுகளும் (*piers*) கிடங்குகளும் அமைந்திருந்தன. இப்பொழுது அக்கிராமம் வங்காலை (வங்கக்கலங்கள் கலக்குமிடம்) என்று அழைக்கப்படுகிறது. எகிப்து, மெசபடோமியா, பாலஸ்தீனம், கிரேக்க, ரோமானிய நாடுகளிலிருந்து அரபிக்கடல் வழியாக கடல்வழி வாணிகம் அக்காலத்தில் நடந்திருக்கிறது. தென்மேற்குப் பருவமழையின் சீற்றத்திலிருந்து மாதோட்டத் துறைமுகம் புகலிடமளித்து அவர்களைக் காத்தது. காரணம் மன்னார்தீவும் ராமர் அணையும்தான். அக்காலத்தில் மன்னார் தீவுக்கும் இலங்கை நிலத்திற்கும் இடையேயுள்ள நீர்ப்பரப்பு இரு பருவமழைகளால் ஏற்படும் கடல் நீரோட்டத்தால் மணல் தட்டாமல், கப்பல் போக்குவரத்துக்கு ஏற்றதாக இருந்திருக்கிறது. கப்பல்கள் செல்லுமளவுக்கு ஆழமான மன்னார் கடற்கால் எப்படிச் சதுப்புநிலமானது? மிகச் சிறந்த மாந்தோட்டத்துறைமுகம் எப்படி மணல் மேடுற்றது? அலைமோதிய பாலாவியாறு எப்படி ஒரு சிறு வாய்க்காலானது? அதைச் சுற்றியிருந்த நிலப்பகுதி எப்படித் தரிசு நிலமானது? இயற்கையின் விந்தையை யாரறிவார்?

அன்றொரு நாள், மாதோட்டத்தின் பொற்காலத்தில் பதினோராம் நூற்றாண்டுக்கு முன்னதான இரண்டாயிரம் ஆண்டுகளாக இந்தியாவுக்கும் இலங்கைக்கும் மட்டுமின்றி தென்னிந்திய கடல் வணிகர்கள் தங்கள் சரக்குகளை சீனாவுக்குக் கொண்டு செல்லும்போதும் இடைப்பட்டுத் தங்கிச் செல்லும் துறைமுகமாகத்தான் மாதோட்டம் விளங்கியது. மிகச் சிறந்த வர்த்தக நகரமாக உருவெடுத்தது. ஈழத்து உணவு வகைகள், முத்து பவளம், நவரத்தினங்கள், யானை, யானைத் தந்தம், மயில் தோகை, மிளகு, கறுவாய், ஏலம் போன்ற பொருள்கள் மாதோட்ட துறைமுகத்திலிருந்து ஏற்றுமதி செய்யப்பட்டன. கப்பல் கட்டும் தொழில் நடந்திருக்கிறது. பல நாடுகளிலிருந்தும் வர்த்தகர்கள் இங்கு வந்துகூடினர், உலகின் பல பாகங்களிலிருந்தும் பண்டங்கள் மாதோட்டத்தில் வந்து குவிந்தன. செல்வம் பெருகியது, மக்கள் வளமான வாழ்க்கை வாழ்ந்தார்கள் என்கிறார் கிரேக்க அறிஞர் கொஸ்மன் இண்டிக்கோ பிளஸ்தேஸ் தனது நூலில்.

அச்சமயத்தில் இந்தியாவின் ராமேஸ்வரம் கோயிலுக்கு நிகரான சிறப்புடன் திருக்கேதீஸ்வரம் கோயில் சிறப்புப் பெற்றிருந்தது. ஆனால், அது இந்தியாவிலிருந்து இலங்கைக்குப் படையெடுத்துவரும் ராணுவத்தின் வழியில் இருந்ததால், அதிகம் தாக்குதலுக்கு உள்ளானது. ஒருகட்டத்தில் அந்த ஆன்மிகக் கேந்திரம் யுத்த கேந்திரமாகவே மாறிப்போனது. சோழர்கள் பொலன்றுவையிலிருந்து இலங்கையில் ஆட்சிபுரிந்தபோது மாதோட்டமும் திருக்கேதீஸ்வரமும் புகழின் உச்சியை அடைந்தன. ராஜராஜேச்சுரம் என்றுகூட மாதிட்டை அழைக்கப்பட்டது. உலகளாவிய வணிகத்திலும் சிறப்பாக இருந்திருக்கிறது என்பதற்கு ஆதாரமாக, பண்டைய உலகின் பல நாடுகளைச் சேர்ந்த நாணயங்களும் போசலின் பாண்டங்களும் மற்றும் பல வணிகப் பொருள்களும் அகழ்வாய்வுகள் மூலம் இப்பகுதியில் அகழ்ந்தெடுக்கப்பட்டுள்ளன.

மன்னார் தீவுக்கு அமைக்கப்பட்ட சாலைப் பாலமும் ரயில்வே பாலமும் கடல் நீரோட்டத்தை முற்றிலுமாக நிறுத்தியிருக்க வேண்டும். அதன்பின் மாதோட்டத்திற்குப் பதிலாக தலைமன்னார் இந்தியாவுக்கு அருகாமையான துறைமுகமாக உருப்பெற்றது. ஏழாம் நூற்றாண்டுக்குப்பின் தலைநகர் இலங்கையின் கிழக்குக் கரைக்கு அருகிலிருந்த பொலநறுவைக்கு மாற்றப்பட்டதும் ஒரு காரணமாக இருக்கலாம். பராக்கிரமபாகு மன்னன் காலத்தில் துவங்கி போர்ச்சுகீசியரின் வருகைக்குப்பின் மாதோட்ட துறைமுகத்தின் சிறப்புக்குன்றி, வடக்கிலிருக்கும் கேட்ஸ் துறைமுகம் சிறப்புப் பெற்றது. நாளடைவில் மாதோட்டம் தனது முக்கியத்துவத்தை முற்றாக இழந்தது.

இன்றைய மன்னார் பகுதி மாதோட்டத்தை உள்வாங்கிய பகுதியே. பாலாவி ஆறு பரந்து பாயும் நிலை தடுக்கப்பட்டு, பெருங்குளமாக மாறியுள்ளது. ஈழ நாட்டின் மிக உயர்ந்த நிலையில், ஈழத்தின் கலாச்சாரத்தைக் கடல் கடந்து பரப்பிய மாதோட்டம் இன்று புதைபொருள் ஆய்வின் மையமாகியுள்ளது. சீனாவின் சிச்சுவான் பல்கலைக்கழகத்தின் தொல்லியல் ஆய்வாளர்கள் மற்றும் களணி பல்கலைக்கழகத்தின் தொல்லியல்துறை ஆராய்ச்சி பிரிவு இணைந்து மன்னார் மாதோட்டத்தின் வரலாற்று பழமைமிக்க துறைமுகத்தில் விசேட ஆய்வுகள் நடத்தவுள்ளனர் என்கிறார் தொல்லியல்துறை திணைக்களம் பணிப்பாளர் பேராசிரியர் பீபி மண்டாவல. பார்க்கலாம், இந்த ஆய்வுகள் இன்னும் எத்தனையெத்தனை வியப்புகளை, தமிழர் வாழ்வியலின் அதிசயங்களை, தமிழரின் பண்பாட்டுப் பெருமைகளை உலகிற்கு பறைசாற்றப்போகுதென்று!

வந்தியத்தேவனின் வழித்தடத்தில் தம்புளா

பல்வேறு தடைகளைக் கடந்து பொன்னியின் செல்வரான அருள்மொழிவர்மனை வந்தியத்தேவன் சந்திக்கும் இடம்தான் தம்புளா. அங்குள்ள வனப்பகுதியில் யானைப்பாகன் வடிவில் அருள்மொழிவர்மன் இருந்தபோதுதான், அவரைக் கண்டு குந்தவை கொடுத்தனுப்பிய ஓலையை வந்தியத்தேவன் வழங்குவார். 2000 ஆண்டுகளுக்கு முன்பு இலங்கையை ஆண்ட வலஹம்பாஹு என்ற மன்னன், தமிழர் படை இலங்கைக்குப் படையெடுத்துச் சென்றபோது தலைநகரிலிருந்து தப்பி இந்தத் தம்புளா குகைகளில் தஞ்சம் அடைய, அங்கிருந்த புத்தபிக்கு இவருக்குப் பாதுகாப்பு அளித்து காப்பாற்றியிருக்கிறார். பின்னர் மீண்டும் அனுராதாபுரத்தைக் கைப்பற்றிய மன்னன் முன்பு தனக்கு அடைக்கலம் அளித்து உயிரைக் காப்பாற்றிய புத்த பிக்குவிற்கு நன்றி செலுத்தும் விதமாக, தம்புளா குகையில் புத்தருக்குக் கோயில் எடுத்ததாகப் பொன்னியின் செல்வனில் கல்கி குறிப்பிடுகிறார். இதையேதான் வரலாற்று நூல்களும் சொல்கின்றன. இந்த வரலாறு நடைபெற்ற காலத்தில் தம்புளா பகுதி சோழர்களின் கட்டுப்பாட்டில் இருந்தாலும், தம்புளாவில் நடைபெற்ற புத்த வழிபாடுகளுக்கும் திருவிழாக்களுக்கும் எந்த இடையூறும் வராமல் அருள்மொழிவர்மன் பார்த்துக்கொண்டதை உயரிய குணமாக வர்ணிக்கிறார் கல்கி.

2012 ஜனவரி 8 - வாழ்வில் திகிலை ஏற்படுத்திய, உயிர்பயத்தை நேருக்கு நேர் சந்தித்த நாள். ஜனவரி 4, 5, 6 தேதிகளில் சார்க் நாடுகள் அளவிலான ஒரு திட்டமிடல் பணிமனைப் பயிற்சி இலங்கையின் நிகம்புவில். எனது முதல் இலங்கைப் பயணம் என்பதால் மிக

சந்தோஷமாகச் சென்றிருந்தேன். பயிற்சி முடிந்து சக தோழிகள் அவரவர் நாடு நோக்கிச் சென்றுவிட, எனக்கு மட்டும் மறுநாள் விமானம். அதனால், தனியொருத்தியாகச் சுற்றிப்பார்க்கக் கிளம்பிவிட்டேன். யுத்தம் முடிந்து 2 ஆண்டுகள் கழிந்திருந்த போதிலும் ஓர் இறுக்கமான சூழல் நாடெங்கும் நிலவிக்கொண்டிருந்த நேரம் அது. தம்புளா பார்க்கச் செல்லலாம் என முடிவானதும், ஒரு சிங்கள சகோதரன் ஓட்டுநராக வர, பயணத்தை துவக்கிவிட்டேன். நான் தங்கியிருந்த நிகம்புவிலிருந்து தம்புளா செல்லும் வழியெங்கும் ராணுவ முகாம்களும் சோதனைச் சாவடிகளும் தொடர்ந்து எதிர்ப்பட்டு, பயமுறுத்தின. பயணம் நீண்டு கொண்டே ஊரைவிட்டு விலகி, விவசாய நிலங்களைக் கடந்து, காட்டுப் பகுதிகளின் ஊடாக வெகுதொலைவில் செல்லச்செல்ல மனதில் கலக்கமும் திரும்பி வந்துவிடுவேனா என்ற அச்சமுமாக இருந்தது. "பயணம் வேண்டாம், திரும்பிச் சென்றுவிடலாம்" என நான் மீண்டும் மீண்டும் கெஞ்சுவதை அவன் கேட்கிறானில்லை. "இல்ல மேடம், அது ரொம்ப நல்லா இருக்கும்" என்பதை உடைந்த தமிழில் கூறிக்கொண்டே வேகத்தை அதிகரிக்க பயத்தில் வேர்க்கத் தொடங்கியிருந்தது. பல கட்ட ராணுவச் சோதனைகளைக் கடக்கும்போதெல்லாம் நெஞ்சை அடைத்து குரல் கம்மியது. எனது அடையாள அட்டைகளைச் சோதித்த ஒவ்வொரு ராணுவ வீரரின் முகத்திலும் என்மீதான சந்தேகம் அப்பட்டமாகத் தெரிந்ததை உணரமுடிந்தது. அதுவரை பத்திரிகைகளில் படித்திருந்த இலங்கை ராணுவ நடவடிக்கைகள் குறித்த எதிர்மறைச் செய்திகள் அத்தனையும் ஒட்டு மொத்தமாய் நினைவுக்கு வந்து தொலைத்தது. அந்தக் கலக்கமான மணித்துளிகளை... அவை ஏற்படுத்திய உணர்வுகளை அப்படியே இங்கு வடித்துவிட முடியாததாக இருக்கிறது. ஆனால்,

அத்தனையும் கடந்து உலகின் மிகவும் புகழ்பெற்ற அந்தக் குகை வளாகத்திற்குள் நுழையும்போது அதுவரை இருந்த உயிர்பயம் குறைந்து மனதில் ஓர் அமைதி பரவுவதை உணரமுடிந்தது.

கொழும்பில் இருந்து 148 கிலோ மீட்டர் தொலைவில் மாத்தளை மாவட்டத்தில் இருக்கிறது தம்புளா. 160 மீட்டர் உயரமுள்ள சிறு சிறு குன்றுகள் பரவலாகக் காணப்படுகிறன். அந்தக் குன்றுகளின் மீது தொடர்ச்சியான 5 குகைகள் கொண்ட ஒரு தொகுதியாக இருக்கிறது அந்தக் குடைவரைக் கோயில். உலகின் பெருமதிப்பை அக்குகைகள் பெற்றுள்ளதற்கு, அங்கு பெருந்தொகையாகக் காணப்படும் சிற்பங்களும் ஓவியங்களுமே காரணமாக இருக்க முடியும். இவ்விடம் முன்பு ஜம்புகோள என அழைக்கப்பட்டதாக மகாவம்சம் கூறுகிறது. அந்த ஜம்புகோள பட்டினத்தில்தான் சங்கமித்திரை மகாபோதிமரக் கன்றுடன் (வெள்ளரசு) இறங்கியதாகச் சொல்லப்படுகிறது. நிஸ்ஸங்க மல்லன் காலத்தில் சுவர்ணகிரிக் குகைகள் (தங்க மலைக் குகைகள்) எனவும் அழைக்கப்பட்டிருக்கிறது. தேவராஜக் குகை, மகாராஜ குகை, மஹ அலுத் விகாரை, பச்சிம விகாரை, இரண்டாவது புது விகாரை என்பனவாக இருக்கிறது ஐந்து குகைத் தொகுதிகளின் பெயர்களும். தம்புள்ளா பொற்கோயில் என இப்போது அழைக்கப்படும் அந்த வெளிப்பகுதி 2100 சதுரமீட்டர் அளவிற்கு விரிந்துள்ளது. இலங்கையிலுள்ள குகைக் கோயில்களுள் இதுவே மிகப்பெரியது. 10 ஆம், 11 ஆம் நூற்றாண்டுகளில் இப்பகுதி சோழர்களின் ஆதிக்கத்தின் கீழ் இருந்திருக்கிறது. ஓவியங்களும், சிலைகளுமாகக் கண்ணையும் மனதையும் கவர்கின்றன. புத்தரின் வாழ்க்கை வரலாற்று நிகழ்வுகள் அத்தனையும் அழகு ஓவியங்களாக நம் கண் முன்னே விரிகின்றன. புத்தர் தொடர்பான ஓவியங்களைத் தவிர்த்துப் பார்த்தால், விஜயனின் வருகை, மஹிந்தர் வருகை, ஸ்ரீ மகா போதியை நடுதல் போன்ற ஓவியங்கள் மிகச் சிறப்பாக இருக்கின்றன. புத்த பெருமானின் பல்வேறு நிலைகளைக் காட்டும் 153 புத்தர் சிலைகள் உள்ளதாகக் கூறினார் அங்கிருந்த புத்தபிக்கு ஒருவர். இலங்கை மன்னர்களின் 3 சிலைகளும் உள்ளன. அத்தோடு விஷ்ணுவிற்கும் விநாயகருக்கும்கூட சிலைகள் உள்ளன. கி.மு. 7 முதல் 3ஆம் நூற்றாண்டு வரை இப்பகுதிகளில் குடியிருப்புகள் இருந்திருக்கலாம் எனவும், ஓவியங்களும் சிலைகளும் 1ஆம் நூற்றாண்டில் வரையப்பட்டிருக்கலாம் எனவும் யூகிக்கப்படுகிறது. கி.பி. 12ஆம் நூற்றாண்டில் நிஸங்கமல்ல

மன்னனால் இந்த இடம் புதுப்பிக்கப்பட்டு, 5 குகைகளும் இவரது காலப்பகுதியிலேயே உருவாக்கப்பட்டுள்ளது. 1991இல் உலக பாரம்பரிய தொல்லியல் சின்னமாக இந்தக் குகை கோயிலை யுனெஸ்கோ அங்கீகரித்துள்ளது.

கி.மு. 3 ஆம் நூற்றாண்டிற்குரிய பிராஹ்மி எழுத்துகள் கொண்ட கல்வெட்டுகள் இங்கு நீண்ட காலமாக வாழ்ந்த மனிதர்களின் சான்றாக எஞ்சியுள்ளன. 2001ஆம் ஆண்டில் 100 அடி உயரமான தங்கமுலாம் பூசப்பட்ட புத்தரின் சிலை வைக்கப்பட்டு, சுற்றுலாப் பயணிகளை ஈர்த்துக்கொண்டிருக்கிறது. கட்டாயம் பார்த்தே ஆக வேண்டும் என நாம் நினைக்கும் பட்டியலில் சேர்க்கும் அளவிற்கான அற்புதமான இடம்தான் இது.

வந்தியத்தேவனின் வழித்தடத்தில்... அனுராதபுரத்தின் அதிசயங்கள்

பசும்புல் தரைகள்.. ஆங்காங்கே மயில்கள்.. அந்த பரந்த நிலப்பரப்பெங்கும் புதிதாய் வெளிவந்த காளான்களாய் சிறு சிறு கட்டிடங்களின் அடித்தளங்கள். 50, 60 கட்டுமானங்கள் இருக்கலாம். சில பெரிய கட்டுமானங்களும்கூட தெரிகின்றன. இளந்தேரிகள் புத்தனின் கால்களில் தாமரை மலர் தூவி, பாளியில் மந்திரம் கூறி சூழ்நிலையை ரம்யமாக்கிக் கொண்டிருக்கின்றனர். அனுராதபுரத்திலுள்ள தொலுவில் என்ற இடத்தில் அமைந்துள்ள 'ஜேதவான விகாரை' என்றழைக்கப்படும் உலகின் மிகப்பெரிய செங்கல் நினைவுச் சின்னங்கள் அவை.

அனுராதாபுரம் - இலங்கையின் வட மத்திய மாகாணத்தில் அமைந்துள்ளது. கி.மு. 4 ஆம் நூற்றாண்டு முதல் கி.பி. 11 ஆம் நூற்றாண்டின் ஆரம்பம் வரை பண்டைய இலங்கையின் தலைநகரமாக பெயரும், புகழும் பெற்று விளங்கியது. மகாவம்சத்தின்படி, இந்தியாவிலிருந்து துரத்திவிடப்பட்ட விஜயன் 700 நண்பர்களுடன் இலங்கை வந்தபோது அவனுடன் வந்த அனுராத என்பவனால் தோற்றுவிக்கப்பட்ட குடியேற்றம் என்கிறது சிங்கள நூல்கள். அந்த அநுராத கிராமம்தான் பண்டுகாபயன் என்ற அரசனால் அனுராதபுரமாக மாறி, இலங்கையின் முதல் தலைநகரம் என்ற அந்தஸ்தைப் பெற்றது. இந்தியாவில் வீழ்த்தப்பட்ட பௌத்தம் இங்கு தழைத்தோங்கியது. 10 ஆம் நூற்றாண்டில், தொடர்ச்சியாக வந்த தென்னிந்திய அரசர்களின் படையெடுப்புகளால் தலைநகரை மாற்ற வேண்டிய கட்டாயம் ஏற்பட்டு, பொலன்னலறுவைக்கு மாற்றப்படும் வரை கிட்டத்தட்ட ஆயிரம் ஆண்டுகளுக்கும் மேலாக நாட்டின் தலைநகராக இருந்திருக்கிறது. அதன்பின் நகரம் அனைவராலும் கைவிடப்பட்டது.

கைவிடப்பட்ட நகரத்தை காடுகள் கைப்பற்றிக்கொண்டன. 19 ஆம் நூற்றாண்டில் ஆங்கிலேயர்களின் முயற்சியால், மீண்டும் வெளியுலகு பார்த்த பின்னர் பௌத்த புனித யாத்திரை மையமாக மாறியது. 1870 களில் நகரம் மறுமலர்ச்சி அடையத் தொடங்கியது. 1982 முதல் யுனெஸ்கோ அனுராதபுரத்தை புனிதநகரம் என்ற பெயரில் உலக பாரம்பரிய தளமாக அங்கீகரித்துள்ளது.

அனுராதபுரம் என்பதே வரலாறுகள் நிறந்த புராதன நகரம்தான். இந்நகரின் ஒவ்வொரு இடமும், ஒவ்வொரு பொருளும் பௌத்தர்களின் மத கலாசாரங்களை பிரதிபலித்து நிற்பதனால்... புராதான மரபுரிமைச் சின்னங்களின் இடிபாடுகளால் நிரம்பிக்கிடப்பதனால், இது பௌத்தர்களின் இதயமாகவும், புனித நகரமாகவும் கருதப்படுகிறது. முன்பொரு காலத்தில் விகாரைத் தோட்டமாக இருந்திருக்க வேண்டும் என்கின்றனர் வரலாற்றாளர்கள். மலையெனக் குவிந்து கிடக்கும் வரலாற்றின் சாட்சியங்களை நாங்கள் நினைத்துச் சென்றதுபோல, ஒரு நாளில் பார்த்து முடித்துவிட முடியாது என்று புரிந்துகொண்டோம். அருகிலிருந்த அந்த முதிர்ந்த தேரியிடம் அந்த பெரிய வளாகத்திற்குள் முக்கியமாக பார்க்க வேண்டிய இடங்களைக் கேட்கிறோம். புன்னகையுடனான அவரின் பதில் மலைக்க வைக்கிறது. பழங்கால கல் பாலம், ஜெதவனாராம பட வீடு, பழங்கால மருத்துவமனை - மிஹிந்தலை, திஸ்ஸ வெவ நீர்த்தேக்கம், எத் பொக்குனா யானை குளம், இசுருமுனியா விஹாராயா, சசெருவ புத்தர் சிலை, வெசகிரிய புத்த வன மடாலயம், களுதிய போகுனா - கருப்பு நீர் குளம் - மிஹிந்தலை, அபயகிரி ஸ்தூபம், சமாதி புத்தர்சிலை, துபாராமய தகோபா, ருவன்வெளிசாய ஸ்தூபம், ஜெதவனராமாய, ஜெய ஸ்ரீ மகாபோதி மரம், சண்டகட பஹானா நிலாக்கல், லங்காராம ஸ்தூபம், ஹத்திகுச்சி கோவில், குஜ்ஜா திச தாகோபா, குட்டம் போகுனா - இரட்டை குளம், பண்டைய அனுராதபுரத்தின் நட்சத்திர வாசல் என நீண்டு கொண்டே போகிறது அந்த பண்டைய அனுராதபுரத்தின் அதிசயங்கள்.

கேட்கும்போதே மனம் பொன்னியின் செல்வனுக்குத் தாவியது. வந்தியத்தேவன் நினைவிலாடினான். அனுராதபுரத்திற்குள் அருள்மொழிவர்மனும், ஆழ்வார்க்கடியானும், தானுமாய் நுழையும்போது இப்படித்தானே அதிசயித்துப்போனான் வந்தியத்தேவன் - இலங்கைத்தீவின் தொன்மை மிக்க அத்தலைநகரத்தைச் சற்று தூரத்திலிருந்து பார்த்தபோதே வந்தியத்தேவன் அதிசயக் கடலில் மூழ்கிப் பேசும் சக்தியை இழந்தான். அவனுடைய கற்பனைகளையெல்லாம் அந்த மாநகரம் விஞ்சியதாயிருந்தது. "அம்மம்மா! இதன் மதில்சுவர் தான் எத்தனை பெரியது? எப்படி இருபுறமும் நீண்டு கொண்டே செல்கிறது? எந்த இடத்தில் அச்சுவர் வளைந்து திரும்புகிறது என்று தெரிந்து கொள்ளவும் முடியவில்லையே? மதில் சுவருக்கு உள்ளே எத்தனை எத்தனை கோபுரங்களும் ஸ்தூபிகளும் மண்டபச் சிகரங்களும் தலைதூக்கிக் கம்பீரமாக நிற்கின்றன! இவ்வளவும் ஒரே நகரத்துக்குள்ளே,

ஒரே மதில் சுவருக்குள்ளே அடங்கியிருக்க முடியுமா?" காஞ்சி, பழையாறை, தஞ்சை முதலிய நகரங்களெல்லாம் இந்த மாநகரத்தின் முன்னே எம்மாத்திரம்?" - அந்த வளாகத்தைப் பார்த்து, வியந்து, வந்தியத்தேவன் போலவே நானும் இப்போது பேசும் சக்தியை இழந்திருந்தேன்.

அனுராதபுரம் வீதிகளில் செல்லும்போது, மாட மாளிகைகளும், விஹாரங்களும் இடிந்து கிடப்பதை வந்தியத்தேவன் காண்பான். இடிந்து போன கட்டிடங்கள் புதுப்பிக்கப்பட்டிருப்பதையும் பார்ப்பான். அப்படித்தான், இடிபாடுகளாகவும், திருத்தம் செய்யப்பட்டதாகவும் இப்போதும் கலந்து காணப்படுகிறது அந்த வளாகம். புத்தர் சிலைகள், சிலாரூபம் இருக்கும் உயர்ந்த மாடங்கள், கல்வெட்டுகள், நீர் தடாகங்கள், சிதைவுற்ற கட்டிடங்கள், தூண்கள், 25 குழிகள் கொண்ட கல்பாத்திரம் என காலம் மறைத்து வைத்த அதிசயங்கள், அள்ள அள்ளக் குறையாத அட்சய பாத்திரமாய் தங்களை வெளிப்படுத்தியிருக்கின்றன. பல்லாங்குழி போன்ற அந்த கல்பாத்திரம் கண்ணைக் கவர்ந்தது. இதுபோன்ற கல்பாத்திரங்களில் மங்கல பொருள்கள் வைத்து மூடி அதன் மீது சிலையைப் பிரதிஷ்டை செய்வது பௌத்த வழக்கமாம். இங்கு கண்டெடுக்கப்பட்ட ஐந்தரை அடி உயர புத்தர் சிலைதான் அனுராதாபுரத்தில் கிடைத்தவற்றிலேயே அழகானதென்று சொல்கிறார்கள். மூல விக்கிரகத்தின் அடியிலிருந்து எடுக்கப்பட்ட வெண்கலச்சிலையொன்று கொழும்பு அருங்காட்சியகத்தில் வைக்கப்பட்டுள்ளதாம். ஒவ்வொரு இடிபாட்டு கட்டுமானத்திற்கும் பல பல கதைகள் சொல்கிறார்கள். குஜ்ஜ திஸ்ஸ என்ற தூபி பற்றி கூறும் போது, பொ.மு.119-109 காலத்தில் சத்தாதிஸ்ஸன் என்ற மன்னன் ஆட்சிக்காலத்தில், குஜ்ஜ திஸ்ஸன் என்ற சக்திவாய்ந்த தேரோ ஆகாய மார்க்கமாக இங்கே வந்திறங்கினார் என்ற கதையும், புத்தர் தன் இலங்கை வருகையின் போது இந்த இடத்தில் தன் பாதம் பதித்தார் என்ற கதையும் சொல்லப்பட்டாலும், இரண்டும் தவிர்த்த மற்றொரு கதை ஆர்வமூட்டுகிறது. துட்டகாமினியோடு போரிட்டு மாண்ட தமிழ் மன்னன் எல்லாளனுக்காக துட்டகாமினி கட்டிய ஸ்தூபியாகவும் யூகிக்கப்படுகிறது. இதற்கு மாற்றுக் கருத்தும் உண்டென்றாலும், தன்னால் கொல்லப்பட்ட மன்னனுக்காக ஸ்தூபி எழுப்பிய மன்னனும் இங்கு இருந்திருக்கிறான் என்பதே அக்கால மனிதர்களின் மாண்பை பறைசாற்றுகிறது. இது போன்று,ஒவ்வொரு கட்டுமானத்திற்கும் ஒரு கதை வாய் வழியாகவோ, அறிஞர்களின் தர்க்கரீதியாகவோ பரவி வந்திருக்கிறது.

அந்த இடிபாடுகளுக்குள்ளே சில மண்டபங்களை என் கண்கள் தேடுகின்றன. இதுவாக இருக்குமோ....இல்லையில்லை அதுவாக இருக்குமோ....சிதைந்து கிடந்த தூண்களை தடவிப்பார்க்கிறேன், அரைகுறையாய் நிற்கும் கட்டுமானங்களை கண்களால் துளாவுகிறேன். அருகிலிருந்த தோழி எதைத் தேடுகிறாய் எனக் கேட்கிறார். ஒன்றுமில்லை என்பதாக புன்னகைத்து மௌனமாய் நகர்கிறேன். கல்கியின் வரிகள் மனதிற்குள் வரிவரியாய் விரிகிறது. பொன்னியின் செல்வன்

நாவலில், புத்த பிக்குகள் அருள்மொழிவர்மனை நிலவொளியில் சுரங்கப்பாதை வழியாக வளைந்து வளைந்து செல்லும் குறுகலான பாதையில் அழைத்துச்செல்கிறார்கள். உடன் வந்தியத்தேவனும், ஆழ்வார்க்கடியானும் இணையாக ஒடுகிறார்கள். இனி கல்கியின் வரிகளில் - பிக்ஷு கையில் பிடித்து வந்த தீபத்தில் மங்கலாகத் தெரிகிறது பளிங்குக் கல்லினால் ஆன தூண்கள். நாற்புறமும் புத்தர் சிலைகள் தரிசனம் தந்தன. நிற்கும் புத்தர்கள், படுத்திருக்கும் புத்தர்கள், போத நிலையில் அமர்ந்திருக்கும் புத்தர்கள், ஆசிர்வதிக்கும் புத்தர்கள், பிரார்த்தனை செய்யும் புத்தர்கள் இப்படி பல புத்தர் சிலைகள். மீண்டும் குறுகிய பாதை. இன்னொரு மண்டபம், இதன் தூண்கள் தாமிரத் தகடுகளால் ஆனவை. மேற்கூரையிலும் செப்புத் தகடுகள். அவற்றில் பலவகை சித்திர வேலைப்பாடுகள். நாலாபுறமும் வித விதமான புத்தர் சிலைகள். இம்மாதிரியே மஞ்சள் நிற மரத்தூண்களை உடைய மண்டபம், யானைத் தந்தங்களால் இழைத்த தூண்களைக் கொண்ட மண்டபம். கடைசியாக கருங்கல் மண்டபம். புத்த பிக்ஷுக்கள் கூடியிருக்கிறார்கள். மத்தியில் மகாதேரோ. எதிரே நவரத்தின கசிதமான தங்கச் சிங்காதனம்" இப்படி அழகான வர்ணனைகளுடன் செல்லும் கதையில், அந்த கல் மண்டபத்தில்தான் அந்த அற்புதம் நடக்கும். இலங்கை சிங்காதனத்தில் அமர அருள்மொழி வர்மனுக்கு மகாதேரா கோரிக்கை விடுத்ததும், அதனை அருள்மொழிவர்மன் மறுத்ததுமான வரலாற்று நிகழ்வுகள் கல்கியின் எழுத்துக்களில் உயிர்பெற்றிருக்கும். அந்த மண்டபங்களையும், தூண்களையும் தான் என் கண்களும், மனமும் இத்தனை நேரமாக அந்த இடிபாடுகளுக்கிடையில் தேடிக்கொண்டிருந்தன.

அடுத்ததாக மகாபோதி இருக்கும் வளாகத்திற்குள் நுழைகிறோம். அப்படி ஒரு ஆழ்ந்த அமைதி நிலவுகிறது. அடர்ந்தகிளை பரப்பி, பரந்து விரிந்திருக்கிறது அந்த விருட்சம். பொ.மு.250 ல் புத்தரின் கொள்கைகளைப் பரப்பும் உன்னதப்பணிக்காக அசோகரின் மகன் மகா தேரா மஹிந்தன் இலங்கை வருகிறான். அவனது வழிகாட்டலில்தான் பௌத்தம் தழுவுகிறான் தேவனாம்ப்ய திஸ்ஸன் (தேவ நம்பிய தீசன்) என்ற மன்னன். அடுத்து அசோகர் மகள் சங்கமித்திரை போதி மரக்கிளையோடும், சகல பரிவாரங்களோடும், மரத்துக்கு நீர் ஊற்றும் நீர் மகளிர் உட்பட இந்தியாவிலிருந்து இலங்கைக்குள் நுழைகிறாள். அன்று அவள் நட்டு வைத்த போதிமரக்கன்று இன்றும் பெருவிருட்சமாய் உயிர்ப்புடன் பரவிக்கிடக்கிறது. புத்த கயாவின் போதி மரத்துக்கு தீமை நேர்ந்த போதெல்லாம், இங்கிருந்துதான் கிளை கொண்டு செல்லப்பட்டது என்கிறார்கள். பொ.மு.249 ல் நடப்பட்ட கன்று தொடர்ந்து அரசாலும், மக்களாலும் பாதுகாக்கப்பட்டு வரும் அதிசயத்தை கண்டு இரசித்தோம். பழமை மாறா சடங்குகள் அனுதினமும் கடைப்பிடிக்கப்படுகிறது. அந்த பெருமரத்தின் முன்னே பெருந்திரள் கூட்டம்தான், ஆனால் இரைச்சல் இல்லை, தள்ளுமுள்ளு இல்லை, மரத்தடி நிழலில் அமர்ந்து அமைதியாய் தமக்குள் புத்தரை தேடிக்கொண்டிருக்கின்றனர் ஒவ்வொருவரும். பீகாரின் புத்தகயாவுக்குள் நுழையும்போதெல்லாம் நான் அனுபவித்து

மகிழும் அதே அமைதி இப்போதும் மனதினுள் பரவுவதை உணர்ந்தேன்.

அங்குள்ள பௌத்த விகாரைகள், புனித வெள்ளரசு மரம், புராதானக் கட்டிடங்களைக் கொண்டு, சிங்கள இனத்தவர்கள் தங்கள் வரலாற்று நகரமாகவும், தங்களுக்கு மட்டுமே உரித்தான பௌத்த புண்ணிய பூமியாகவும் சொந்தம் கொண்டாடி வரும் நிலையில் அனுராதபுரம் தமிழர்களின் வரலாற்றுத் தாயகம் என்றும் சிங்களப்பொய்கள் கட்டுடைக்கப்பட வேண்டும் என்றும் குரல்கள் எழுந்த வண்ணமுள்ளன. "அனுராதபுரத்தின் வரலாறு பௌத்த மதத்தின் இலங்கை வருகையுடன்தான் தொடர்புபடுத்தப்படுகிறது. ஆனால் அதற்கும் முன்னதாக பல அரசர்கள் அந்த நகரத்தை தலைநகராகக் கொண்டு ஆட்சி செய்திருக்கின்றனர், அவர்கள் யாரும் பௌத்தர்கள் இல்ல, மலையையும், கல்லையும், (சிவலிங்கம்) காட்டு மரங்களையும் வ'ழிபட்டவர்கள் தான். மகிந்த தேரரின் வருகைக்குப் பின்னரே தேவ நம்பிய தீசன் பௌத்த மதத்தை தழுவியதாகவும், மகாபோதி விகாரையும், மகா சங்கமும் அமைக்கப்பட்டதாகவும் கூறப்படுகிறது. இலங்கையின் வரலாற்றின் முக்கிய திருப்பம் இது என்பதில் சந்தேகமில்லை. அதுவரை சைவ கடவுளின் சொத்தாக இருந்த அரசும், இறைமையும், மகா சங்கத்தின் ஆன்மீகச் சொத்தாக மாற்றம் பெறுகிறது. யாழ்ப்பான ராச்சிய ஆய்வுடன் திருப்தி கொள்ளாமல், அநுராதபுரத்தில் இருந்தும் தமிழர்களின் வரலாற்றாய் தேட முயற்சிக்க வேண்டும். ஏனெனில் அங்கு மதங்களுக்கு இடையில்தான் சண்டை நடந்திருக்கிறது, இனங்களுக்கிடையில் அல்ல, அங்கு வாழ்ந்த மக்கள் தமிழர்கள்தான். அவர்கள் பேசிய மொழி தமிழ்தான், பௌத்தர்கள் என்பதனால் மட்டும் அவர்கள் சிங்களவர்கள் ஆகி விடமாட்டார்கள். இது பற்றிய நீண்ட விரிவான ஆய்வுகள் செய்யப்படவேண்டியது இன்றைய காலத்தின் கட்டாயம்." என்கிறார் வரலாற்று ஆர்வலர் சிவா சின்னப்பொடி தனது கட்டுரையில்.

வந்தியத்தேவனின் வழித்தடத்தில் எசல பெரஹரா திருவிழா!

"ஆடி அசைந்துவரும் அலங்கரிக்கப்பட்ட 300 யானைகள், அந்த யானைகளின் மீது இலங்கையின் புனிதச் சின்னமான புத்தரின் பல் கொண்ட தங்கப்பேழைகள், தெய்வங்களின் திருஆபரணங்கள் கொண்ட அழகுப் பேழைகள், தீ நடனம், சவுக்கடி நடனம், கண்டி நகர பாரம்பரிய நடனம் என அற்புதமாக நடனமாடியபடி நகர்ந்துவரும் 2 ஆயிரம் நடனக்கலைஞர்களின் ஊர்வலங்கள், இசைக்கு ஏற்றபடி நடன அசைவுகளை ஏற்படுத்தும் மின் விளக்குகளால் ஒளிரும் கட்டிடங்கள், 90 கிலோமீட்டர் நீண்டு செல்லும் மிகப்பெரிய பேரணி. கண்டி நகரம் மட்டுமல்லாது மொத்த இலங்கையும் மகிழ்ந்து பங்கேற்கும் பெரஹரா திருவிழா." இப்படி இலங்கைத் தோழிகள் எசல பெரஹர என்று அழைக்கப்படும் எசல ஊர்வலம் பற்றி விவரிக்கும்போதெல்லாம்

'ஆ'வென வாய்பிளந்து கேட்டிருக்கிறேன். இன்னும் இந்தத் திருவிழாவைப் பார்க்கும் வாய்ப்பு எனக்குக் கிடைக்கவில்லை.

எசல பெரஹர அல்லது எசலா பேரணி என்பது இலங்கையின் கண்டி நகரத்தில் நிகழும் ஒரு பௌத்த

திருவிழா. மூன்றாம் நூற்றாண்டிலிருந்தே நடைபெறுவதாகக் கூறப்படும் இவ்விழா, மழை வேண்டியும் இந்தியாவிலிருந்து புத்தரின் புனிதப்பல் கொண்டுவரப்பட்ட நாளை கொண்டாடுவதற்காகவும் தொடங்கப்பட்டதாக நம்பப்படுகிறது. இன்றைக்கு இலங்கையின் தனித்துவமான விழாவாக மாறியுள்ளதால், அச்சமயத்தில் வெளிநாட்டாரின் வருகை அதிகமாக உள்ளது.

இந்தியாவிற்கு தீபாவளி போல, இலங்கைக்கு பெரஹரா மக்கள் விரும்பும் மிகப்பெரிய விழாவாக இருக்கிறது. ஆடி மாதத்தில் (ஜூலை அல்லது ஆகஸ்ட்) தொடர்ந்து 10 நாட்கள் கொண்டாடப்படுகிறது. திருவிழாவின்போது புத்தருடைய புனிதப்பல் அடங்கிய பேழையை நன்கு அலங்கரிக்கப்பட்ட யானையின் மீது ஏற்றி, தெருக்களில் ஊர்வலம் வருகிறார்கள். எழுபது ஆண்டுகளுக்குமுன் பொன்னியின் செல்வனில் கல்கி விவரித்த நிகழ்வுகள் சற்றும் குறையாமல் இன்றும் கொண்டாடப்படுவது அதிசயமாகத்தான் இருக்கிறது. இத்திருவிழாவின் கோலாகலத்தை அப்படியே உள்வாங்க வேண்டுமென்றால், கல்கியின் வார்த்தைகளில் வாசித்தால்தான் முடியும். பெரஹர திருவிழாச் சிறப்புகளை கல்கி அள்ளி அள்ளித் தெளித்திருப்பார் வந்தியத்தேவனின் எண்ண அலைகளாக.

"இவ்வளவு கூட்டமாக ஜனங்கள் போகிறார்களே? இன்றைக்கு இந்த நகரத்திலும் ஏதாவது உற்சவமோ?" என்றான் வந்தியத்தேவன்.

"இந்த நாட்டில் நடக்கும் திருவிழாக்களுக்குள்ளே பெரிய திருவிழா இன்றைக்குத்தான்" என்றார் இளவரசர்.

சிறிது நேரத்துக்கெல்லாம் சமுத்திரத்தின் கொந்தளிப்பைப் போன்ற பேரிரைச்சல் ஒன்று கேட்டது. வந்தியத்தேவன் இரைச்சல் வந்த திக்கைத் திரும்பிப் பார்த்தான். தூரத்தில் ஒரு பெரிய சேனா சமுத்திரத்தைப் போன்ற பெருங்கூட்டம், வீதிகளில் முடிவில்லாது நீண்டு போய்க்கொண்டிருந்த ஜனக்கூட்டம் வருவது தெரிந்தது. அந்த ஜன சமுத்திரத்தின் நடுவே கரிய பெரிய திமிங்கிலங்கள் போல் நூற்றுக்கணக்கில் யானைகள் காணப்பட்டன. கடல் நீரில் பிரதிபலிக்கும் விண்மீன்களைப்போல் ஆயிரம் ஆயிரம் தீவர்த்திகள் ஒளிவீசின. ஜனங்களோ லட்சக்கணக்கில் இருந்தார்கள்.

"இதுதான் இந்த இலங்கை நாட்டிலேயே மிகப்பெரிய உற்சவமாகிய பெரஹராத் திருவிழா" என்றார் இளவரசர் அருள்மொழிவர்மன்.

ரமாதேவி இரத்தினசாமி

முதலில் முப்பது யானைகள் அணிவகுத்து வந்தன. அவ்வளவும் தங்க முகபடாங்களினால் அலங்ககரிக்கப்பட்ட யானைகள். அவற்றில் நடுநாயகமாக வந்த யானை எல்லாவற்றிலும் கம்பீரமாக இருந்தது. அலங்காரத்திலும் சிறந்து விளங்கியது. அதன் முதுகில் நவரத்தினங்கள் இழைத்த தங்கப்பெட்டியொன்று இருந்தது. அதன் மேல் ஒரு தங்கக்குடை கவிந்திருந்தது. நடுநாயகமான இந்த யானையைச் சுற்றியிருந்த யானைகளின் மீது புத்த பிக்ஷுக்கள் பலர் அமர்ந்து வெள்ளிப் பிடிபோட்ட வெண் சாமரங்களை வீசிக்கொண்டிருந்தார்கள். யானைகளுக்கு இடையிடையே குத்துவிளக்குகளையும் தீவர்த்திகளையும் இன்னும் பலவித வேலைப்பாடமைந்த தீவர்த்திகளையும் தீபங்களையும் ஏந்திக்கொண்டு பலர் வந்தார்கள்.

யானைகளுக்குப் பின்னால் ஒரு பெரும் ஜனக்கூட்டம். அந்தக் கூட்டத்தின் மத்தியில் சுமார் நூறுபேர் விசித்திரமான உடைகளையும் ஆபரணங்களையும் தரித்து நடனமாடிக்கொண்டு வந்தார்கள். அவர்களில் பலர் உடுக்கையைப் போன்ற வாத்தியங்களைத் தட்டிக்கொண்டு ஆடினார்கள். இன்னும் பலவகை வாத்தியங்களும் முழங்கின. அப்பப்பா! ஆட்டமாவது ஆட்டம்! கடம்பூர் அரண்மனையில் தேவராளனும் தேவராட்டியும் ஆடிய வெறியாட்டமெல்லாம் இதற்கு முன்னால் எங்கே நிற்கும்! சிற்சில சமயம் அந்த ஆட்டக்காரர்கள் விர்ரென்று வானில் எழும்பிச் சக்கராகாரமாக இரண்டு மூன்று தடவை சுழன்று விட்டுத் தரைக்கு வந்தார்கள். அப்படி அவர்கள் சுழன்றபோது அவர்கள் இடையில் குஞ்சம் குஞ்சமாகத் தொங்கிக்கொண்டிருந்த துணி மடிப்புகள் பூச்சக்கரக் குடைகளைப் போலச் சுழன்றன. இவ்விதம் நூறுபேர் சேர்ந்தாற்போல் எழும்பிச் சுழன்றுவிட்டுக் கீழே குதித்த காட்சியைக் காண்பதற்கு இரண்டு கண்கள் போதவில்லைதான்! இரண்டாயிரம் கண்களாவது குறைந்தபட்சம் வேண்டும். ஆனால், அத்தகைய சமயங்களில் எழுந்த வாத்திய முழக்கங்களைக் கேட்பதற்கோ இரண்டாயிரம் செவிகள் போதமாட்டா! நிச்சயமாக இரண்டு லட்சம் காதுகளேனும் வேண்டும். அப்படியாக உடுக்கைகள், துந்துபிகள், மத்தளங்கள், செப்புத் தாளங்கள், பறைகள், கொம்புகள் எல்லாம் சேர்ந்து முழங்கிக் கேட்போர் காதுகள் செவிடுபடச் செய்தன.

இந்த ஆட்டக்காரர்களும் அவர்களைச் சுற்றி நின்ற கூட்டமும் நகர்ந்ததும் முப்பது யானைகள் முன்போலவே ஜாஜ்வல்யமான ஆபரணங்களுடன் வந்தன. அவற்றில் நடுநாயகமான யானையின் மேல் ஓர் அழகிய வேலைப்பாடு அமைந்த பெட்டி இருந்தது. அதன் மேல் தங்கக்குடை கவிந்திருந்தது. சுற்றி நின்ற யானை மீதிருந்தவர்கள் வெண் சாமரங்களை வீசினார்கள். இந்த யானைக் கூட்டத்துக்குப் பின்னாலும் ஆட்டக்காரர்கள் வந்தார்கள். இந்த ஆட்டக்காரர்களுக்கு நடுவில் ரதி, மன்மதன், முக்கண்ணையுடைய சிவ பெருமான் வேடம் தரித்தவர்கள் நின்றார்கள். சுற்றி நின்றவர்கள் ஆடிக் குதித்தார்கள்.

"இது என்ன? சிவபெருமான் இங்கு எப்படி வந்தார்?" என்று

வந்தியத்தேவன் கேட்டான். “ கஜபாக்ய என்னும் இலங்கை அரசன் சிவபெருமானை அழைத்து வந்தான், அதற்குப் பிறகு இங்கேயே அவர் பிடிவாதமாக இருக்கிறார்” என்றார் இளவரசர்.

“ஓ வீர வைஷ்ணவரே! பார்த்தீரா? யார் பெரிய தெய்வம் என்று இப்போது தெரிந்ததா?” என்று வந்தியத்தேவன் கேட்டு முடிவதற்குள் மற்றும் சில யானைகள் அதே மாதிரி அலங்காரங்களுடன் வந்துவிட்டன. அந்த யானைகளுக்குப் பின்னால் வந்த ஆட்டக்காரர்களுக்கு மத்தியில் கருடாழ்வாரைப் போல் மூக்கும் இறக்கைகளும் வைத்துக் கட்டிக்கொண்டிருந்த நடனக்காரர்கள் சுழன்றும், பறந்தும், குதித்தும் மூக்கை ஆட்டியும் ஆர்ப்பாட்டமாக ஆடினார்கள்.

“அப்பனே! பார்த்தாயா? இங்கே கருட வாகனத்தில் எங்கள் திருமாலும் எழுந்தருளியிருக்கிறார்” என்றான் ஆழ்வார்க்கடியான். மீண்டும் ஒரு யானைக்கூட்டம் வந்தது. அதற்குப் பின்னால் வந்த ஆட்டக்காரர்களோ கைகளில் வாள்களும் வேல்களும் ஏந்திப் பயங்கரமான யுத்த நடனம் செய்துகொண்டு வந்தார்கள். தாளத்துக்கும் ஆட்டத்துக்கும் இசைய அவர்கள் கையில் பிடித்த வாள்களும் வேல்களும் ஒன்றோடொன்று டணார் டணார் என்று மோதிச் சப்தித்தன. இவ்வளவுக்கும் கடைசியாக வந்த யானைக்கூட்டத்துக்குப் பின்னால் ஆட்டக்காரர்கள் அவ்வளவு பேரும் இரண்டு கையிலும் இரண்டு சிலம்புகளை வைத்துக்கொண்டு ஆடினார்கள். அவர்கள் ஆடும்போது அத்தனை சிலம்புகளும் சேர்ந்து ‘கலீர் கலீர்’ என்று சப்தித்தன. ஒரு சமயம் அவர்கள் நடனம் வெகு உக்கிரமாயிருந்தது. இன்னொரு சமயம் அமைதி பொருந்திய லளித நடனக் கலையாக மாறியது. இந்தக் காட்சிகளையெல்லாம் கண்டும், பலவித சப்த விசித்திரங்களைக் கேட்டும் பிரமித்து நின்ற வந்தியத்தேவனுக்கு இளவரசர் இந்த ஊர்வலத் திருவிழாவின் வரலாற்றையும் கருத்தையும் கூறுவார். கல்கியின் எழுத்துகளை வாசிக்க வாசிக்க, அந்த பெரஹரா ஊர்வலத்தில் நாமும் ஒருவராக நிற்பதுபோன்ற உணர்வு ஏற்படுகிறது.

தமிழகத்து அரசர்களும் இலங்கை அரசர்களும் நட்புரிமையுடன் இருந்த காலத்தில், சேரன் செங்குட்டுவன் கண்ணகி தெய்வத்துக்கு விழா நடத்தியபோது இலங்கையிலிருந்து கஜபாகு மன்னன் தமிழகம் சென்றிருக்கிறான். அப்போது அங்கு நடைபெற்ற திருவிழாக்களைக் கண்டு களித்தான். பின்னொரு சமயம் சேரன் செங்குட்டுவன் நட்பின் பொருட்டு இலங்கைக்கு வந்திருந்தபோது கஜபாகு மன்னன் நண்பனை வரவேற்கும் முகமாக விழா எடுத்தான். தமிழர்களின் தெய்வமாகிய சிவபெருமான், திருமால், கார்த்திகேயன், பத்தினித்தெய்வம் என நான்கு தெய்வங்களுக்கும் ஒரே சமயத்தில் திருவிழா நடத்த, அந்த விழாக்களின்போது மக்கள் அடைந்த குதூகலத்தைக் கண்டு மகிழ்ச்சியடைந்த மன்னன் ஆண்டுதோறும் அந்த விழாக்களை நடத்தத் தீர்மானித்தான். புத்தர் பெருமானுக்கு அவ்விழாவில் முதல் இடம் கொடுத்து மற்ற நான்கு தெய்வங்களையும் பின்னால் வரச் செய்து மிகப்பெரிய பேரணியுடன் விழா நடத்தினான். அன்று முதல்

அவ்விழா இலங்கையில் நிலைத்து நின்று மிகப் பெரிய திருவிழாவாக ஆண்டுதோறும் விடாமல் நடந்து வருகிறது. முதலில் வரும் யானை மீதிருக்கும் பெட்டிக்குள் இலங்கையின் விலை மதிப்பற்ற செல்வமாகக் கருதும் புத்த பெருமானின் பல்லையும் பின்னால் வரும் பெட்டிகளில் சிவன், விஷ்ணு, முருகன், கண்ணகி ஆகியோரின் திருஆபரணங்களை பெட்டிகளில் வைத்து ஊர்வலமாகக் கொண்டு செல்கின்றனர் என்று விழா குறித்த செய்திகளைக் கூறுகிறார் கல்கி. இந்த நூலை எழுவதற்காக மூன்று முறை இலங்கை சென்ற கல்கி ஒருவேளை இந்த ஊர்வலத்தைப் பார்த்திருக்கலாம் என்றே தோன்றுகிறது.

ஆனால், இத்தனை வருடம் கழித்தும் இப்போதும் பழமை பாரம்பரியங்கள் மாறாமல் பல்வேறு இசைக் கருவிகள் முழங்க, ஆண்களும் பெண்களும் நடனமாடி வர, நூற்றுக்கணக்கான யானைகள் ஊர்வலமாக வர கண்டி நகரமே விழாக்கோலம் கொண்டு இவ்விழாவை கொண்டாடித் தீர்க்கிறது. தலதா மாளிகை வாசலில் இருந்து கிளம்பும் ஊர்வலம் ராஜவீதி வழியாகச் செல்கிறது. காவடி ஆட்டமும் சமீபக் காலங்களில் இடம்பெறுகிறது. அரச குடும்பத்து வாரிசுகள் மக்களின் வரவேற்பை ஏற்றுக்கொள்கின்றனர். தற்போது, இந்தத் திருவிழாவில் கலந்துகொண்டு புனிதப் பொருள்களை எடுத்துச் செல்லும் நடுங்காமுவா ராஜா என்ற யானைக்கு 24 மணி நேரமும் துப்பாக்கி ஏந்திய ராணுவ வீரர்களின் பாதுகாப்பு அளிக்கப்படுகிறது என்ற செய்தியிலிருந்து இத்திருவிழாவில் யானைகளுக்கான முக்கியத்துவத்தை அறிந்துகொள்ள முடிகிறது. பெரஹரா ஊர்வலத்தில் கலந்துகொண்ட யானைகளுக்கு ஜனாதிபதி பழங்கள் ஊட்டுவதுடன், ஊர்வலத்தில் பங்கேற்ற கலைஞர்களுக்குச் சான்றிதழ்கள், பரிசுகள் வழங்குகிறார். இறுதியாக தியா கெப்பீம என்னும் நிகழ்வுடன் பெரஹரா நிகழ்வுகள் முடிவு பெறுகின்றன. தோழிகளின் விவரிப்புகளும் கல்கியின் வர்ணனைகளும் இணையதளத்தில் கிடக்கும் காணொலிக்காட்சிகளும் மனமெங்கும் நிரம்பிக்கிடக்க, நேரில் காணும் நாளுக்காகக் காத்திருக்கிறேன்.

வந்தியத்தேவன் வழித்தடத்தில் சிகிரியா

காலம்: கணக்கிட முடியாத பல லட்சம் ஆண்டுகளுக்கு முன்.

இடம்: மத்திய மாகாணத்திலுள்ள மாத்தளை மாவட்டத்தில் இனாமலுவக் கோரளை.

இயற்கை தன் இருப்பைக் காட்ட பூமியின்மீது சற்றே கோபம்கொள்ள, பூமித்தாயின் அடிவயிற்றிலிருந்து எரிமலையொன்று வெடித்துக் கிளம்பி ஆக்ரோஷமாக பொங்கிப் பிரவாகம் எடுத்து ஓய்கிறது. அப்போது வெளித்தள்ளப்பட்ட எரிமலைக்குழம்பு அவ்விடத்தைச் சுற்றிப் பரவி, உயர்ந்து காலத்தின் சாட்சியாக உறைந்து போனது. அப்படி உறைந்து நின்ற குன்றுகள்தாம் பிற்காலத்தில் சிம்மகிரி என்றும் சிகிரியா குன்றுகள் என்றும் அழைக்கப்படும் என்று அந்த இயற்கை அறியவில்லை.

காலம்: கி.மு. மூன்றாம் நூற்றாண்டு.

இடம்: மாத்தளை மாவட்டத்தில் இனாமலுவக் கோரளை.

அங்கிருந்த அந்த இயற்கையான கற்குன்றுகளைச் சுற்றியுள்ள பகுதிகள் மக்களின் குடியிருப்புப் பகுதிகளாக மாறியிருந்தன. குன்றுகளிலிருந்த பாறைகளில் புத்த மடாலயக் குடியிருப்புகள் இருந்தன. அந்தப் பௌத்த பிக்குகள் பாறைகளுக்கிடையே குகைகளையும் குடைந்து தங்களுக்கென பாறை தங்குமிடங்களை உருவாக்கிக்கொண்டனர். அடிவாரத்திலுள்ள கற்குகைகளில் தங்கள் கருத்துகளைப் பின்வரும் சந்ததியினர் அறிந்துகொள்ளும் வண்ணம் தாங்கள் அறிந்த பிராமி எழுத்துகளால் பதிந்து வைத்தனர். அந்த அழகிய கற்குன்றைச் சுற்றிலும்

பிக்குகளும் பொதுமக்களுமாக ஆள்களின் நடமாட்டம் எப்போதும் இருந்த வண்ணமிருந்தன.

காலம்: கி.பி. 455 - 495

இடம்: இலங்கையின் மத்திய மாகாணம்

இலங்கை தேசம் தென்னிந்திய மன்னர்களால் தொடர்ந்து ஆக்கிரமிக்கப்பட்டிருந்த போது தாதுசேனன் மன்னன் அவர்களிடமிருந்து நாட்டை மீட்டு, அனுராதபுரத்தைத் தலைநகராகக் கொண்டு 455 முதல் ஆட்சி செய்யத் தொடங்கினான். அவனுக்கென பட்டத்து ராணி இருந்தாலும் தாழ்ந்த குலத்தைச் சேர்ந்தவள் என்று சமூகத்தால் கருதப்பட்டவளை இரண்டாவதாக மணம் முடித்தான். முடியாளும் மன்னர்கள் நினைத்தால் எத்தனை மணம் வேண்டுமானாலும் முடிக்கலாம், யாரையும் முடிக்கலாம், கேட்பார் யாருண்டு? இரண்டாவது மனைவிக்கு மகன் காசியப்பன் பிறந்தான். முதல் மனைவிக்கோ அதன் பிறகு மூன்று ஆண்டுகள் கழித்தே பிறக்கிறான் மொகலான எனும் மகன். ஆனால், தாதுசேனன் தன் பட்டத்து ராணிக்குப் பிறந்த மகனுக்கே ஆட்சி எனப் பிரகடனப்படுத்தினான்.

கோபம் கொண்ட காசியப்பன் கி.பி. 477இல் தனது தந்தையான தாதுசேனனைக் கொன்று, சகோதரன் மொகல்லானவுக்கு என அறிவிக்கப்பட்டிருந்த அரியணையைக் கைப்பற்றுகிறான். தனது தந்தை தாதுசேனனின் உடலைச் சிறைச்சாலை சுவருக்குள் உயிருடன் வைத்து பூசி மெழுகினான் என்றும் மக்கள் பேசிக்கொள்கிறார்கள். மொகல்லான தென்னிந்தியா தப்பிச் சென்றான். சென்றவன் எப்படியும் தமிழக

மன்னர்களின் துணையுடன் வந்துவிடலாம் என்று பயந்து போன காசியப்பன் தனது இருப்பிடத்தைப் பாதுகாப்பாக வைத்துக்கொள்ள வேண்டுமென சிந்தித்தான். தன் ஆட்சியெல்லைக்குட்பட்ட பகுதியெங்கும் சுற்றியலைந்தான்.

ஒருநாள் தேடியலையும்போது கண்ணில் படுகிறது அந்த வனங்களுக்குள்ளிருந்த அழகிய குன்று. சில லட்சம் ஆண்டுகளுக்கு முன் எரிமலைக்குழம்பால் உறைந்துபோய், சில நூறு ஆண்டுகளுக்குமுன் பௌத்த பிக்குகளின் வசிப்பிடமாக மாறியிருந்த அதே அழகிய குன்று. ஒருகாலத்தில் பிக்குகளும் பொதுமக்களும் ஆக்கிரமித்திருந்த அந்த இடம் இன்று வெறிச்சோடிக் கிடந்தது. பொதுமக்கள் நடந்து களைத்த பாதைகள் வனங்களாக மாறியிருந்தன. அதைக் கண்டவுடன் புன்னகையுடன் நகர்ந்தான். தான் வசிக்கப்போகும் இடம் அதுதான் என முடிவு செய்தான். அதன்பின் வேலைகள் மளமளவென நடந்தன. அண்டை நாடுகளிலிருந்தெல்லாம் ஆட்கள் வந்து குவிந்தனர் அரசனின் ஆசையை நிறைவேற்ற. குன்றத்தின் மேல், தான் வாழ்வதற்கான அழகான கோட்டையை மட்டும் அமைத்துக்கொண்டதோடு திருப்தியடையவில்லை. அழகிய பூந்தோட்டமும் குளிப்பதற்கு நீர் தடாகங்களையும் அழகுற அமைத்துக்கொண்டான். கோட்டையுடன் சேர்ந்து அரண்மனையும் அந்தக் குன்றின்மீது உருவாகியது. குன்றின் ஒருபுறம் அழகிய அரை நிர்வாணப் பெண்களின் 500 சித்திரங்களை வரைவித்தான். காசியப்பன் கலா ரசிகன் என்பதை நிரூபிக்கிறார்கள் அந்த ஓவியக் கலைஞர்கள். கண்ணாடி போன்ற பளிங்குகளில் தேன், சாம்பல் மற்றும் மரப்பட்டைகளைக் கொண்டு வரையப்பட்ட, பூக்கள் ஏந்திய வெற்று மார்புக் கன்னிகள் தத்ரூபமாக மன்னனை மகிழ்விக்கிறார்கள். பதவிப் பிரச்னையின் விளைவால் அங்கு ஓர் அழகிய கோட்டை உருவாகியது.

மிகவும் பாதுகாப்பான அந்தக் குன்றில் புதுத் தலைநகரை அமைத்தான் காசியப்பன். அரசனின் புத்திசாலித்தனம் வியக்க வைக்கிறது, சுற்றி வர ஆழ்ந்த அகழி சூழ்ந்திருக்க குன்றின் மேலே குகைக்குள் கட்டிய கோட்டைக்குள் எந்த எதிரியால் நுழைய முடியும்? கி.பி. 495 வரை காமக்கிழத்தியர் புடைசூழ முகில்கள் தழுவிச் செல்லும் அந்தச் சொர்க்கபுரியில் வாழ்வாங்கு வாழ்ந்துகொண்டான் காசியப்பன்.

ஆனால், கி.பி. 495இல் மொகல்லான படையுடன் வந்து காசியப்பனைத் தோற்கடிக்க, தோல்வியைத் தாங்க முடியாமல் தனது வாளில் விழுந்து தற்கொலை செய்துகொண்டான் காசியப்பன். மொகல்லான தலைநகரை அனுராதபுரத்திற்கு மாற்றிவிட்டு, சிகிரியாவை ஒரு புத்த மடாலய வளாகமாக மாற்றிவிட்டான். இன்ப அரண்மனையில் உல்லாச வாழ்க்கை

வாழ்ந்த காசியப்பன் ஒரு காமக்கிழத்தியால் கொடுக்கப்பட்ட விஷத்தால் படுகொலை செய்யப்பட்டார் என்றும்கூடச் சில பதிவுகள் உண்டு.

காலம்: கி.பி.1831.

இடம் : மாத்தளை மாவட்டத்தில் இனாமலுவக் கோரளை.

கால மாற்றத்தில் இலங்கை அந்நியர் கைவசம் மாறி மாறி இறுதியில் ஆங்கிலேயர் வசமானது. 1831ஆம் ஆண்டில் ஆங்கிலேயர் ராணுவத்திலிருந்து மேஜர் ஜொனாதன் போர்ப்ஸ் பொலன்னறுவைக்குச் சென்று திரும்பும்போது, மாத்தளை மாவட்டத்தில் இனாமலுவக் கோரளையில் புதர் சூழ்ந்த அந்தச் சிகரம் அவர் பார்வையில் படுகிறது. 500 அடி உயரமுடைய குன்று வனத்தால் சூழப்பட்டிருந்தது. அதன் உச்சியில் தெரிந்த கோட்டை பார்வையில் பட்டது. வியப்புற்றார். ஆம், எரிமலைக் குழம்பு, பௌத்த பிக்குகளின் வசிப்பிடம், காசியப்ப மன்னனின் அரண்மனை, பௌத்த மடாலயம் என்று அதே சிம்மகிரி சிகரம்தான். ஆர்வமிகுதியில் சிரமப்பட்டு குன்றின்மீது ஏறிப் பார்வையிட்டவர், அதன்பின் சிம்மகிரி பழங்கால மற்றும் தொல்பொருள் ஆராய்ச்சியாளர்களின் கைவசமானது. 1890இல் மிகச் சிறிய அளவில்தான் தொல்லியல் பணிகள் தொடங்கப்பட்டன. இங்கு விரிவான ஆராய்ச்சி தொடங்கிய முதல் தொல்பொருள் ஆராய்ச்சியாளர் பெல். வனங்களுக்குள் மறைந்துகிடந்த அந்த வைரத்தை அடுத்தடுத்த ஆய்வாளர்கள் பட்டை தீட்டினார்கள். உலகின் பார்வைக்குக் கொண்டுசெல்லப்பட்டது. 1982 உலக அருஞ்செல்வமாக யுனெஸ்கோவினால் பிரகடனப்படுத்தப்பட்டது. வெளிநாட்டுப் பார்வையாளர்கள் அந்த அதிசயத்தைப் பார்க்கக் குவிந்தனர்.

பொன்னியின் செல்வன் நாவலில் ராஜராஜா சோழனின் வருகை இங்குதான் ஆரம்பமாகும். ஆழ்வார்க்கடியானும் வந்தியத்தேவனும் இளவரசரைச் சந்திக்க தம்பள்ளை வரும்போது சிகிரியாவில் இருந்து ராஜராஜ சோழன் சீன யாத்திரிகர்களை யானையில் ஏற்றிக்கொண்டு யானைப்பாகனாக, முகத்தை மூடிக்கொண்டு வருவார். சீன யாத்திரிகர்கள் முதல்நாள் தம்புள்ள வந்துவிட்டு, சிம்மகிரி போனதாகக் கூறிய ஆழ்வார்க்கடியான், “சிம்மகிரி இங்கிருந்து காத தூரத்தில் இருக்கிறது. இன்னும் சிங்களவர் வசத்தில் இருக்கிறது. பகல் வேளையாயிருந்தால் இங்கிருந்தே பார்க்கலாம். சிம்மகிரி குன்றின் உச்சியில் ஒரு பலமான கோட்டை இருக்கிறது. அங்கேயுள்ள ஒரு குகையில் அற்புதமான அழியா வர்ணச் சித்திரங்கள் இருக்கின்றன. அவற்றைப் பார்க்கத்தான் அவர்கள் அங்கே போயிருக்க வேண்டும்” என்று சீன யாத்திரிகர்களின் வருகைக்கான காரணத்தைச் சொல்வார் ஆழ்வார்க்கடியன்.

தற்போது சிகிரியா என்றழைக்கப்படும் அன்றைய சிம்மகிரியின் நுழைவாயில் சிங்கத்தின் உருவத்தை ஒத்திருக்கிறது. சிங்கம் ஒன்று தனது முன்னங்காலை ஊன்றி அமர்ந்திருப்பது போன்ற பிரம்மாண்டமான புறத்தோற்றம் நம்மை மயிர்க்கூச்செறியச் செய்கிறது.

பிரதான நுழைவாயிலில் மூன்று விரல்களைக்கொண்ட சிங்கத்தின் பாதங்கள் காணப்படுகின்றன. அங்கிருந்து மேலே செல்லும் படிகள் அகன்றும் குறுகியும் மாறி மாறிச் செல்கின்றன. கால்களுக்கு மேலே ஒரு சிங்கத்தின் தலை மற்றும் நுழைவாயிலைச் சுற்றி பாதங்கள் இருந்திருக்கின்றன. ஆனால், தலை பல ஆண்டுகளுக்கு முன்பே இடிந்து விழுந்திருக்கிறது. சிங்கத்தின் வடிவத்தில் நுழைவாயில் இருக்கும் அந்த அமைப்பினால்தான் இந்த இடத்திற்கு சிங்ககிரி அல்லது சிங்கப்பாறை என்ற காரணப்பெயர் உருவாயிருக்க வேண்டும்.

சுற்றிலும் மரங்கள் அடர்ந்த காடுகள். நுழைவாயிலிலிருந்து இருபுறமும் நெருக்கமான மரங்கள். அருகே விட்டுவிட்டு செவ்வக வடிவிலான நீர்த்தேக்கங்கள். சிங்கத்தின் பாதங்கள் இரண்டின் நடுவே மேலே ஏறிச் செல்லும் படிகள். அந்தக் குன்றின் மேல்தான் உலகப் புகழ்பெற்ற சிகிரியா ஓவியங்கள் உள்ளன. அதன் உச்சியில் அரசனின் அரண்மனை, குளங்கள், காவல் அரண்கள் இருக்கின்றன. குன்றின் கீழ்ப்பகுதியில் சுற்றிவர கற்பூங்கா, நீர்ப்பூங்கா, பட்டிவரிசைப் பூங்கா என ஒட்டுமொத்தமாக 4 படி வரிசைகளைக் கொண்டுள்ளது. இயற்கையான குன்றுகளே ஆசனங்களாகவும் அரசவை மண்டபங்களாகவும் நிர்மாணிக்கப்பட்டுள்ளன. கற்பாறைகளே வில்லாக வளைந்து வாயில்களாக அமைந்திருக்கின்றன. நீர்ப்பூங்காவிற்குள் குளங்கள், அகழிகள், நீர்தூவிகள் என அற்புதத்தை அள்ளித் தெளித்திருக்கின்றனர், அதை உருவாக்கிய கலைஞர்கள். உள்ளே அஜந்தா ஓவியங்களுக்கு ஒப்பான சிகிரியா குகைஓவியங்கள் நாம் படியேறும் களைப்பை மறக்கடிக்கச் செய்கின்றன. 500 ஓவியங்களில் தற்போது 22 ஓவியங்களே பாதுகாக்கப்பட்டுள்ளன. கரடுமுரடான மேற்பரப்பைக் கொண்ட கற்பாறை மீது சாந்துபூசி, சாந்து உலருமுன் வரையப்படும் பிரெஸ்கோ புவனோ என்ற தொழில்நுட்ப முறையில் வரையப்பட்டிருப்பதாகவும், அவை இந்திய அஜந்தா ஓவியப் பாரம்பரியத்தைச் சேர்ந்தது எனவும் அறிஞர்கள் கூறுகிறார்கள். பதவி

மோகம் கொண்ட ஒரு கலாரசிகனால் உருவான அழகிய கோட்டை பார்க்கப் பார்க்க வியப்பை ஏற்படுத்துகிறது.

வரலாறுகள் எப்போதும் நம்மை வசியப்படுத்துபவைதான். அந்த வரலாறு உயிர்பெற்று நம் கண்முன் பிரம்மாண்டமாக நிற்கும்போது உலக மக்களை ஈர்ப்பதில் வியப்பென்ன?

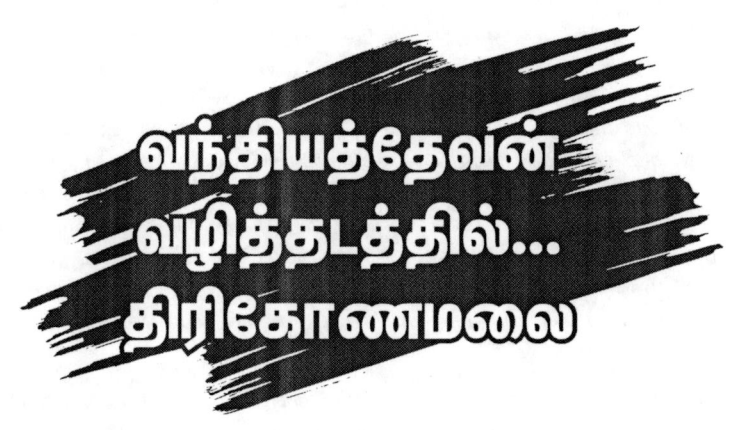
வந்தியத்தேவன் வழித்தடத்தில்... திரிகோணமலை

கோயிலும், சுனையும் கடலுடன் சூழ்ந்த கோணமாமலை' யென திருஞான சம்பந்தரும்

'குரைகடலோத நித்திலம் கொழிக்கும் கோணமாமலை'

என தேவாரமும் புகழ்ந்து தள்ளும் திருகோணமலையைத் தவிர்த்துவிட்டு இலங்கையின் வரலாற்றை எழுதவே முடியாது என்பதுதான் உண்மை. ஆசியாவின் பழமையான நகரங்களுள் ஒன்றான திருகோணமலையின் பதிவு செய்யப்பட்ட வரலாற்றுக்கு வயது இரண்டரை ஆயிரம் ஆண்டுகளுக்கும் மேல். கோணேஸ்வரம் கோயிலுடன் தொடர்புடைய குடிமக்களின் குடியேற்றத்தில் இருந்து தொடங்கும் இதன் வரலாறு, அகத்தியரால் நிறுவப்பட்டதாக நம்பப்படும், தமிழ் சித்த மருத்துவ பல்கலைக்கழகமான 'அகத்தியர் தாபனம்', வன்னி நாட்டின் கிழக்கு ராச்சியங்களின் தலைநகர், பல்லவ, சோழ, பாண்டிய வம்சத்தினரின் ஆட்சிகள், அதைத் தொடர்ந்த ஐரோப்பிய அரசுகள், இரண்டாம் உலகப்போரின் வன்மம், சுதந்திரம் பெற்றபின் உள்நாட்டுப்போரின் துயரம் என நீள்கிறது.

இலங்கையின் கிழக்குப்பகுதியில் மூன்று மலைகள் சூழ்ந்த வளமிக்க பகுதியான திருகோணம் அரசியல், சமூக, வரலாற்று ரீதியான சிறப்புகளைக் கொண்டு பல உலக நாடுகளின் கனவுதேசமாக இருந்திருக்கிறது, இன்னும் இருக்கிறது. கிட்டத்தட்ட நான்கு இலட்சம் மக்கள் வாழும் திருகோணமலையில் மூன்று இன மக்கள் வாழ்ந்தாலும், அவர்களுள் பெரும்பான்மையினர் தமிழர்களே. திருகோணமலை

ரமாதேவி இரத்தினசாமி

வளைகுடாவானது, பசுவின் காது என்று பொருள்படும் கோகர்ணம் என்றும் சம்ஸ்கிருதத்தில் அழைக்கப்படுகிறது.

வரலாற்றுக்கும் முந்திய காலத்தில் விஜயன் இலங்கைக்கு வருவதற்கு முன்னர் இந்த துறைமுகத்தையொட்டிய பகுதிகளில் 'இயக்கர்கள்' வாழ்ந்து வந்ததாக மகாவம்சம் கூறுகிறது. புராதன காலத்தில் தபசு, பல்லுக என்ற இரு வர்த்தகர்கள் இந்த துறைமுகத்தின் வழியாகவே இலங்கைக்குள் வந்திருக்கின்றனர். விஜயன் இலங்கை வந்தபிறகு அவனுக்கு வாரிசு இல்லாமல் போகவே, கலிங்க நாட்டிலிருந்து தமது சகோதரன் சுமித்தனின் மகனான பண்டு வாசுதேவனை தனது நாட்டிற்கு அழைக்க, பண்டுவாசுதேவனும், அவனுடைய 32 அமைச்சர்களும், துறவிவேடத்தில் திருகோணமலை துறைமுகத்தை வந்தடைந்தனர் எனவும் மகாவம்சம் கூறுகிறது. கடாரம் நோக்கி புறப்பட்ட முதலாம் இராஜேந்திரனின் படைகள் இந்த கோகர்ண துறைமுகத்திலிருந்தே புறப்பட்டதாக பதிவு செய்கிறார் சோழர்களின் வரலாற்றை எழுதிய கே.ஏ. நீலகண்ட சாஸ்திரி.

சோழர்கள் இலங்கையை கைப்பற்றியபின் பொலனுருவையை தலைநகராகக் கொண்டு ஆட்சிசெய்யும் போது அவர்களுக்குப் பெரிதும் உறுதுணையாக இருந்தது இத்துறைமுகமே. சோழர்களின் கல்வெட்டுகள் அவர்களின் தலைநகரமான பொலனறுவையை விட திருகோணமலையில்தான் அதிகம் கண்டெடுக்கப்பட்டுள்ளன. பொலனுறுவைக்கும், கோகர்ணத்துக்கும் இடையே பெரும் தெருவை அமைத்து, அதற்கு இராஜ இராஜ பெருந்தெரு என்று பெயரிட்டிருக்கிறார்கள். கோணேஸ்வரம் கோவிலை புனரமைத்திருக்கிறார்கள்.

திருகோணமலையில் இயற்கையாய் அமைந்துள்ள துறைமுகத்தின் சிறப்பு கருதி, போர்த்துகீசியர், ஒல்லாந்தர், பிரெஞ்சுக்காரர்கள் மற்றும் பிரித்தானியர் என அத்தனை ஐரோப்பியரும், திருகோண நகரையும், துறைமுகத்தையும், அங்கு அமைந்துள்ள பிரட்ரிக் (டச்சு) கோட்டையையும் தமது ஆதிக்கத்தில் வைத்திருப்பதற்காக பகீரதப் பிரயத்தனங்கள் செய்து, தலைகீழாய் உருண்ட சம்பவங்களை வரலாறு மறக்கவியலாது.
இந்துமகா சமுத்திரத்தின் சாவி என்று அழைக்கப்படும் இத்துறைமுகம் இயற்கையாகவே ஆழம் அதிகமாக இருப்பதால், நீர்மூழ்கிக் கப்பல்கள் முதல் சாதாரண கப்பல்கள் வரை இங்கே பாதுகாப்பாக இருக்க முடியும். "மலைகளால் சூழ்ந்த இந்த துறைமுகத்தில் ஒரு பக்கம் இருக்கும் கப்பலுக்கு, அருகிலுள்ள மற்றொரு கப்பல்கூட கண்ணுக்குத் தெரியாதாம்" என்ற செய்தி ஆச்சர்யமாக இருந்தது.

ஆங்கிலேயர்கள் ஆசியாவில் தங்கள் ஆதிக்கத்தை நிறுவ, இத்துறைமுகம் ஒரு முக்கிய காரணியாக இருந்திருக்கிறது. அப்போது, பிரித்தானிய பிரதமர் இட் என்பவர் தங்கள் நாட்டு பாராளுமன்றத்தில் "இந்து சமுத்திரத்தில் கடலாதிக்கத்தை நிலைநிறுத்த திருகோணமலை துறைமுகம் அவசியம்" என்று பேசியதிலிருந்து இத்துறைமுகத்தின் முக்கியத்துவத்தை

தெரிந்து கொள்ள முடிகிறது. இரண்டாம் உலகப்போரில் ஜப்பானியர்கள் சிங்கப்பூரை கைப்பற்றிய பின்பு, திருகோணமலையே பிரிட்டனின் முக்கியக் கடற்படை தளமாகவும், விநியோக மையமாகவும் செயற்பட்டிருக்கிறது. இத்துறைமுகத்தின் முக்கியத்துவம் கருதியே 1942 ஆம் ஆண்டு, ஏப்ரல் 9ம் நாள் ஜப்பானியர்களின் குண்டு வீச்சுக்கு இலக்காகி 700 பொதுமக்கள் கொல்லப்பட்டனர். 1957 வரை திருகோணமலை பிரிட்டன் கடற்படையின் முக்கிய தளமாக இருந்தது. திருமலைக் கோட்டையில் பிரிட்டிஷாரின் பங்களாக்கள் இன்றும்கூட இருக்கின்றன.. உலகின் மிக ஆழமான, பெரிதான இயற்கைத் துறைமுகங்கள் வரிசையில் 5 வது இடத்தைப் பெற்றுள்ள இத்துறைமுகத்தில் ஒரே நேரத்தில் பல்லாயிரக்கணக்கான கப்பலகள் நங்கூரமிட்டு நிற்க முடியும். முத்து, மாணிக்கம், யானை, யானைத்தந்தம், கருவா, ஏலம், கிராம்பு, போன்ற பொருள்கள் இந்த துறைமுகத்திலிருந்தே ஐரோப்பிய நாடுகளுக்கு ஏற்றுமதி யாகி இருக்கிறது.

பொன்னியின் செல்வன் கதையில், தன்னுடைய தம்பிக்கு இளவரசுப் பட்டம் கட்டிவிட்டு வெளிநாடுகளுக்குச் சென்று போர் தொடுத்து வெற்றிகளை ஈட்ட விரும்பிய ஆதித்த கரிகாலன், தனது நண்பனான பல்லவ குல பார்த்திபேந்திரனை இலங்கைக்கு அனுப்பி தன் தம்பி அருள்மொழிவர்மனை அழைத்து வரச்சொல்வார். இலங்கை வரும் பார்த்திபேந்திரன் திருகோணமலை துறைமுகத்தில் இறங்கி, வந்தியத்தேவன், ஆழ்வார்க்கடியன், பூங்குழலி சகிதம் இருக்கும் இளவரசர் அருள்மொழிவர்மனைக் கண்டு ஆதித்த கரிகாலன் கொடுத்தனுப்பிய ஓலையைக் கொடுப்பார். இளவரசரிடம் தான் வந்த கப்பலை திரிகோணமலையில் விட்டு விட்டு வந்திருப்பதாகவும், திரும்பச் செல்லவேண்டுமெனவும் கூறுவார்.

இத்துறைமுகத்தின் மீது அமெரிக்காவிற்கு எப்போதும் ஒரு மோகம் உண்டு. 2007 ஆம் ஆண்டில், அமெரிக்கா, இலங்கையுடன் இத்துறைமுகம் தொடர்பாக பத்தாண்டுகளுக்கு ஒரு ஒப்பந்தம் போட்டுக்கொண்டது. அதன்படி அமெரிக்க கப்பல்கள் இங்கே எரிபொருள் நிரப்பிக்கொள்ளவும், பிற தேவைகளைப் பெற்றுக்கொள்ளவும் அனுமதிக்கப்பட்டது,. விடுதலைப் புலிகளுடனான போரில் தீவிரமாக ஈடுபட்டிருந்த இலங்கை அரசு, தனக்கான ஆதாயம் கிடைக்குமென அமெரிக்காவின் ஆதரவை ஏற்றுக்கொண்டு, காட்டிய இடத்தில் கையெழுத்திட்டது. அதனால், அமெரிக்காவின் விமானம் தாங்கிக் கப்பல்கள் முதல் போர்க்கப்பல்கள் வரை அடிக்கடி சாவகாசமாக இங்கு வந்து செல்லும். சமீப வருடங்களாக திருகோணமலை, கொழும்பு, ஹம்பந்தோட்ட ஆகிய மூன்று துறைமுகங்களிலும், 28 நாடுகளைச் சேர்ந்த 450 போர்க்கப்பல்கள் இலங்கைத் துறைமுகங்களுக்கு வந்து செல்கின்றன. பதிலுக்கு இலங்கை அரசுக்கு ரோந்து படகுகள், கடலோரப் காவற்படை, சிறு கப்பலகள் என இந்நாடுகள் வழங்கியிருக்கின்றன.

அமெரிக்கா மட்டுமல்ல, இந்தியா, ஜப்பான், சீனாவிற்கும் இலங்கைத் துறைமுகங்கள் மீது ஒருதலைக்காதல் தான். சீனாவை கண்காணிப்பதற்காக இந்தியாவுக்கும், இந்து சமுத்திரப் பகுதியில் ஆதிக்கம் செலுத்துவதற்காக அமெரிக்காவிற்கும் இலங்கைத் துறைமுகங்கள் தேவையாக இருக்கின்றன. 1970 களில் அமெரிக்க அதிபர் நிக்சன், இங்கு எண்ணெய் கிடங்கு அமைக்கவும், அமெரிக்காவின் ஒரு கேந்திரத்தை வைக்கவும் முயற்சிக்க, பிரதமர் இந்திரா காலத்தில் இந்தியா - ரஷ்யா ஒப்பந்தத்தால் அது முறியடிக்கப்பட்டது. இங்கு ஆங்கிலேயர் காலத்தில் அமைக்கப்பட்ட 99 எண்ணெய் கிடங்குகளை இந்தியாவைச் சேர்ந்த இந்தியன் ஆயில் கார்ப்பரேசன் நிறுவனம் பராமரித்து பயன்படுத்துவதற்கான ஒப்பந்தம் மேலும் 50 ஆண்டுகளுக்கு சமீபத்தில் நீட்டிக்கப்பட்டுள்ளது.

மேற்கத்திய ஆதிக்கத்தின் எச்சமாக நிற்கிறது இங்குள்ள பிரட்ரிக் கோட்டை, .அக்கோட்டையினுள்ளே அமைந்திருக்கிறது உலகப்புகழ்மிக்க திருக்கோணேச்சர ஆலயம். இலங்கையை ஆண்ட மனு மாணிக்கராசா என்ற மன்னன் கி.மு. 1300 ல் கோவிலைக் கட்டியதாகவும், உலகிலுள்ள வழிபாட்டுத் தலங்களில் மிகப் பழமையானது என்றும் கூறப்பட்டாலும், அதற்கான எந்தச் சான்றுகளும் இல்லை. "முன்னே குளக்கோட்டன் மூட்டு திருப்பணியை பின்னே பறங்கி பிரிக்கவே பூனைக்கண் புகைக்கண் செங்கண் ஆண்டபின் தானே வடுகாய் விடும்" என்ற கல்வெட்டிலிருந்து குளக்கோட்டன் (குளமும், கோட்டமும் கட்டுவித்தவன் - இயற்பெயர் மறைந்து காரணப்பெயராயிற்று) என்பானே இக்கோவிலுக்கு திருப்பணி செய்தான் என்று புரிந்து கொள்ளப்படுகிறது.

ஆயிரம் வருடங்களுக்கு மேலான பழமையான கோவிலை, 1624ல் போர்த்துகீசிய தளபதி கான்ஸ்டண்டைன் டி சா டி மென்சிஸ் இடித்து தரைமட்டமாக்கியதுடன் கோட்டையை உருவாக்க கோவிலின் இடிபாடுகளைப் பயன்படுத்திக் கொண்டான். இலங்கை சுதந்திரம் பெற்ற பின்பு சுமார் 450 ஆண்டுகள் கழித்து 1952ல் திருகோணமலை பெரியோர்களால் கோவில் மீளக் கட்டப்பட்டது.

'தென்கிழக்காசிய மிலேச்சர்களின் உரோமாபுரி', 'தட்சிண கைலாசம்' என்றெல்லாம் புகழப்படும் அதே திருகோணமலை நகரின் மற்றொரு மூலையில், தேசம் பிடிக்கும் பேராசையின் விளைவுகளை பறைசாற்றி மௌனமாய் நிற்கின்றன, இரண்டாம் உலக யுத்தத்தில் தேசம் விட்டு தேசம் வந்து போரிட்ட பிரிட்டானியப் படைவீரர்களின் 303 கல்லறைகள்...

வந்தியத்தேவன் வழித்தடத்தில்... ஆனையிறவு

அருள்மொழி வர்மன் யானைப் பாகன் வேடமணிந்து பூங்குழலியுடன் யானையில் பயணிக்கிறார்.

"உன் படகை எங்கே நிறுத்தியிருக்கிறாய்?" - இளவரசர்.

"ஆனையிறவுத் துறைக்கு சமீபமாய் என் படகு நிற்கிறது" - பூங்குழலி

"இக்கரையிலா, அக்கரையிலா?" இளவரசர்.

"அக்கரையிலே தான் படகை நிறுத்தத் தனி இடம் கிடைத்தது. அங்கேயே படகை நிறுத்தி விட்டு வந்தேன்" - பூங்குழலி.

"யானை இறவுத்துறையை எப்படி கடந்து வந்தாய்?" - இளவரசர்.

"நான் வரும்பொது கடல்நீர் மிகவும் குறைவாயிருந்தது. ஆகையால் பெரும்பாலும் நடந்து வந்தேன், கொஞ்சம் நீந்தியும் வந்தேன்"- பூங்குழலி.

யானையுடன் கடலைக் கடக்க முடிவு செய்த இளவரசர், யானையின் காதுகளில் ஏதோ சொல்ல, யானை மதம் கொண்டது போல பாய்ந்தோடுகிறது. பூங்குழலியின் முகத்தில் பயப்பிராந்தியின் அறிகுறி தோன்றியது. பூங்குழலி ஒரு பெரிய பயங்கரமான பிரம்மாண்டமான கடல் சுழலில் அகப்பட்டுக்கொண்டாள். அதே சுழலில் அகப்பட்டுக் கொண்டு இளவரசரும் சுற்றிச் சுற்றி வந்தார். யானையும் அப்படியே சுழன்று சுழன்று வந்தது. பூங்குழலி கண்களை இறுக மூடிக்கொண்டாள். புயற்காற்றினால் தள்ளப்பட்டு ஓடும் கரிய மேகத்தைப்போல் யானை போய்க்கொண்டேயிருந்தது. கடைசியில் யானை இறவுத்துறையை

ரமாதேவி இரத்தினசாமி

அடைந்தது. அங்கே இலங்கைத்தீவின் கீழ்ப்புறத்துக்கடலும் மேற்புறத்துக் கடலும் ஒன்றாய்ச் சேர்ந்தன. அந்த ஜலசந்தியின் மிகக் குறுகலான இடத்துக்குதான் யானை இறவு என்று பெயர். இலங்கைத் தீவின் வடபகுதியையும் மத்திய பகுதியையும் ஒன்று சேர்ந்த அக்கடல் துறையில் யானை இறங்கியது. அனுமார் தூக்கி எறிந்த மலை கடலில் விழுந்தது போல விழுந்தது.

பொன்னியின் செல்வன் இரண்டாம் பாகத்தின் – 'யானை மிரண்டது' 44 வது அத்தியாயம் மனதில் ஊடாடிக்கொண்டிருந்தது. தோழியுடன், ஆனையிறவுப் பிரதேசத்தை பார்க்க வந்த இடத்தில்தான் கல்கியின் மந்திர எழுத்துகளின் நினைவால், ஆயிரம் ஆண்டுகள் பின்னோக்கிப் போயிருந்தேன். கனவிலிருந்து மீண்டு, சற்று தொலைவில் நின்று கொண்டிருந்த தோழியை நோக்கிச் சென்றேன்.

"ஆனையிறவு எம் தமிழரின் வாழ்வில் நீங்காத வடு" உணர்ச்சியற்ற குரலில் சொல்லிக்கொண்டிருந்த தோழியை இமைக்காது பார்த்துக்கொண்டிருக்கிறேன். கண்ணீர் இல்லை, ஆனால் அந்தக் குரலில் ஆறாத துயரம் இருந்ததை உணர முடிந்தது. கைகளைப் பற்றிக்கொண்டேன். அதே குரலில் தொடர்ந்தார். "யாழ்ப்பாணத்திலிருந்து பிற பகுதிகளுக்குச் செல்ல இருந்த பாதைகள் இரண்டு, ஒன்று பூநகரி, மற்றொன்று ஆனையிறவு. பூநகரி, மன்னார் மாவட்டத்துக்குச் செல்வது. பிறபகுதிகளுக்குச் செல்வதற்கான ஒரே பாதை ஆனையிறவு மட்டுமே. அங்கிருக்கும் இராணுவ சோதனைச் சாவடி எனும் நரகத்தைக் கடந்துதான் வெளியே செல்ல முடியும். சிங்கள இராணுவ அதிகாரிகளின் அன்றன்றைய மனநிலைக்கேற்ப அங்கு சோதனைகள் நடக்கும். சுட்டெரிக்கும் வெயிலில், செருப்பைத் தலையில் வைத்துக்கொண்டு தமிழர்களை நடக்கச் செய்து வேடிக்கை பார்ப்பதில்தான் அவர்களுக்கு எவ்வளவு மகிழ்ச்சி? சமயங்களில் அவர்களின் பிடிகளில் சிக்கிக்கொண்டவர்கள் காணாமலேயே போகும் சம்பவங்களும் சகஜம். ஈழப்போர் முனைப்புற்ற காலத்தில் இதன் கோரமுகம் மேலும் அகோரமானது, சித்திரவதைக்கூடமானது, கொலைக்களமானது. 1990 ல் இரண்டாம் கட்ட ஈழப்போர் தீவிரமடைய, யாழ்ப்பாணத்திற்கும், வெளியுலகுக்குமான தொடர்புகள் முற்றிலும் துண்டிக்கப்பட்டன. ஆனையிறவும், பூநகரியும் தங்கள் பாதைகளை மூடிக்கொண்டன. யாழ்ப்பாணத்தைக் கடப்பதற்கு கிட்டத்தட்ட 5 மைல்கள் நீருக்குள்ளால் செல்லும் பாதைவழியே தான் எங்கள் பயணம் இருந்தது, எவ்வளவு கடுமையான நாட்கள் அவை?" ஆண்டுகள் பல கடந்துவிட்டாலும், நேற்றுதான் நடந்ததுபோன்ற வலி அவரது குரலில்.

யாழ்ப்பாணத் தீபகற்பத்தின் நுழைவாயிலில் கிளிநொச்சி மாவட்டத்தில் அமைந்துள்ளது ஆனையிறவு. பறவைகள் சரணாலயம், மிகப்பெரிய உப்பு வயல், முக்கியமான இராணுவத்தளம், உள்நாட்டுப்போரில் ஓய்வெடுக்காத தொடர் போர்க்களம் என வரலாற்றில் இதன் முக்கியத்துவம் அதிகம். கடல் மட்டத்திலிருந்து சுமார் 3 கி.மீ உயரத்தில் அமைந்துள்ள

ஆனையிறவு, யுத்தத்திற்கு முன் சிறந்த பறவைகள் சரணாலயமாகவும், உப்பும், இரசாயனப் பொருள்களும் தயாரிக்கப்பட்ட இடமாகவும் இருந்தது. 1938 ல் ஆங்கிலேயரால் ஆரம்பிக்கப்பட்ட உப்பளம் 1946 ஏக்கர் பரப்பளவில் பிரமாண்டமானதாக இருந்திருக்கிறது.

ஆனையிறவு, ஆங்கிலத்தில் *Elephant Pass* என்றே அழைக்கப்படுகிறது. கல்கியின் எழுத்துகளின்படி யானையிறவின் பெயர்க்காரணம் பார்த்தால் - இலங்கையின் வடக்கு முனைப் பகுதிக்கு அந்நாளில் நாகத்வீபம் என்று பெயர் வழங்கியது. அந்தப் பகுதியையும், இலங்கையின் மற்றப் பெரும் பகுதியையும் இரு புறத்திலிருந்தும் கடல் உட்புகுந்து பிரித்தது. ஒரு பகுதியிலிருந்து இன்னொரு பகுதிக்குச் செல்லும் படியாகக் கடற்கழி மிகக் குறுகியிருந்த இடத்துக்கு 'யானை இறவு'த்துறை என்று பெயர். சில சமயம் இத்துறையில் தண்ணீர் குறைவாயிருக்கும். அப்போது சுலபமாக இறங்கிக் கடந்து செல்லலாம். மற்றச் சமயங்களில் அதைக் கடப்பது எளிதன்று. படகுகளிலேதான் கடக்க வேண்டும். யானை மந்தைகள் இந்த இடத்தில் கடலில் இறங்கி கடந்து செல்வது வழக்கமான படியால் 'யானை இறவு' என்ற பெயர் வந்தது. முற்காலத்தில் இவ்விடத்தில் யானைகளைக் கப்பலில் ஏற்றி வெளி நாடுகளுக்கு அனுப்பியதாகவும் சொல்லப்படுகிறது.

இந்த இடத்தைத் தான் இளவரசரும், பூங்குழலியும் யானையின் மீதேறி நீருக்குள் கடந்து வந்திருக்கிறார்கள்.

ஆனால், ஒருகாலத்தில், பல்லாயிரக்கணக்கான யானைகள் இப்பிரதேசத்தின் வாயிலாக யாழ்ப்பாணத்திற்கு கொண்டு செல்லப்பட்டதாகவும், அப்படி கொண்டு செல்லப்படும் யானைகள் இரவு நேரங்களில் தங்கவைக்கப்படும் இடமாகவும் இருந்ததே இப்பெயர் வரக் காரணம் என்கின்றனர் உள்ளூர்வாசிகள். தேசத்தை ஆக்கிரமித்த அந்நியர்கள் ஆனையிறவில் கோட்டையை அமைத்து வரி அறவிட்டதாகவும், பண்டாரவன்னியன் வரி செலுத்த மறுத்து ஆங்கிலேயர் கோட்டையை தாக்கியதாகவும் ஒரு செய்தியுண்டு. வன்னிப்பிரதேசத்தில் அதிக அளவில் காணப்படுகின்ற, மரங்கள், யானைகள், மான் தோல்கள் போன்றவற்றை வன்னியை ஆட்சி செய்த சிற்றரசர்களிடமிருந்து திறையாகக் கேட்டதாக பேராசிரியர் புஸ்பரட்னம் அவர்கள் தனது 'இலங்கைத் தமிழர் ஒரு சுருக்க வரலாறு' என்ற நூலில் குறிப்பிட்டுள்ளார்.

1760 ல் போர்த்துகீசியர்கள் *Bascula* என்ற பெயரில் இங்கு கோட்டை கட்டியதிலிருந்து, இந்த இடம் இராணுவத்தளமாக செயல்பட்டு வருகிறது. 1776ல் டச்சுக்காரர்களால், பின்னர் ஆங்கிலேயர்களால் என தொடர் ஆக்கிரமிப்பால் கோட்டைகள் கைமாறிக்கொண்டே இருந்தன. சுதந்திரத்திற்குப் பின் சிங்கள அரசு, 1952 ல் இலங்கை இராணுவத்தளம் ஒன்றை இங்கு நிரந்தரமாக உருவாக்கியது. அதைத் தொடர்ந்து, இனக்கலவரங்களின் போது இலங்கை அரசுக்கும்,

விடுதலைப்புலிகளுக்கும் இடையில் மூன்று சமர்கள் இங்கு நடைபெற்றன. 1991ல் 'ஆகாயக் கடல்வெளிச் சமர்' எனப் பெயரிட்டு புலிகள் இராணுவத்தளத்தை அழிக்கும் நோக்குடன் தாக்கத் தொடங்கினர். ஒரு மாதத்திற்கும் மேலாக நடந்த கடுமையான போரில் கிட்டத்தட்ட 600 புலிகள் பலியானார்கள். இராணுவம் ஆனையிறவு படைத்தளத்தை தக்க வைத்துக்கொண்டது.

பத்தாயிரத்திற்கும் அதிகமான இலங்கை இராணுவத்தினரின் பாதுகாப்பில் அமைந்திருந்தது ஆனையிறவு படைத்தளம். ஆனையிறவிலிருந்து கிளிநொச்சி வரை இலங்கைப்படைகள் நிலைகொண்டிருந்தன. இலங்கை அரசு மட்டுமின்றி, உலக இராணுவ வல்லுநர்களும் 'யாராலும் வீழ்த்தப்பட முடியாத தளம்' என்றே கருதினார்கள். 2000 ல் 'ஓயாத அலைகள் 3' என்று பெயரிடப்பட்ட இரண்டாம் ஆனையிறவு சண்டையின் போது விடுதலைப்புலிகள் கடும் போராட்டத்தில் ஈடுபட்டனர். மிக நீண்டதும், கடினமானதுமான சமர் அது. 35 நாட்களின் பின்னர் ஏப்ரல் 22 ம் நாள் தமிழீழ விடுதலைப் புலிகளின் வசமானது கோட்டை. ஆனால், இறுதி யுத்தத்தின்போது, 2009 சனவரி 10 ஆம் நாள் இலங்கை இராணுவம் மீண்டும் இப்படைத்தளத்தைக் கைப்பற்றியது. ஆனையிறவுக்கான ஈழப்போராட்டத்தில் ஏறத்தாழ 3000 புலிவீரர்கள் களமாடி வீரச்சாவடைந்ததாக விடுதலைப் புலிகளின் குறிப்பு கூறுகிறது. ஈழப்போராட்டத்தில் ஆனையிறவு மீட்பே மிகப்பெரிய வெற்றியாக வெளி உலகுக்குத் தோன்றியது.

யாழ்குடா நாட்டுக்கும், இலங்கையின் பெருந்தீவுக்கும் அன்றைய ஒரே சாலைவழி ஆனையிறவு மட்டுமே. ஆனையிறவை முற்றுகையிட்டால் ஈழமே தவித்துப்போகும். அப்படிப்பட்ட முற்றுகைகளால் தவித்துப்போகும் ஈழத்துக்கு கைகொடுத்தது தமிழக உறவுகள்தான் என கண்ணீர் மல்கக் கூறுகின்றனர் தோழியர் பலரும். கோடியக்கரை, இராமேசுவரம், மண்டபம், தேவிபட்டினம், மேல்குடி, கீழக்கரை சாயல்குடி, திருப்பாலைக்குடி, தோப்புவலசை, ஏர்வாடி போன்ற ஊர்களிலிருந்துதான் உணவு போய்ச் சேர்ந்திருக்கிறது. "எங்கள் மனம் மறக்கவியலா, மறக்கவிரும்பா ஊர்கள் அவை" குரலில் நன்றி தெறிக்கிறது.

வந்தியத் தேவன் வழித்தடத்தில்... தொண்டைமானாறு

பண்பாட்டு பாரம்பர்யமும், வரலாற்றுத் தொன்மையும் மிக்க தொண்டைமானாறு யாழ்ப்பாண மாவட்டத்திலுள்ள வடமராட்சி பிரதேசங்களுள் ஒன்று. கடலுடன் கடக்கும் இந்த தொண்டைமானாற்றின் நீரேரி ஆனையிறவு வரை நீள்கிறது. அருகிலுள்ள கரும்பாவளியில் குப்பைகளுக்கும் பற்றுகளுக்கும் மத்தியில் மறைந்து போன பல வரலாற்று தொன்மை வாய்ந்த எச்சங்கள் சமாதிகளாகவும், ஆறடி சுவர்களாகவும் தற்போது வெளி வந்திருக்கின்றன. சக்கிலியன் ஆட்சிக்காலத்துடன் தொடர்புடைய வரலாற்றின், மறைந்துபோன மிச்சங்களாக அவை இருக்கலாம் எனக் கருதப்படுகிறது. பறவைகள் வந்து செல்லும் சரணாலயமாகவும், மூலிகைச் செடிகள் நிறைந்ததாகவும் நன்னீரேரியுடன் காணப்பட்ட இந்தப் பகுதிகள் யுத்த காலத்தில் மக்களின் தொடர்ச்சியான இடப்பெயர்ச்சியின் காரணமாக பராமரிப்பின்றி அழிந்திருக்கலாம்.

இதன் கரையில் அமைதியாக நிற்கிறது செல்வ சந்நிதி முருகன் ஆலயம். உயர்ந்த கோபுரங்களோ, தூபிகளோ, கட்டிடங்களோ இல்லை. நந்தியும், அன்னதான மண்டபங்களும், மருதமரக் காடுகளுமாய் காட்சியளிக்கிறது. முருகன் வேலை வைத்து வழிபடுகிறார்கள். பூஜை செய்பவர்கள் வாயைக் கட்டி பூஜை செய்யும் முறை பார்க்க வியப்பாக இருந்தது. அதற்கும் ஏதாவது காரணங்கள் இருக்கலாம். கேட்டபோது கண்டி கதிர்காமக் கோவில் முறையைப் பின்பற்றுவதாகக் கூறினார்கள். 16 ம் நூற்றாண்டில் போர்த்துகீசியர் மற்றும் ஒல்லாந்தரால் அழிக்கப்பட்ட ஆலயம் ஒல்லாந்தர் காலப் பிற்பகுதியில் மருதர் கதிர்காமர் என்ற பக்தரால் நிர்மாணிக்கப்பட்டது. 65 ஆலம் இலைகளில் அமுது படைத்து

பூஜை செய்து அதையே பிரசாதமாக விநியோகிக்கின்றனர். இந்த ஆலயத்துக்கருகில் ஓடும் நன்னீரேரியே, வல்லி நதி என்று முற்காலத்தில் அழைக்கப்பட்டிருக்கிறது.

12 ம் நூற்றாண்டின் முற்பகுதியில் குலோத்துங்கச் சோழனின் ஆட்சியில் கருணாகரத் தொண்டைமான் என்ற சிற்றரசனால் வரலாற்றுப் புகழ் வாய்ந்த தொண்டமானாறு கட்டப்பட்டது. இந்த வல்லி நதி தொடு வாயிலையே கருணாகரத் தொண்டைமான் வெட்டி ஆழப்படுத்தி கடலுடன் இணைத்ததால் அது தொண்டைமானாறு ஆயிற்று என்று கூறுகிறார்கள். ஆனால், பொன்னியின் செல்வனில் கல்கி கூறும் கதை இப்படி இருக்கிறது.

"முந்நூறு வருஷத்துக்கு முன்னால் இளவரசனாகிய மானவர்மன் காஞ்சிபுரத்தில் வந்து சரண் புகுந்திருந்தான். அவனுக்கு ராஜ்ஜியத்தை மீட்டுத் தருவதற்காக மாமல்ல சக்கரவர்த்தி ஒரு பெரும்படையை அனுப்பினார். அவர் அனுப்பிய படைகள் இந்த பிரதேசத்தில்தான் வந்து இறங்கின. அச்சமயம் தொண்டைமான் ஆறு உள்ள இடத்தில் ஒரு சிறிய ஓடைதான் இருந்தது. கப்பல்கள் வந்து நிற்பதற்கும், படைகள் இறங்குவதற்கும் சௌகரியமாவதற்கு அந்த ஓடையை வெட்டி ஆழமாகவும், பெரிதாகவும் ஆக்கினார்கள். பிறகு அந்த ஓடை தொண்டைமானாறு என்று பெயர் பெற்றது. முகத்துவாரத்தின் அருகில் அந்த நதி வளைந்து வளைந்து சென்றது. இருபுறமும் மரங்கள் அடர்ந்திருந்தன. இதனால், கடலிலிருந்து பார்ப்போருக்குத் தெரியாதபடி கப்பல்கள் நிற்பதற்கு வசதியாக இருந்தது" - என்கிறார் கல்கி.

இறுதியில் இலங்கையிலிருந்து தாயகம் திரும்பும் அருள்மொழிவர்மன் இந்த தொண்டைமானாற்றிலிருந்து தான் படகில் புறப்படுவார். அன்றைய தினம் ஏனோ, கடல் வழக்கத்திற்கு மாறாக வெகு அமைதியாயிருக்கிறது. கடலும் தொண்டைமானாறும் ஒன்றாகக் கலக்கும் அற்புதமான இடத்திலிருந்து கையசைக்கிறார் இளவரசர்.

இளவரசரைப் பிரிய மனமின்றி பிரியும் பூங்குழலியின் பேதை மனம் குமுறுகிறது. ஆம், அலைகடலும் ஓய்ந்திருக்க, அவளின் அகக்கடல்தான் பொங்குவதேன்? காரணம் இருந்திருக்கிறது.

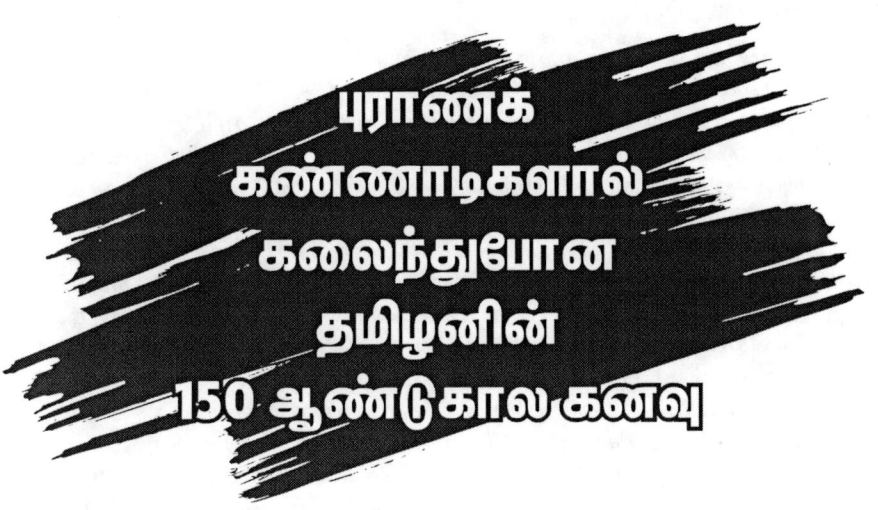

புராணக் கண்ணாடிகளால் கலைந்துபோன தமிழனின் 150 ஆண்டுகால கனவு

அந்தத் தொட்டியில் மிதந்து கொண்டிருந்த கல்லையே சுற்றி நின்று எல்லோரும் அதிசயமாய் பார்த்துக்கொண்டிருந்தோம். “நீரின் அடர்த்தியைவிட கல்லின் அடர்த்தி அதிகம், அதனால் கல் நீரில் மூழ்கும், மிதக்காது” னு தானே அறிவியல் பாடம் எடுக்கும் கஸ்தூரி டீச்சர் சொல்லித் தந்திருக்காங்க, இது எப்படி மிதக்குது?, குழப்பமாக இருந்தது. வீட்டிலிருந்து குடும்பத்துடன் ராமேஸ்வரத்துக்கு சுற்றுலா(?) வந்திருந்தோம். எண்பதுகளில் சுற்றுலா என்றாலே ராமேஸ்வரம் அல்லது திருச்செந்தூர்தான். எப்போதாவது, கொடைக்கானல், அடிக்கடி வைகை டேம். அவ்வளவுதான். இராமேஸ்வரத்தின் பெரிய கோவிலை பார்த்துவிட்டு, நகருக்குள் ஆங்காங்கே இருந்த சிறிய கோவில்களை வலம் வந்து கொண்டிருந்தோம். அந்தக் கோவிலின் பொறுப்பாளர் போலிருந்த ‘சாமி’(!!) விவரிக்கத் தொடங்கினார். “ஸ்ரீ ராம பிரான், அரக்கன் ராவணனோடு யுத்தம் செஞ்சி, சீதா பிராட்டியாரை அழைச்சுண்டு வாரதுக்காக, லங்காவுக்கு கிளம்பினார். அப்போ கடலைக் கடக்கறதுக்காக, வானரங்களோட துணை கொண்டு, இங்கிருந்து லங்காவுக்கு கட்டிய பாலத்தில் பயன்படுத்திய கற்கள்தான் இதெல்லாம், சேவிச்சிக்கோங்கோ” அவர் சொல்ல, சொல்ல… வீட்டின் பெரியவர்கள் முதல் சிறியவர்கள் வரை அரைகுறை நம்பிக்கையுடன் கல்லைத் தொடாமலேயே, தொட்ட பாவனையுடன் கண்களில் ஒற்றிக்கொண்டோம். “கடலுக்குள்ளிருந்த பாலத்திலிருந்து கல்லை எடுத்து வந்துட்டாங்களா?, அது எப்படி?” எனக்கு இன்னும் குழப்பம் தீரவில்லை. “ராமர், அநுமார் கை பட்டதால கல்லுகூட மெதக்குது

ரமாதேவி இரத்தினசாமி 223

பாரு, இதப்பார்க்க கொடுத்து வைச்சிருக்கனும் லா" சித்தப்பா சிலாகித்துக்கொண்டார், (கிண்டலாக சொன்னமாதிரியும் எனக்குத் தோன்றியது.)

இப்படித்தான் கனமற்ற சுண்ணாம்புக்கல்லைக் காட்டி ரொம்பகாலமாக கதை சொல்லிக் (விட்டு) கொண்டிருந்தவர்கள், நாசா புகைப்படம் வெளியிட்டவுடன் அதுதான் ராமர் கட்டிய பாலம் எனக் கெட்டியாகப் பிடித்துக் கொண்டனர். விஞ்ஞானம் கண்டறிந்த இயற்கை உண்மையை தங்களது இதிகாச புராணக் கதைக்கு ஆதாரமாக எடுத்துக்கொண்டனர். சாட்சாத் ராமபிரானே கட்டியதாக நம்பப்படுகின்ற... இராமாயணத்தில் சேது பந்தனம் என்ற பெயரில் குறிப்பிடப்படுகின்ற... ராமசேது அல்லது ராமர் பாலம் என்று அழைக்கப்படுகின்ற... இந்தப்பாலத்தை, ஆதாம் பாலம் என்றும் சொல்லிக் கொள்கிறார்கள். ஆபிரகாமிய மதங்களில் சொர்க்கத்திலிருந்து வெளியேற்றப்பட்ட ஆதாமின் கால்தடங்கள் தான் இவைகள் என்பது அவர்களின் நம்பிக்கை(கதை)யாக இருக்கிறது. இலங்கையில் இருக்கும் 'ஆதாம்சிகரத்தின்' உச்சிக்கு சென்று ஒற்றைக்காலால் ஆயிரம் ஆண்டுகள் தவமிருப்பதற்காக ஆதாம் இந்த பாலத்தைப் பயன்படுத்தி இலங்கையை அடைந்ததால் இது ஆதாம் பாலம் என்கிறது கிறிஸ்துவ வரலாற்றுக் கதைகள்,

இந்தியா மற்றும் இலங்கையை இணைக்கும் வகையில் இப்படியொரு பாலம் இருந்ததையும் அது மனிதர்கள் நடந்து செல்ல வசதியாக இருந்ததையும் புவியியலாளர்கள் உறுதி செய்கின்றனர். அது எவ்வாறு தோன்றியது அல்லது கட்டப்பட்டது என்பதில்தான் எத்தனையெத்தனை யூகங்கள், நம்பிக்கைகள், செய்திகள்? இந்த இரு நாடுகளையும் பிரிக்கும் கடல்பகுதி சேது சமுத்திரம் அல்லது சீ ஆப் தி பிரிட்ஜ் என்று அழைக்கப்படுகிறது. தற்போது, தமிழ்நாட்டின் தென்கிழக்கு கடற்கரையில் உள்ள இராமேஸ்வரத்தின் பாம்பன் தீவுக்கும், இலங்கையின் வடமேற்குப் பகுதியில் உள்ள மன்னார் தீவுகளுக்கும் இடையே 48 கிலோமீட்டர் தூரத்திற்கு 13 மணல் திட்டுகள் காணப்படுகின்றன. சுண்ணாம்புக் கற்களால் சங்கிலித்தொடர் போல ஆன அந்த மேடுகள் 3 அடி முதல் 30 அடி வரையிலான ஆழம் கொண்டதாகவும், சில மேடுகள் கடல் மட்டத்துக்கு மேலும் உள்ளன. இதைத்தான் ராமர்பாலம் என்கின்றனர்.

இந்தியாவுக்கும், இலங்கைக்குமான இந்த பாக்ஜல சந்தியில், மன்னார் வளைகுடா பகுதி ஆழம் குறைவாக இருப்பதால், பெரிய கப்பல்கள் வந்தால், தரை தட்டிவிடும். அதனால் இந்தியத் துறைமுகங்களுக்கு வரும் கப்பல்கள் இலங்கையைச் சுற்றியே செல்லவேண்டியுள்ளது. எனவே, இந்தப் பகுதியில் 89 கி.மீ தூரத்திற்கு கடல் ஆழப்படுத்தப்படு. 300 மீட்டர் அகலமும், 12 மீட்டர் ஆழமும் கொண்டதாக கடலை ஆழமாக்கினால் கப்பல்கள் இலங்கையைச் சுற்றத் தேவையிருக்காது. எனவே, 19 ம் நூற்றாண்டின் முற்பகுதியில் ஆங்கிலேயர்கள் இந்த கால்வாயை ஆழப்படுத்த திட்டமிட்டனர். 1860 ல் கமாண்டர்

டெய்லர் என்ற ஆங்கிலேயப் பொறியாளர் முதன்முதலில் இது குறித்து பரிந்துரைத்தார். அவரைத் தொடர்ந்து, டவுன்செண்ட், சர்வில்லியம் டென்னிஸன் போன்றோர்களும் இத்திட்டத்தை விரிவுபடுத்தினர். 1871ல் ஸ்டோடர்ட், 1872 ல் ராபர்ட்சன், 1884 ல் சர் ஜான் கோட் 1903ல் தென்னிந்திய ரயில்வே பொறியாளர்கள், 1922 ல் சர் ராபர்ட்பிஸ்டோ என்று தொடர்ந்து இதற்கான பரிந்துரைகள் காகிதமாகவே இருந்தது. சுதந்திர இந்தியாவில் இந்த பரிந்துரைகள் சேது சமுத்திரத் திட்டமாக உயிர்பெற்றது.

“சிங்களத்தீவினுக்கோர் பாலம் அமைப்போம் சேதுவை மேடுறுத்தி வீதி சமைப்போம்” என்ற பாரதியின் நூற்றாண்டுச் சிந்தனை, தமிழக மக்களின் 150 ஆண்டு கால கனவாகவே இருக்கிறது. தமிழினக்கால்வாய், சேது சமுத்திரக் கால்வாய் என பல பெயர்களில் அழைக்கப்படும் இத்திட்டத்தின் அவசியம், அவசரம் குறித்து, அறிஞர் அண்ணா முதன் முதலில் நாடாளுமன்றத்தில் பேசினார். 1968 ஏப்ரல் மாதத்திய 25 ம் நாள் காஞ்சி இதழில், “தனுஷ்கோடியைக் கடல் மூழ்கடித்ததால் தமிழன் கால்வாய் எனப்படும் சேதுக் கால்வாய் திட்டத்தை நிறைவேற்ற வேண்டியது அவசரமும், அவசியமும் ஆகிவிட்டது” என்று எழுதினார்.

நூறாண்டுகளுக்கும் மேலாக, வெறும் பரிந்துரைகளாக இருந்த இந்தத் திட்டம் குறித்து, வாய்ப்பு கிடைக்கும்போதெல்லாம், வைகோ நாடாளுமன்றத்தில் பேசிப் பேசி உயிர்ப்புடன் இருக்க வைத்தார். 1998 ல் செப் 15 ல் சென்னை மெரினா கடற்கரையில் நடந்த மதிமுக கூட்டதில் பேசிய பிரதமர் வாஜ்பாய், ‘சேது சமுத்திரத் திட்டம் நிறைவேற்றப்படும்’ என முதன் முறையாக உறுதி மொழி அளித்தார். ஒருவழியாக 2004 ல் வாஜ்பாய் அரசால் ஒப்புதல் அளிக்கப்பட்டு 2005 ல் மன்மோகன்சிங்கால் தொடங்கி வைக்கப்பட்டது சேதுசமுத்திரத் திட்டம். இந்திய அரசும், தனுஷ்கோடி அருகே கடலை ஆழப்படுத்தி கப்பல் போக்குவாத்திற்கு ஏற்றதாக மாற்றும் முயற்சியைத் துவங்கியது. இதன்படி சுமார் 400 கி.மீ தொலைவு மற்றும் 30 மணி நேர கடல் பயணம் மிச்சப்படுத்தப்படும் என எதிர்பார்க்கப்பட்டது. அத்திட்டத்தின் வழித்தடம், ராமர் பாலத்தை சேதப்படுத்தும் வகையில் இருந்ததால், அதற்கு எதிர்ப்பு எழுந்தது. கடலில் மூழ்கியுள்ள அந்த நிலத் திட்டுக்களின் படத்தை அமெரிக்க விண்வெளி ஆய்வு அமைப்பான நாசா வெளியிட்ட நாள் முதல் ‘இதுதான் ராமர் கட்டிய பாலம்’ என்ற மதவாத அரசியல் துவங்கி விட்டன. புராணத்தைத் தவிர வேறு எந்தவித வரலாற்று ஆதாரமும் இல்லையென்றாலும், பா ஜ க, சிவ சேனா, சங்கராச்சாரிகள் என வரிந்து கட்டி வந்து திட்டத்தை கிடப்பில்போட பேருதவி(!) செய்தனர்.

பெரிய கண்டங்களையோ, நிலப்பகுதிகளையோ இணைக்கும் மெல்லியதான நிலப்பகுதியை பூகோளவியலில் இஸ்மஸ் என்று அழைக்கின்றனர். இப்படியான இஸ்மஸ்கள் உலகில் ஏராளமாக உள்ளன. அவைகள் கடலில் மூழ்கியோ அல்லது மேலே நிலத் திட்டுக்களாகவோ அல்லது ஒன்றிணைந்து கோர்வையாக தீவுகளாகவோ இருக்கின்றன. பசுபிக்

பெருங்கடலையும், அட்லாண்டிக் பெருங்கடலையும் இணைத்த (பனாமா நாடு என்று உலக வரைபடத்தில் இன்றும் குறிப்பிடப்பட்டிருக்கும்) மெல்லிய நிலப்பகுதியில்தான் பனாமாகால்வாய் தோண்டப்பட்டது. மத்திய தரைக்கடலையும், செங்கடலையும் இணைக்கும் சூயஸ் காலவாய், ஐரோப்பிய கண்டத்தையும், ஆப்ரிக்க கண்டத்தையும் மெல்லிய நிலப்பகுதியாய் இணைக்கும் நிலத்திட்டில் வெட்டப்பட்டே உருவாக்கப்பட்டது. நியூசிலாந்தின் ஆக்லாண்டு தீவுகள், கனடாவில் நியூ ஃபவுண்ட் லாண்ட் தீவுப்பகுதிகள், ஆஸ்திரேலியாவின் எண்ட்றி கேஸ்ட்டியக்ஸ் சேனல் நீர்வழி என பல இடங்களில் நீர்வழிகள் வெட்டப்பட்டு பல்லாயிரம் மைல்கள் பயணம் செய்யும் பயணதூரமும், நேரமும் சுருக்கப்பட்டது. அப்படிப்பட்ட பாதையாக மாறியிருக்க வேண்டிய திட்டம் அரசியல் காரணங்களால் வீணடிக்கப்பட்டது.

இந்திய விண்வெளி ஆய்வு மையத்தின் ஒரு அங்கமான விண்வெளி பயன்பாட்டு மையம் நடத்திய ஆராய்ச்சியின் முடிவு இப்பாலம் இயற்கையாக தோன்றியதாகக் கூறியது. 2007 ஆம் ஆண்டு மத்திய அரசு உச்சநீதிமன்றத்திற்கு அளித்த அறிக்கையில் ராமர் பாலம் மனிதனால் கட்டப்பட்டதற்கு ஆதாரம் இல்லை என்றும், புராணங்கள் வரலாற்றுப் பதிவு ஆக முடியாது என்றும் கூறியது. இந்த பிரமாணப்பத்திரம் பெரும் பரபரப்பை ஏற்படுத்தி, திரும்பப்பெறப்பட்டு, இரண்டு இந்திய தொல்லியல்துறை அதிகாரிகள் பணியிடை நீக்கம் செய்யப்பட்டதுடன் இந்த திட்டம் வகுப்புவாத நிறமாக மாற்றமடைந்தது.

“அட, ஆக்சுவலி, அது பாலமே இல்லீங்க, சுண்ணாம்புக் கற்களின் சங்கிலிதான், ஒரு நல்ல திட்டத்தை முடக்குவதற்கு மதவாதிகள் செய்யும் சதி” என்போர் ஒருபுறம், ராமர் பாலத்தை உலக மரபுரிமைப் பட்டியலில் சேர்க்கவேண்டும் என்ற கோரிக்கைகள் மறுபுறம், ‘இது கடல்வாழ் உயிரினங்களுக்கு தீங்கு விளைவிக்கும்’ என்ற சுற்றுச் சூழலியலாளர்களின் வாதம் இன்னொருபுறம் என்று சின்னாபின்னமாகிக் கிடக்கிறது தமிழனின் கனவுத் திட்டம்.

ராமர் சேது பற்றிய பல்வேறு ஆய்வுகள் உலகின் பல நாடுகளில் முன்னெடுக்கப்பட்டன. ‘ராமர்பாலம் கட்டுக்கதை அல்ல, அது மனிதர்களால் உருவாக்கப்பட்டதுதான்’ என அமெரிக்க விஞ்ஞானிகள்கூறியதாக டிஸ்கவரி நிறுவனத்திற்கு சொந்தமான அமெரிக்க அறிவியல் சேனலில் “பூமியில் பாலங்கள்” நிகழ்ச்சியில் ஒளிபரப்பாகி பரபரப்பை ஏற்படுத்தியது. ராமர்பாலம் பகுதியில் கடலுக்கு அடியில் அமைந்துள்ள மணல் திட்டுகள் வேண்டுமானால், இயற்கையாக உருவாகி யிருக்கலாம், ஆனால் அங்குள்ள சுண்ணாம்புக்கல் பாறைகள் மனிதர்களால் உருவாக்கப்பட்டவைதான் என்கிறார் தெற்கு ஓரிகன் பல்கலைக்கழக வரலாற்று அகழ்வாராய்ச்சியாளர் செல்சியா ரோஸ்.

ராமர்பாலம் என நம்பும் ஆதரவாளர்கள், நாசா படங்களை

மீண்டும் மீண்டும் பயன்படுத்தி வாதங்கள் செய்ய, 2013 ல் நாசா செய்தி தொடர்பாளர் மைக்கேல், “விண்வெளி வீரர்கள் எடுத்த புகைப்படங்களைக்கொண்டு, இவர்கள் கூறும் எந்தக் கருத்தையும் தீர்மானிக்க முடியாது. எனவே இந்தக் கருத்துகளுக்கு எந்த அடிப்படை முகாந்திரமும் இல்லை என்று கூறி முற்றுப்புள்ளி வைத்தார்.

இன்றைய தமிழ்நாடும், இலங்கைத் தீவும் ஒரு காலக் கட்டத்தில் ஒன்றாக இருந்த நிலப்பகுதிகளே. மிகப்பெரிய பூகம்பமும், கடல்கோளும் ஏற்பட்டு அதனால் பிரிந்த பகுதியே இன்றைய இலங்கைப் பகுதி என்பது புவியியலாளர்கள் ஒப்புக்கொண்ட உண்மை. அவ்வாறு கடல்கோளால் விழுங்கப்பட்ட நிலப்பரப்பின் சில பகுதிகளே தமிழக, இலங்கைக்கு இடையிலான கடற்பகுதியில் தீவுகளாகவும், நிலத்திட்டுக்களாகவும் மாறியிருக்கவேண்டும். புவியின் டெக்டானிக் தட்டுகளின் இயக்கம் மற்றும் பவளப்பாறைகளில் மணல் சிக்கியதால் உருவான இயற்கை அமைப்புதான் ராமர்சேது என விஞ்ஞானிகள் நம்புகின்றனர்.

இந்தத் திட்டம் நிறைவேற்றப்பட்டால், சரக்குக் கப்பல்கள் அரபிக்கடலுக்கும், வங்காள விரிகுடாவிற்கும் இடையில் பயணிக்க இனி இலங்கையை சுற்றி வரத்தேவையில்லை, நாட்டின் பாதுகாப்பு அச்சுறுத்தல்களை எதிர்கொள்ள முடியும், ரோந்து பணிகளை அதிகரிப்பதால் கடத்தலை தடுக்க முடியும் என்று இத்திட்டத்தின் நன்மைகள் ஒருபுறம் பட்டியலிடப்பட்டாலும், புராணக்கண்ணாடிகளைக் கழற்றி வைத்து விட்டு அறிவியல் உலகைப் பார்க்கும் மனிதர்களின் மனப்பக்குவத்திற்காக காத்துக்கிடக்கிறது செல்லரித்துப்போன காகிதங்கள்.

காடுகளுக்குள் மறைந்த பொலன்னறுவை இராச்சியம்

கொழும்பு விமானநிலையத்தை நோக்கி திரும்பிக்கொண்டிருந்த வழியில், சாலையிலிருந்த 'தொல்பொருளியல் பிரதேசம்' என்ற பலகை வித்தியாசமாக இரு(மு)க்கவே, கண்கள் நண்பர் மடுதீனை நோக்க, அவரும் குறிப்பறிந்து அந்தப்பாதையில் மகிழுந்துவைத் திருப்ப, நமக்கோ ஊருக்குத் திரும்பும் கடைசி நேரத்திலும், கண்களுக்கு விருந்தும் கட்டாயம் ஒரு கதையும் உறுதியாகக் கிடைக்கும் என்பதில் மகிழ்ச்சி.

போகும் வழியிலேயே முன்னோட்டமாக, குட்டிக்கதை ஒன்றும் கிடைத்தது நண்பரின் வாயிலாக. நாங்கள் சென்றுகொண்டிருந்தது பொலன்னறுவை நோக்கி. கி.பி. 10 ம் நூற்றாண்டு முதல், கி.பி. 13 ம் நூற்றாண்டு வரை பண்டைய இலங்கையின் தலைநகரமாக சரித்திரத்தில் தன்னை பதித்துக்கொண்ட அந்த நகரம் கொழும்புவிலிருந்து 158 மைல் தூரத்தில் வடமத்திய மாகாணத்தில் இருக்கிறது, முக்கிய சாலையிலிருந்து இருபத்தைந்து மைல்கள் அடர்ந்த காட்டினூடாக செல்ல வேண்டும். அலைபேசி எதுவும் வேலை செய்யவில்லை. வழி நெடுக ஏரிகளைப்போன்ற மிகப்பெரிய குளங்களைக் காண முடிந்தது. பராக்கிரம மன்னனால் உருவாக்கப்பட்ட பராக்கிரம சமுத்திரம் என்று அழைக்கப்படுகின்ற அந்தக்குளங்கள் 1000 ஆண்டுகளுக்குப் பின்னரும் இன்றும் வேளாண்மைக்கான பயன்பாட்டில் உள்ளனவாம். நகர் முழுக்க பாரிய பௌத்த விகாரைகளும், இந்துக்கோவில்களுமாய் நிரம்பிக்கிடக்கிறது.

பொலன்னறுவை பாலிமொழியில் புலத்தி நகரம், வடமொழியில் புலஸ்தியநகரம், தமிழில் புலை நரி என்றேல்லாம் அழைக்கப்பட்டதாம். காடுகளுக்குள் மறைந்து கிடக்கும் பொலன்னறுவை, சிதைந்த அங்கங்களுடன், தம் தொன்மைச் சிறப்பை புலப்படுத்தி எங்களை வரவேற்றது. ராஜ ராஜ சோழன் இலங்கையை கைப்பற்றியபோது, இந்நகரின் பெயரை ஜனநாதபுரம் அல்லது ஜனநாத மங்கலம் என்று மாற்ற, பின்பு விஜயபாகு இதைக் கைப்பற்றி 1055 முதல் 1110 வரை ஆண்டபோது விஜயராஜபுரம் என்று பெயர் மாற்றிக்கொண்டான்.

பத்தாம் நூற்றாண்டின் இறுதிப்பகுதியில் இலங்கை மீது படையெடுத்து வெற்றிகண்ட இராஜராஜ சோழன், அதுவரை தலைநகரமாக இருந்த அநுராதபுரத்தைக் கைவிட்டு அதற்கு தென்கிழக்கில் இருந்த பொலன்னறுவையை முதன்முதலில் தலைநகரமாக தேர்வு செய்தான். 1017 ல் இராஜேந்திரச் சோழன் மீண்டும் இலங்கை மீது படையெடுத்து, இலங்கை முழுவதையும் சோழப்பேரரசின்கீழ் கொண்டுவந்தபோதும், பொலன்னறுவையை தலைநகரமாகக் கொண்டே ஆட்சி செய்திருக்கிறான். இப்படியாக கிட்டத்தட்ட எழுபது ஆண்டுகளுக்கும் மேலாக சோழர்களின் தலைநகராக.... 'பொலன்னறுவை இராச்சியமாக' கோலோச்சியிருக்கிறது இந்தப்பகுதி.

நுழைவு வாயிலில் 'அரசமாளிகை', 'சிவன்கோவில்' என இரு வழிகாட்டும் பலகைகள் காணப்பட, முதலில் அரசமாளிகை வழியில் சென்றோம். பாண்டியநாட்டைச் சேர்ந்த பராக்கிரமபாகு மன்னன் காலத்தில் கட்டப்பட்டதாக வரலாறுகூறும் அந்த அரச மாளிகை, இடிபாடுகளுடன் கூடிய கட்டிடத் தொகுதிகளாக தொல்லியல்துறையால் பாதுகாக்கப்பட்டிருக்கிறது. அழகிய வேலைப்பாடுகளுடன் கூடிய அரச மாளிகை ஏழு அடுக்குகளில் 1000 அறைகளுடன் கட்டப்பட்டது எனக் கூறப்பட்டாலும், தற்போது மூன்று அடுக்குகளும், 53 அறைகளும் இருந்ததற்கான அடையாளங்கள் மட்டுமே காணப்படுகின்றன. சிதிலமடைந்து காணப்படும் மேலடுக்கு செல்வதற்கான படிகளில் காணப்படும் கலைநயம் மதிமயக்குகிறது. மன்னர்களின்.... அவர்களின் மனைவிகளின்.... நூற்றுக்கணக்கான உதவியாளர்களின்.... அந்தப்புர அழகிகளின்.... போர்த்தளபதிகளின்...... சிரிப்பும், அழுகையும், வீரமும், கோபமும், ஆரவாரமும் ஒளி ஒலிப் படங்களாய் கண்முன்னே கடந்து சென்றது. இந்த அரண்மனை கலிங்க மகான் ஆட்சிக்காலத்தில் தீயிட்டு அழிக்கப்பட்டதாக கூறப்பட்டாலும் அதற்கான சான்றுகள் எதுவும் இல்லை. இங்குள்ள லங்காதிலக ஆலயமும் பராக்கிரபாகு மன்னனால் கட்டப்பட்டதாக கூறப்படுகிறது.

அருகிலிருக்கும், அரச சபை 73 அடி நீளமும், 33 அடி அகலமுமாக மூன்று அடுக்குகளாக காணப்படுகிறது. மிகப்பரந்த வெளியில் கற்றூண்கள் வரிசையாக நின்று, அரசவையின் பிரமாண்டத்தை அறிவிக்கிறது. அரசகுமாரர்கள் நீராடிய இடமான குமாரகுளத்திற்கான நீரை, அருகிலிருக்கும் வாவியிலிருந்து உள்ளெடுத்து, கழிவுநீரை

வெளியேற்றும் தொழில்நுட்பமும் அந்தக்காலத்திலயே இருந்ததாக மகாவம்சம் கூறுவதாக அங்கிருந்த அறிவிப்புப் பலகையின் வாயிலாக அறிந்துகொள்ள முடிகிறது.

தலதா மண்டபம் அல்லது தலதா மலுவ அல்லது தலதா முற்றம் என்ற கட்டிடத்தொகுதிக்குள் சென்றோம். காலம் தன்னைத்தானே மெதுவாக சிதைத்துக்கொண்டிருப்பதை அங்கிருக்கும் சிற்பங்களின் வாயிலாகக் காண முடிகிறது. இங்கிருக்கும் கட்டிடத் தொகுதிகள் தூண்களும், செங்கற்சிதைவுகளுமாய் காட்சியளிக்கிறது. புத்தபிரானின் புனித தந்ததாது (பல்), இந்த தலதா முற்றத்தின் மரத்தால் அமைந்த முதல் தளத்தில் வைக்கப்பட்டிருந்ததாம். தமிழர், தெலுங்கர், கேரளர் என பல சமூகங்களைச் சேர்ந்த 'வேளைக்காரர்' என்னும் வீரர்கள் சோழர் காலத்திலும், விஜயபாகு காலத்திலும் படைப்பிரிவில் இடம்பெற்றிருந்ததாக மகாவம்சம் கூறுகிறது. அந்த வேளைக்காரர்கள் அமைத்த கல்வெட்டு ஒன்று ஏழடி உயரத்தில் வெண்கற்பலகையாக வரலாற்றின் சாட்சியாக நிற்கிறது. அதில் சமஸ்கிருத ஸ்லோகம் ஒன்றும், தமிழ் வரிகளும் காணப்படுகிறது. முழுக்க முழுக்க தலதாப் பள்ளியை வேளைக்காரர்கள் பொறுப்பேற்றுக் கொண்டதற்கான ஆதாரமான இக்கல்வெட்டிலுள்ள மற்றொரு செய்தி மிகச் சுவையானது. ஒவ்வொரு ஆண்டும் புத்தபிரானுக்கு 'நயனமோட்சமாகிய அஞ்சன நிறுக்கும் கண்ணாலம்' நடத்தப்பட்டிருக்கிறது. அதாவது, ஒவ்வொரு ஆண்டும் தலதாப் பெரும்பள்ளியில் வீற்றிருந்த புத்த பெருமானுக்கு கண்களில் மை தீட்டும் திருவிழா இடம்பெற்றிருக்கிறது. அதைப் பார்ப்பது மோட்சத்தை அளிக்கும் என்ற நம்பிக்கயில் பல்லாயிரக்கணக்கான மக்கள் அங்கு கூடியிருக்கிறார்கள்.

அரச அரண்மனை, கல்விகாரை, பொலன்னறுவை வட்டகே, பராக்கிரமபாகு மன்னர்சிலை, லங்காதிலக ஆலயம், பராக்கிரம சமுத்திர நீர்த்தேக்கம், நிஸ்ஸங்க லதா மண்டபய, நெலும் பொகுனா,(தாமரை வடிவிலான குளம்) என இலங்கைச் சரித்திரத்தின் சிறப்பான நிகழ்ச்சிகள் நடைபெற்ற அந்த பண்டைய நகரின் அழிபாடுகளால் நிரம்பிக்கிடக்கிறது அவ்விடங்கள்.

அடுத்து, கோவில்கள் நோக்கி நகர்ந்தோம். பத்தாம் நூற்றாண்டில் சோழர்கள் இலங்கையைக் கைப்பற்றினாலும், அதற்கு முன்பும், பின்பும்கூட இலங்கையில் சோழ, பாண்டிய நாடுகளின் ஆதிக்கம் மிகுதியாகவே இருந்தது. அதற்கான சான்றுகளாக நம் முன் குவிந்து கிடக்கிறது அங்குள்ள சைவக்கோவில்களும், பொலனறுவையில் கிடைத்த 'வேளைக்காரக் கல்வெட்டு'ம். சிங்களர்களுக்கும், சோழர்களுக்கும் நீண்டகாலப் பகை இருந்ததால், ஆட்சியைப் பாதுகாப்பதற்காகச் சோழர்கள் தமிழ்நாட்டுப் படைகளையும், அதிகாரிகளையும், அலுவலர்களையும், இலங்கையில் வைத்திருக்க வேண்டியிருந்திருக்கும், அவர்கள் பெரும்பாலும் இந்துக்களாக இருந்திருக்கலாம்., அதனால், சோழராட்சிக்காலத்தில் அவர்களுக்காக இந்துக் கோவில்கள் அமைக்கப்பட்டிருக்கலாம்.

ஏனெனில் சிங்கள தேசத்தில் இந்துக்கோவில்கள் அமைப்பதற்கான வேறெந்த சாத்தியக்கூறுகளும் இல்லை. பத்து சிவன் கோவில்கள், ஐந்து விஷ்ணு கோவில்கள், ஒரு காளி கோயில் என பதினாறு கோவில்கள் இதுவரை அகழ்வாராய்ச்சிகள்மூலம் கண்டுபிடிக்கப்பட்டுள்ளன. இவைகள் அனைத்துமே சோழர் காலத்தில் கட்டப்பட்டதா அல்லது பாண்டியர் காலத்திலும் கட்டப்பட்டதா என்பதில் பல்வேறு கருத்து வேறுபாடுகள் உண்டு. ஆனாலும், இராஜேந்திரச் சோழன் காலத்தில் இரண்டு சிவாலயங்கள் கட்டப்பட்டுள்ளதற்கான ஆதாரங்கள் கிடைத்துள்ளனவாம். ஆலயங்கள் இருந்த பகுதிகள் ஆள் நடமாட்டமின்றி அமைதியாய் இருக்கிறது. கருங்கற்களால் கட்டப்பட்டுள்ள அடிப்பகுதிகள் மட்டுமே கோவில்களின் மிச்சமாக நிற்க, செங்கற்களால் கட்டப்பட்ட விமானப்பகுதிகள் முற்றிலும் சிதைந்து போய் காணப்படுகின்றன. பராமரிப்பின்றி கிடந்தாலும், தன் தொன்மையையும், அழகையும் இழக்காமல் நுண்ணிய வேலைப்பாடுகளுடன் கம்பீரமாக நிற்கின்றன அத்தனை ஆலயங்களும்.

ஒரு கட்டத்தில் மன்னர்களால் கைவிடப்பட்டு, பின்னர் மக்களாலும் கைவிடப்பட்டு, பாழடைந்து, காடடர்ந்து, மக்களும், மன்னரும் வாழ்ந்து சிறந்த இடத்தில் புலியும், யானையும் நரியும் பாம்பும் ஆக்கிரமிக்கத் துவங்கின. நாற்புறத்திலும் காடுகள் சூழ இடிந்த மண்டபமும், கோயிலும் நிரம்பிய பாழூராக மாறிய பகுதி, 19 ம் நூற்றாண்டின் கடைப்பகுதியில், தொல்பொருள் ஆய்வாளர்களால் வெளிக்கொணரப்பட்டது. 1901 முதல் இலங்கை அரசு காடுதிருத்தி சாலை போட்டு தொன்மைச் சின்னங்களை பாதுகாக்கத் துவங்கியது.

வாகனத்தில் ஏறுமுன் திரும்பிப்பார்த்தேன்.......திருக்கரங்கள் சிதைந்த நிலையில் புன்னகையுடன் வீற்றிருக்கிறார், ஆயிரம் ஆண்டுகளுக்கு முன் ‘நயனமோட்சமாகிய அஞ்சன நிறுக்கும் கண்ணாலம்’ பண்ணி மோட்சத்தை காட்டிய புத்தபெருமான். ஆயிரம் ஆண்டுகளாய் மாறாமல் புன்னகைக்கும் அந்த முகத்தில்தான் எத்தனை அமைதி......

26 ஆண்டுகளை தின்று செரித்த யுத்தம்

'நவீன கால ஆசிய வரலாற்றில் நடைபெற்ற மிகப் பெரிய உள்நாட்டு யுத்தம்' என்று உலக வரலாற்றில் பதிவு செய்யப்பட்டுள்ள... இறுதி நாட்களில் மட்டுமே ஒரு இலட்சத்திற்கும் மேற்பட்ட உயிர்களைக் காவு வாங்கிய.... இலட்சக்கணக்கான மக்களின் வாழ்வைப் புரட்டிப்போட்ட இலங்கையின் இன அழிப்புப்போர் முடிந்து 13 ஆண்டுகள் நிறைவடைந்த போதிலும் அதன் காயங்களிலிருந்து கொட்டிக்கொண்டிருக்கும் குருதி இன்னும் காயவில்லை. நெல்லிக்காய் மூட்டைகளாய் உலகெங்கும் சிதறிக்கிடக்கும் தமிழினத்தின் வலி சற்றும் குறைந்தபாடில்லை.

சற்றே நின்று திரும்பிப்பார்த்தால், யுத்தம் வளர்ந்த கதையை.... இல்லையில்லை, படிப்படியாய் யுத்தத்தை வளர்த்தகதையை புரிந்துகொள்ள முடிகிறது. ஆங்கில ஆட்சியின்கீழ், ஆங்கிலம் மட்டுமே ஆட்சி மொழியாக இருந்தபோது, தமிழர்களின் அறிவுத் தேடல் காரணமாக சிறுபான்மையினரான தமிழர்கள் இலங்கை அரசில் பெரும் பங்கு வகித்தனர். தமிழர்களே பெரும்பாலும் அரசு வேலைகளில் இருந்திருக்கின்றனர். பெரும்பான்மை மக்களாக இருந்தும் அரசியல் அதிகாரமிழந்திருந்த சிங்கள மக்களிடையே பௌத்த துறவிகள் திட்டமிட்டு இனவாதத்தை விதைத்தனர். 1948 ல் சுதந்திரம் பெற்றபின், பேரினவாதம் தமிழரை மெதுவாக ஓரங்கட்டத் துவங்கியது. தமிழர்களை ஒடுக்க குடியுரிமை தொடர்பான சட்டத்தை இயற்றுகிறது. அதன் மூலமாக, மிகவும் சிறுபான்மையாக இருந்த மலாய் மக்களை நாட்டிலிருந்து வெளியேற்றுகிறது. அடுத்த பெரும்பான்மையாக இருந்த இந்தியத் தமிழர்களில் கணிசமானோரின் குடியுரிமையைப் பறிக்கிறது. 1953 தேர்தலில், சிங்கள தேசியவாத அலையில் வென்ற

பண்டார நாயக, சிங்கள மொழியை மட்டுமே முன்னிலைப்படுத்தும் சட்டத்தை நிறைவேற்றுகிறார். இதன் காரணமாக தமிழர்களின் அரசுப் பணிகள் பறிக்கப்படுகிறது. இதைத்தொடர்ந்து கல்வி தரப்படுத்துதல் என்னும் சட்டத்தையும் சிங்கள அரசு நிறைவேற்ற, அதைத் தங்கள் கல்வியுரிமையை பறிக்கும் செயலாகப் பார்த்தனர் தமிழ் மக்கள். அடுத்ததாக, நிலமற்ற சிங்கள மக்களுக்கு நிலம் அளிக்கும் திட்டத்தின் ஒரு பகுதியாக, தமிழர்கள் அதிகம் வசிக்கும் பகுதிகளில் சிங்கள மக்களை இலங்கை அரசு குடியேற்றியது. அதுவரை பொறுமையுடன் இருந்த எந்தத் தமிழரும்கூட இந்தச் செயலை விரும்பவில்லை.

இலங்கை அரசியலில், சிங்கள தேசியவாதம், முடிவுகளை தீர்மானிக்கும் சக்தியாக இருந்த அதே சமயத்தில், மிதவாத தமிழ் தலைவர்களுக்கும் செல்வாக்கு இருந்தது என்பதை மறுக்க முடியாது. தந்தை செல்வா என்று அழைக்கப்படும் செல்வநாயகம், அமிர்தலிங்கம் போன்ற மிதவாத தலைவர்கள் ஒருங்கிணைத்த ஒத்துழையாமை போராட்டங்கள், ஆயுதமற்ற போராட்டங்கள் போன்றவை 1960 களில் தமிழர்களிடையே ஆதரவைப் பெற்றிருந்தன. ஆனால், நாளடைவில் மிதவாத போராட்டத்தைவிட ஆயுதம் ஏந்தி போராடுவதில் இளைஞர்கள் ஆர்வம் காட்டினர்.

1970களில் ஆயுதம் ஏந்திய குழுக்கள் வலுப்பெறத் தொடங்கின. வடகிழக்கில் தமிழ்பேசும் மக்கள் கொதித்தெழுந்து ஆயுதப்போராட்டம் தொடங்க, ஈழ புரட்சிகர மாணவர் இயக்கம், தமிழீழ விடுதலை இயக்கம், ஈழ மக்கள் புரட்சிகர விடுதலை முன்னணி என ஆயுதம் ஏந்திப் போராடும் பல குழுக்கள் உருவாகின. அதிலிருந்து தனித்த இயக்கமாக தமிழீழ விடுதலை புலிகள் இயக்கம் தன்னை நிலைநிறுத்திக் கொண்டது. சிங்கள அரசு, அஷ்ரப் மூலம் இசுலாமியரையும், தொண்டைமான் மூலம் இந்தியத் தமிழரையும் தனித்தனியாக பிரித்து வீசியது. அதுவரை மேலைச் சிங்களம், கரையோர சிங்களராக இருந்தவர்கள் இப்போது ஒன்றிணைந்து கொண்டனர். இலங்கை மொழியாலும், மதத்தாலும் திட்டமிட்டு பிரிக்கப்பட்டது. சிங்கள அரசு தொடர்ந்து கொடுத்த அழுத்தங்களினால், 'தனிநாடு தான் தமிழர் பிரச்சினையின் நிரந்தரத் தீர்வு' என தமிழர்கள் முடிவெடுக்கும் நிலைக்குத் தள்ளப்பட்டனர்.

விளைவு, யுத்தத்தின் சப்தங்கள் நாடெங்கும் கேட்கத் துவங்கின. துப்பாக்கிகள் வெடிக்க ஆரம்பித்தன. சிங்கள இனவாதக் குழுவினர் மேற்கொண்ட தாக்குதலில் ஆயிரக்கணக்கான தமிழர்கள் கொல்லப்பட்டனர். உயிருடன் எரிக்கப்பட்டனர், நிர்வாணமாக்கப்பட்டனர். பெண்கள் பாலியல் வல்லுறவுக்கு உள்ளாக்கப்பட்டார்கள். இலட்சக்கணக்கான தமிழர்கள் நாட்டின் பிற பகுதிகளுக்கு இடம் பெயர்ந்தார்கள், போர் நடந்து கொண்டிருந்த போதும், போர் முடிந்த பிறகும் இலட்சக்கணக்கான இலங்கைத் தமிழர்கள் தங்கள் உயிரைக் காப்பாற்றிக் கொள்ள.... தங்கள் வாழ்வைக் காப்பாற்றிக்கொள்ள...... பல்வேறு வழிகளில் வெளிநாடுகளுக்குத் தப்பிச் சென்றார்கள். இரு தசாப்தங்களாக போர், தோல்வியுற்ற

நான்கு சமாதானப் பேச்சுவார்த்தைகள், 1987 - 1990 காலப்பகுதில் இலங்கையில் நிலை கொண்ட இந்திய படைகளின் தோல்வி, 2002ல் போர் நிறுத்த ஒப்பந்தம், 2005-ன் பிற்பகுதியில் மீண்டும் போர் என நாடு சின்னாபின்னாமாகியது. கடுமையான போரினால் இருபுறமும் இழப்புகள் தொடர்கதையாயின. போர்ச்சூறாவளியில் பொதுமக்களின் வாழ்க்கை பிய்த்தெறியப்பட்டது.

பதுங்குகுழி வாழ்க்கை

நேரிடை யுத்தம் என்பது போராளிகளுக்கும், இராணுவத்திற்கும் மட்டும்தான் என்றாலும், மறைமுகமாக, அது பொதுமக்களுக்குக் கொடுத்த துன்பங்கள் கணக்கிலடங்காது. "எமக்காகச் சமர் செஞ்சு தெனம் தெனம் செத்துப்பிழைக்கும் சகோதரமார்களுக்காக, நாங்க எந்தத் துன்பத்தையும் சகித்துக்கொள்ளத்தானே வேணும்?" பெற்றோர்களை, சகோதரர்களை இழந்து விரக்தியுடன் வாழ்வைக்கடத்தும் நிலையிலும், யுத்தம் குறித்த புகார்களில்லை என்னிடம் கதைத்துக்கொண்டிருந்த தோழியிடம். சமாதான வெளியில் பார்வையாளர்களாக உட்கார்ந்திருக்கும் நம்மால் யுத்தத்தின் கொடூரத்தை கற்பனையிலும் காண இயலாது. யுத்தம் என்ற சொல்லை செவியால் மட்டுமே கேட்டுப்பழகிய நமக்கு, அதன் வீரியத்தை உணர்வுகளால் ஏந்த இயலாது. இராணுவமும், புலிகளும் மோதும்போதெல்லாம், பதுங்கு குழியே மக்களின் வாழ்கையாயிற்று. பதுங்கு குழியில் வாழ்வைக்கழித்த தோழியொருவர் சொல்கிறார்... "வெளியுலகு பார்த்து மூன்று நாள், நான்கு நாளாகும். குளிக்க முடியாமல், உண்ண உணவின்றி, தாகம் தீர்க்க நீரின்றி, சுருண்டு கிடக்கும் குழந்தைகளின் முகம் பார்க்க சகிக்காது வாழ்வைக் கடத்தவேண்டியிருக்கும். எப்போது வெளியே போவோம்...யாருக்கும் தெரியாது, எப்போது எம் குழந்தைகளின் பசியாற ஒருவாய் சோறு கிடைக்கும்....எவருக்கும் தெரியாது. மூலையில் ஒரு தண்ணீர்ப்பானை மட்டும் இருக்கும். அதிலிருக்கும் சொற்பத் தண்ணீரைப் பங்கிட்டு குடித்துக்கொள்ள வேண்டும். அவ்வப்போது விடாது ஒலிக்கும் செல் சத்தம் காதுகளை மழுங்கச் செய்யும். ஒருபிடி சோத்துக்காக உயிரைப் பணயம் வைச்சி வாழ வேண்டிய கொடுமை உங்களுக்குச் சொன்னால் விளங்காது, புத்தகங்களை பதுங்கு குழிகளில் நிரப்பி அதன் சுவர்களில் பாடத்தை எழுதி படித்துக்கொண்டிருந்தார்கள் எங்கள் குழந்தைகள்" காலம் உருண்டோடினாலும், குரலில் வேதனை சற்றும் குறையவில்லை.

பங்கருக்குள் குழந்தை பிரசவித்து, ஒரு மணி நேரத்தில் பச்சிளம் குழந்தையுடன் இடம் பெயர வேண்டிய கோரத்தை அனுபவித்த லதா கந்தையா, ஷெல்லுக்குப்பயந்து குழந்தை குட்டிகளுடன் பதுங்குகுழிக்குள் மறைந்திருந்த வேளையில் கருநாகமொன்று பதுங்குகுழியின் சுவர்களில் இவர்களை நோக்கி ஊர்ந்து வந்தது கண்டு மருண்ட நோயலா, பரிட்சை எழுதிக்கொண்டிருக்கும்போது ஷெல்லடிக்க, பதுங்கு குழியில் மறைந்திருந்து, விமானம் போனபின் எழுந்துவந்து சலனமில்லாமல் பரிட்சையை தொடர்ந்த மாணவர்கள், ஷெல்லுக்குப் பயந்து பங்கருக்குள் பாய்ந்து உயிரோடு சமாதியான பெண்கள், சத்தமிடாமல் மூச்சிட்டு

பதுங்கு குழியின் மூலைகளில் ஒளிந்துகொண்டு ஒன்றும் புரியாமல் மலங்க மலங்க விழிக்கும் குழந்தைகள், பதுங்கு குழியில் இருந்து வெளியே நிற்கும் தாயை, தகப்பனை பார்த்து கதறும் குழந்தைகள் என யுத்தத்தின் கோரமுகம் வர்ணிக்க முடியாததாய் இருக்கிறது. உண்ண உணவின்றி குழிக்குள் கிடக்கையில் காய்ந்து உதிர்ந்த தாமரைப்பூக்களின் வட்ட வடிவிலான அடிப்பகுதிகளைத் தின்று உயிரைத் தக்க வைத்திருக்கிறீர்களா...? நாலுக்கு இரண்டடி அளவுள்ள நிலத்தின்கீழ் உயிர்காக்க ஒண்டிக்கொண்டு, இயல்பான தேவைகளை அடக்கிக்கொண்டு வானம்பார்க்க ஏங்கியிருக்கிறீர்களா...? "என்ரை பிள்ளையளுக்கு ஒரு நேரக் கஞ்சிக்கெண்டாலும் வழி காட்டு கடவுளே" என கதறியிருக்கிறீர்களா? மண்ணைக்கிண்டியே வாழ்ந்து கொண்டிருந்த வாழ்க்கை மரணத்தை விடவும் கொடியது என அப்போதுதான் புரிந்துகொள்ளமுடியும்.

உள்நாட்டு இடப்பெயர்வு

மனிதன் தோன்றிய காலத்திலிருந்தே ஏதோ /ஒரு காரணத்தினால், புலம் பெயர்தல் அல்லது இடம் பெயர்தல் தொடர்ந்து நடந்து கொண்டே தான் இருக்கிறது. அதனால்தான், புலம்பெயர்ந்தோர்க்கான ஒரு நாளை ஐநா வரையறுத்து, டிசம்பர் 18 ம் நாளை, உலக புலம் பெயர்ந்தோர் தினமாக கடைப்பிடிக்கிறது. யூதர்கள் ஜெருசலேத்திலிருந்து விரட்டப்பட்ட நிகழ்வே உலகின் முதல் புலம் பெயர்தல் நிகழ்வு என்கிறது வரலாறு.. இந்த நூற்றாண்டில் நிகழ்ந்த ஈழ மண்ணின் இடப்பெயர்வானது, தம் விருப்பத்திற்கு மாறாக, வாழ்வதற்கான உத்திரவாதம் ஏதுமற்ற நிலையில் உள்நாட்டு இடப்பெயர்வாகவும், பிற நாடுகளில் தஞ்சம் புகுதலாகவும் அமைந்தது.

"ஓயாத யுத்தத்தினால், வீட்டைவிட்டே இடம்பெயர வேண்டிய நிலைக்குத் தள்ளப்பட்டோம். யுத்தத்தின் வேகத்திற்கு இவ்வுலகில் வேறு எதுவுமே ஈடு கொடுக்க முடியாது, எங்கள் அமைதியான வாழ்க்கை சரசரவென மாறியது. கிடைத்ததைக் கைகளில் பற்றிக்கொண்டு, பெயர்க்கப்பட்ட வீட்டோடு, ஒவ்வொரு இடமாக பெயர்ந்து கொண்டிருந்த வாழ்க்கையது. வெளி உலகத்தோடு எந்தத் தொடர்பும் கிடையாது. வாழ்க்கை முற்றாக மாறியது. புலம்பெயர் பொழுதில் இறந்தவர்களை புதைக்கக்கூட எங்களைக் காலம் அனுமதிக்கவில்லை. கண்களால் விடைகொடுத்து, கண்ணீர் மறைக்க நகர்ந்து கொண்டிருந்தோம். உயிர்பிழைத்தலின் அருமையை யுத்தத்தை அனுபவித்தவர்களின்றி யாராலும் உணர முடியாது. நிம்மதியற்ற நரக வாழ்க்கையது, புதிதாய் கிராம அலுவலகங்கள் தோன்றும், விழிப்புணர்வு குழுக்கள், அகதிகள் முகாமுக்கான தலைவர்கள், பொருள்களை பங்கிடுவதற்கான அதிகாரிகள் தோன்றுவர்கள். கிடைக்கும் இடங்களில் காடு, மரங்களுக்கடியில், தார்ப்பாய்கள் விரித்து உடனடி பாடசாலைகள் துவங்கப்படும்.. காட்டுக்குள் வைத்தியசாலைகள் இயங்கும், முன் பள்ளிகள்கூட ஆரம்பிக்கப்படும், ஆனால் எந்த நிமிடத்திலும் அத்தனையும் கூண்டோடு கலைக்கப்பட்டு மீண்டும் அடுத்த இடம்

நோக்கி நகரத் துவங்குவோம்"....தோழியின் கனத்த குரலில், கண்முன் காட்சிகள் கற்பனைகளாய் வந்துபோயின.

1991 முதல் *1994* வரை நான்கு ஆண்டுகள் மடு கோவிலில் புலம் பெயர்ந்த வாழ்க்கையை அனுபவித்த தோழி மெரினாவின் வார்த்தைகளில் அந்த வலி தெரிகிறது. சொந்த நிலத்தை விட்டு, சொந்த வீட்டை விட்டு, நானாட்டனிலிருந்து போரின் வீச்சு அவர்களை மடு நோக்கி தள்ளியிருந்தது. 'மடுமாதா காப்பாற்றுவாள்' என்ற ஒரே நம்பிக்கையில் நூற்றுக்கணக்கான சனங்கள் அங்கே குவிந்திருந்தன.. ஆங்காங்கே டென்ட் அடித்து குடும்பம் குடும்பமாக தங்கியிருந்தனர். கிடைத்ததை உண்டு, கிடைத்த இடத்தில் வாழப் பழகியிருந்தனர். புலம்பெயர் நாட்கள் வாரங்களாயின...வாரங்கள் மாதங்களாயின... எப்போது தம் இருப்பிடம் திரும்புவோம் என்பது எவருக்கும் புரியவில்லை. ஆங்காங்கே மாணவர்களை மரத்தடியில் அமர்த்தி தற்காலிக பள்ளிகள் தோன்றியிருந்தன. படித்தவர்கள் அந்த மாணவர்களுக்கு படிப்பிக்கத் தொடங்கினர். அந்த போர்ச்சூழலிலும் எளிய வாழ்க்கை அவர்களுக்கு வசமாகி விட்டது. தம்மைச் சுற்றிலும் கிடைத்ததைக் கொண்டு வாழப் பழகிக்கொண்டு விட்டனர். ஐ நா அமைப்பு தன் அலுவலகத்தை அங்கு திறந்து பொது மக்களுக்கு உதவி செய்தது. கடிதப் போக்குவரத்து ஐ நா வின் வழியாகவே நடைபெற்றது. அந்தக் காட்டுப் பகுதியிலிருந்து நினைத்த நேரத்திற்கு வெளியே வர முடியாது. ஒவ்வொரு முறையும் சிங்கள இராணுவத்திடம் அனுமதி பெற வேண்டும். இராணுவ அனுமதி பெறுவது என்பது தனிநாடு கோரிக்கையை விட கடினமானது. யாழ்ப்பாணம் பல்கலைக்கழகத்தில் படித்துக்கொண்டிருந்த மெரினா, அவரது புலம்பெயர் மடுவிலிருந்து பல்கலைக்கழகம் பயணிக்க இரண்டு, மூன்று நாட்கள் சமயங்களில் நான்கு நாட்கள்கூட ஆகும். "புஷ் சைக்கிள் (சாதாரண இரு சக்கர வாகனம்) ஓட்டிக்கொண்டு பொடியங்களும், பெட்டைகளுமாக ஒண்டு சேர்ந்து போவம். இரவுக்கு வழியில எங்காவது தங்கிப்போட்டு மறுபடியும் சைக்கிளில் பயணத்தை தொடரனும். அங்கால யாழ்ப்பாணத்துக்குள்ள நுழையு முன்ன இருக்கிற பாலம் யுத்தத்தால் உடைஞ்சி போக, சைக்கிளை தூக்கி தலையில் வைத்துக்கொண்டு இடுப்பளவு தண்ணியில நடந்து போகணும். செல சமயம், சைக்கிளை வச்சுக்கொண்டு போக போட் கெடைக்கும். ஆனா அது அசைஞ்சி அசைஞ்சி அந்த இடத்தைக் கடக்க 3 மணித்தியாலம் ஆகிப்போடும், இப்படியோரு கடும்வாழ்க்கையையும், கொடும்பயணத்தையும் உங்களால கற்பனைகூட செய்ய ஏலாது ரமா, எனக்கு முழுமையா விவரிக்கத் தெரியல" உதடுகள் சிரித்தாலும், அது உள்ளத்திலிருந்த ஆறாத வடுக்களின் வெளிப்பாடு என புரிந்துகொள்ளமுடியா குழந்தைகளா நாம்?

இறுதிப்போர்

27 வருடங்களுக்கும் மேலாக நீடித்த இப்போராட்டம் இலங்கை மக்களுக்கு கடும் துன்பத்தையும், பொருளாதார் ரீதியாக நாட்டிற்கு இழப்பையும் ஏற்படுத்தியது. 2007 - 2008 கால கட்டத்தில்

வன்னிப்பகுதியிலிருந்து 4 இலட்சம் தமிழர்கள் இடம் பெயர வேண்டிய அபாயம். வான்வழி, தரைவழி என சிங்கள இராணுவம் தொடர்ந்த தாக்குதலால் ஏற்பட்ட சிக்கல். ஒவ்வொரு வீட்டிலும் பதுங்கு குழிகள் அமைக்கப்பட்டன. பலருக்கு அந்த பதுங்கு குழிகளே மரணக் குழிகளாகவும் மாறின. சர்வதேச செஞ்சிலுவை அமைப்பும், ஐ நா அகதிகள் முகாமும் நிர்பந்திக்க, இலங்கை அரசு பெயருக்கு பாதுகாப்பு வளையம் அறிவித்தது. ஜெனீவா கோட்பாடுகள் ஓரங்கட்டப்பட்டன. ஐ நா சர்வதேச மனித உரிமைப் பிரகடனங்கள் புறந்தள்ளப்பட்டன. ராஜபக்ஷேவின் உறுதிமொழிகள் ஏமாற்று மொழிகளாகவே இருந்தன. பதுங்கு குழியில் இருந்த மக்களை உயிரோடு மண்ணை வியத்து மூடினர். எரியும் பாஸ்பரஸால் சாகடித்தனர். தமிழர்களின் மருத்துவமனைகள், கல்விக்கூடங்கள், கோவில்கள் எதுவும் அவர்களின் ஷெல் வீச்சுகளுக்கு தப்பவில்லை.

ஒரு வருட காலம் மிகப்பெரிய இடப்பெயர்வில் சிக்கித் தவித்த மக்களை முள்ளிவாய்க்கால் வாருங்கள், உங்களுக்கான அனைத்து உதவிகளும் அங்கே கிடைக்கும் என்று இலங்கை அரசு தெரிவித்திருந்தது. அதுவும் ஒரு திட்டமிட்ட அறிவிப்பே. தோட்டாக்களாலும் ரசாயனக் குண்டுகளாலும் பாதிக்கப்பட்டிருந்த மக்களுக்கும் வேறு வழியில்லை. எப்படி, யூதர்களிடம் உங்களுக்கு ஒரு பாதுகப்பான இடத்தைத் தருகிறேன் என்று சொல்லி எந்தப்புறமும் வெளியேற முடியாதபடி அடைக்கப்பட்ட ஒரு இடத்தைக் கொடுத்து பின் அவர்களை விஷ வாயு செலுத்தி ஹிட்லர் கொன்றானோ, அதுபோல ஒரு நாடகம் நடந்தேறியது. 2008 ஆம் ஆண்டு கடைசியில் எடுக்கப்பட்ட கணக்கெடுப்பின்படி கிளிநொச்சி, வவுனியா ஆகிய மாவட்டங்களில் 4 இலட்சத்துக்கும் அதிகமான மக்கள் இருந்திருக்கின்றனர். ஆனால் முள்ளி வாய்க்கால் இடப்பெயர்வு காலத்தில் வெறும் 70 ஆயிரம் பேர் மட்டும்தான் போர்க்களத்துக்கு நடுவே இருக்கிறார்கள் என்று இலங்கை இராணுவ அமைச்சகம் தெரிவித்து இருந்தது.

2009 ஆம் ஆண்டு மே மாதம் முள்ளிவாய்க்காலில் ஒரு செம்மறி ஆட்டுக்கூட்டம் போல அடைத்து வைக்கப்பட்டிருந்த மக்களுக்கு அடுத்த நொடிகூட மரணம் நிகழும் என்பது தெரிந்திருந்தது. ரத்தம் குடிக்கும் அசுரர்களுக்கு மத்தியில் மாட்டிக்கொண்டுவிட்டோம். இனி நம்மைக்காக்க எந்த நாட்டுக்கடவுளும்(!) வரப்போவதில்லை என்பதை அவர்கள் நன்றாக உணர்ந்திருந்தார்கள். பசியால் தமிழர்கள் அழிய வேண்டும் என்று இலங்கை அரசு செய்த சதிதான் இறுதிக் கட்டப்போரின் போது பல குழந்தைகள் வற்றிய வயிறோடு இறந்து போனதற்கு முக்கிய காரணம். மே மாதம் தொடக்கம் முதல் மக்களும் குழந்தைகளும் பசியால் இறக்கத் தொடங்கினார்கள். மே இரண்டாவது வாரத்தில் ஒரு கிலோ அரிசி 2000 ரூபாய்க்கும் அதிகமாக விற்பனையானது. 'புலிகள் மட்டும் கொல்லப்படக்கூடாது, ஒட்டுமொத்த தமிழ்மக்களும் கொல்லப்பட வேண்டும்' என்பது இலங்கை அரசின் அடிமனதின்

விருப்பமாக இருந்தது. அதன் விளைவுதான், ஒரு சிறிய பகுதியில் மக்கள் அடைக்கப்பட்டதும், வலிந்து ஏற்படுத்தப்பட்ட செயற்கைப் பஞ்சமும்.

ஒருபுறம் வங்கக்கடல், மறுபுறம் நந்திக்கடல் இவைகளுக்கு இடையே சுமார் 5 கிலோ மீட்டர் சதுரப்பரப்பளவுக்கும் குறைவான பகுதியது. ஒரு இனத்தை மொத்தமாக அழித்துச் சமாதி கட்டிய வரலாற்றின் கொடூரச் செயல் அங்குதான் நிகழ்த்தப்பட்டது. 2009 மே 15 ல் இந்திய நாடாளுமன்ற தேர்தல் முடிவுகள் அறிவிக்கப்பட்டதும், அந்த 15 லிருந்து ஈழ இறுதிப்போர் கடுமையாக இருந்ததும் பட்டாம்பூச்சி விளைவுகளாக இருக்கலாம். ஒரு நேரம் உண்பதற்கும் உணவில்லா பதுங்குகுழி வாழ்க்கை, மருத்துவ வசதியின்றி மரணித்த சோகங்கள், விடாது மாரியெனப் பொழிந்த குண்டுவீச்சுகள் என வாழ்க்கை விஷமானது. மே 16 அன்று இரவு இலங்கை அரசு போர் புரிய ஆயத்தமானது. இன அழிப்பை இறுதிசெய்ய சிங்கள அரசு நாள் குறித்து விட்டது. இருபுறம் உள்ள கடலில் நிறைந்து நின்ற போர்க்கப்பல்கள், தரைவழியில் பரவிநிற்கும் பீரங்கிகள், ஆகாயத்தில் ஓயாது வட்டமிடும் போர் விமானங்கள் என அப்பாவி மக்களை சுற்றி வளைத்தன. மே 17 அதிகாலையில் உலக நாடுகள் கொடுத்த அதிபயங்கர ஆயுதங்களும், ரசாயனக் குண்டுகளும் ஈழமண்ணில் தத்தம் வேலையைத் துவங்கின. மே 17,18,19 தமிழர்களை அழிக்கும் போர், தமிழினத்தை அழிக்கும் போர் கனகச்சிதமாய் நடைபெற்றது. இறுதிநாளில் “உயிர்ப்பிச்சை தா” என்ற கதறல் யுத்தத்தின் சத்தத்தில் எவருக்கும் கேட்காமலே போனது. ஓடி ஓடி மீளமுடியாமல் முள்ளிவாய்க்காலில் சரணடைந்து, முற்றுப்பெற்றது யுத்தம். நந்திக்கடல் குருதியால் குளித்துக்கொண்டது. சர்வதேசமும் தாம் செய்த சதி வென்றது கண்டு மனதால் மகிழ்ந்து, முகத்தால் முகாரிராகம் பாடின. மூன்றே நாட்களில் ஒன்னரை இலட்சம் தமிழர்கள் அழிக்கப்பட்டனர். ஓலக்குரல் மிகுந்த துயர்மிகு நாட்களாய் மாறின. ஐ நா தலையீட்டில் நடந்த விசாரணையில் 40000 மக்கள்தான் இறந்தனர் என பொய் கணக்கு காட்டப்பட்டது. பல நாடுகளின் கூட்டுச் சதியால் புலிகளுக்கு எதிரான போர் என்ற பெயரில் ஒரு மாபெரும் இன அழிப்பு நடந்து முடிந்தது. 27 ஆண்டுகளை தின்று செரித்த யுத்தம் இரையெடுத்த மலைப்பாம்பென தன்னை சற்றே புரட்டிக்கொண்டு ஓய்வெடுத்தது.

இராமாயாண, மகாபாரத யுத்தக்கதைகளில் வேண்டுமானால், தர்மம் வென்றிருக்கலாம். ஆனால், வன்னியுத்தத்தில் அதர்மம் வென்று எகத்தாளமாய் கொக்கரித்தது. கொன்றுகுவித்த உடல்கள் கேட்பாரின்றி நிலமெங்கும் சிதறிக்கிடக்க, முட்கம்பி வேலிக்குள் முடங்கிக் கிடந்தனர் மிச்சமிருந்த தமிழர்கள். முட்கம்பிகளால் சூழப்பட்ட அந்த பிரமாண்ட முகாம்கள் அவர்களை தன் ராட்சச கரங்களால் அள்ளிக்கொண்டது. ‘புவியின் அனைத்து சாம்ராஜ்ஜியங்களிலும் சிதறிக்கிடப்பாய்’ என்ற புகழ்பெற்ற ஹீப்ரு வாசகம் இலங்கைத் தமிழருக்காகவே பொருந்திப்போகிறது. புவியின் அத்தனை தேசத்திலும் இன்று தமிழன் யுத்தத்தின் மாறா வடுக்களோடு வாழ்வை நகர்த்திக்கொண்டிருக்கிறான்.

வாய்ப்புக்கிடைத்தால், முள்ளிவாய்க்காலுக்கு ஒருமுறை சென்று வாருங்கள். மனதில் மரண பயம் தொற்றிக்கொள்ளக்கூடும். வங்கக்கடலிலிருந்தும், நந்திக்கடலிலிருந்தும் வரும் ஓசையில், தமிழர்களின் மரண ஓலத்தை நீங்கள் அடையாளம் காணக்கூடும். அந்தக்காற்றில் வீசிக்கொண்டிருக்கும் தமிழர்களின் குருதிவாடையை நீங்கள் நுகரக்கூடும்.. ...கையறு நிலையிலிருந்த குற்றஉணர்ச்சியை தேகமெங்கும் நீங்கள் உணரக்கூடும். தமிழர்களின் ஆறாத துயரத்திற்கும் தீராத கோபத்திற்கும்,, வடித்த கண்ணீருக்கும்... எதிராக நின்ற தேசங்கள் ஒருநாள் பதில் சொல்ல வேண்டியிருக்கும்.

ஹெர் ஸ்டோரிஸ் பற்றி...

காலம் காலமாக பெண் குரல்களை சமூகம் நசுக்கியே வந்திருக்கிறது. உயிர்க்காற்று தவிர வேறெதற்கும் பெண் வாய் திறந்திடா வண்ணம் அவளது குரல்வளையை காலமும் சூழலும் சமூகமும் நெறித்துக் கொண்டேதான் இன்னமும் இருக்கின்றன. தனி வெளியோ, பொது வெளியோ, எங்காகினும் பெண்ணின் பார்வை உள்நோக்கியதாகவே, சுயத்தை, தன் குடும்பத்தை, தன் உறவுகளை நோக்கியே சிந்திக்கவும் ஆசிக்கவும் கட்டமைத்திருக்கிறது,

ஆயிரமாயிரம் ஆண்டுகால அடிமைத்தளை. தளை உடைக்க, சுவாசிக்க பெண்ணுக்குத் தேவை ஒரு துளி விடுதலை உணர்வு, கொஞ்சமே கொஞ்சம் தனக்கான வெளி. அந்த வெளியில் அவளுடன் இணைந்து பறக்கத் தயாராக இருக்கும் கூட்டுப் புழுக்கள் ஒன்று கூடினால்?

தங்கள் கதைகளை அவை தங்களுக்குள் பேசி, ஒருவரை ஒருவர் தாங்கினால், ஏந்திப் பிடித்தால், கை கொடுத்து சிறகு தடவினால்... பறக்கலாம். வானை வசப்படுத்தலாம். கதைகள் பேச இதுவே வெளி, தளையை உடைக்க இதுவே களம். வெற்றி கொள்ள இதுவே உரம். *Her Stories* – நம் வெளி, நம் கதைகள், நம் வெற்றி. இணைந்து பறப்போம். பட்டுப் பூச்சிகளாவோம்.

வெளியீடுகள்

துப்பட்டா போடுங்க தோழி – **கீதா இளங்கோவன்**

கேளடா மானிடவா – **சே.பிருந்தா**

தேவதைகள் சூனியக்காரிகள் பெண்கள் - **மருதன்**

விலங்குகளும் பாலினமும் - **நாராயணி சுப்ரமணியன்**

அடுக்களை டு ஐநா - **ரமாதேவி ரத்தினசாமி**

தமிழ்ப் பொண்ணும் துபாய் மண்ணும் - **சாந்தி சண்முகம்**

மரிக்கொழுந்து கற்பகம் அழகம்மாள் மற்றும் சில மதுரைப் பெண்கள் - **தீபா நாகராணி**

நான் எனும் பேரதிசயம் - **ஜான்சி ஷஹீ**

சந்திரகிரி ஆற்றங்கரையில் - **சாரா அபூபக்கர்**

கதவு திறந்ததும் கடல் - **பிருந்தா சேது**

பெருங்காமப் பெண்களுக்கு இங்கே இடமிருக்கிறதா? - **கனலி**

பாதைகள் உனது பயணங்கள் உனது - **ஹேமா**

பாதை அமைத்தவர்கள்: முதல் பெண்கள் II - **நிவேதிதா லூயிஸ்**

பூப்பறிக்க வருகிறோம்! - **பாரதி திலகர்**

தொடர்புக்கு:

ஹெர் ஸ்டோரீஸ்

15, மகாலக்ஷ்மி அபார்ட்மெண்ட்ஸ், 1, ராக்கியப்பா தெரு, சென்னை-600004

📞 +91 75500 98666 ✉ strong@herstories.xyz

www.herstories.xyz